தற்செயல்களை விரட்டுகிறவன்

தற்செயல்களை விரட்டுகிறவன்

சரவணன் சந்திரன்

Title : Tharseyalgalai Virattugiravan
Author's Name : Saravanan Chandran

Published by Ezutthu Prachuram

Zero Degree Publishing
No. 55(7), R Block, 6th Avenue,
Anna Nagar,
Chennai - 600 040

Website: www.zerodegreepublishing.com
E Mail id: zerodegreepublishing@gmail.com
Phone : 98400 65000

First Edition by Ezutthu Prachuram: February 2021
ISBN : 978 93 90884 77 3
TITLE NO EP : 187

Cover Design: Vidhya Velayudham
Layout: Creative Studio

சமர்ப்பணம்

இத்தொகுப்பில் உள்ள கட்டுரையொன்றைப் படித்துவிட்டு ஏழைக்குழந்தைகள் சிலருடைய கல்விக் கட்டணச் செலவை ஏற்றுக்கொண்ட, வா.மணிகண்டன், ராஜ்குமார், பிரசன்னா வெங்கடேஷ், கரிகாலன் மகாலிங்கம், அருண் சீனிவாசன், சந்தோஷ், விஜயகோபன், பாஸ்கர் மச்சிராஜூ, பாரதிராஜா ராமமூர்த்தி, லோகநாதன், கோபி கிருஷ்ணன், கலைமணி, ரேணுகாதேவி வேணுகோபால், கார்த்திகேயன் வெங்கடேசன் ஆகியோருக்கு...

என்னுரை

தற்செயல்களை விரட்டுகிறவன் என்கிற தலைப்பே தற்செயலாகத் தோன்றியதுதான். தலைப்பிட்டுவிட்டு நீண்ட நேரமாக அதைச் சுற்றியே சிந்தித்துக் கொண்டிருந்தேன். உண்மையில் தற்செயல்களாலான தொகுப்பொன்றின் வாழும் சாட்சியாகவே இருந்து வந்திருக்கிறேன். சின்னவயதில் எதுஎதுவாகவோ ஆக நினைத்திருக்கிறேன். இப்போது கடந்து வந்து திரும்பி நோக்கினால், யோசித்ததன் சிறுசாயல்கூட இல்லாமல் வேறு ஒன்றைத்தான் செய்து கொண்டிருக்கிறேன்.

சென்னைக்கு கிளம்பி வருகையில், மைதானத்தில் மட்டையுடன், ஜலந்தர் தயாரிப்பான ஹாக்கி பந்தை உருட்டுவேன் என்றுதான் சபதம் போட்டுக் கிளம்பி வந்தேன். மாறாக வாழ்க்கை அந்தப் பந்தையொத்த லக்னோ வகையான உருண்டு திரண்ட கொய்யாக்கனியை உருட்ட வைத்திருக்கிறது. சிறுவயதில் இருந்தே விவசாயம் எனக்கு விலக்கப்பட்ட கனியாக இருந்தது. ஆனால் இப்போது அதுவே வாழ்க்கையாகவும் அமைந்து விட்டது. முழுமையான அக்கனியாகவும் என்னை ஒருநாள் உணர்ந்தேன் நான்.

கடலின் உப்புக்காற்று எப்போதும் எனக்குப் பிடித்ததேயில்லை. தீவிரக் காதலில் இருந்தபோதுகூட, ”உப்புக்காற்று முகத்தில் பட்டால், தலை வலிக்கும்” என இணையரிடம் சொன்னவன் நான் என்பதை நினைத்தால் இச்சமயத்தில் சிரிப்பு வருகிறது. ஏனெனில் இப்போது தினமும் அதிகாலை விழிப்பதே கடலின் மடியில்தான்.

அதன் முகம்தான் என்னுடைய அடையாளமாகவும் இப்போது துலங்குகிறது. இப்படி வரிசையாய் அடுக்கிச் சிந்தித்தால், இந்த சிறிய காலத்திற்குள் கடந்துவந்த தற்செயல்கள் முகத்தில் வருடுகின்றன உப்புக்காற்றைப் போல. இப்போதெல்லாம் நிதானமாய் அலையற்ற கடலை நிமிர்ந்து நோக்குகிறேன். மனதை அதன் ஆழத்தினுள் சலனங்களின்றி குவிக்கிற வித்தை கைகூடி வரப் பிரார்த்திக்கவும் செய்கிறேன்.

ஒருகட்டத்தில் அமைகிற ஓட்டத்தில், தற்செயல் எனும் தக்கையை கட்டிப்பிடித்துக் கொண்டு அமைதியாய் நீரோட்டத்தை கடக்கப் பழகிக் கொண்டேன். தக்கையானாலும் நம்பிப் பிடித்திருக்கிற எதுவும் சரியான திசையை நோக்கியே அழைத்துப் போகும் என உறுதியாக நம்பவும் தலைப்பட்டு விட்டேன். இதுவரை அப்படித்தான் எனக்கு அமைந்து வந்திருக்கிறது. நம்பியவைகள் எதுவும் என்னைத் தலைகுப்புறத் தள்ளியதில்லை. நம்பிப் பற்றிக்கொண்ட கரங்கள் என்னை எப்போதும் முன்னோக்கியே செலுத்தியிருக்கின்றன என்பதை இப்போது நன்றியோடு நினைவுகூர்கிறேன்.

இந்தக் கட்டுரையில் இருக்கிற அனுபவங்களும் அப்படி வாய்த்தவைதான். நாளை என்ன செய்வேன் என்பது எனக்கே தெரியாது என விளையாட்டாய் நண்பர்களிடம் சொல்வேன். அதைப் போலத்தான் என்னுடைய வட்டிலில் என்ன கிடைக்கிறதோ அதை அப்படியே கொண்டு வந்து இன்னொரு வட்டிலில் மனமுவந்து இடுகிறேன். ஒரேவகையான சோற்றுப் பருக்கைகளாகக் கூட இருக்கலாம் அவை. ஆனால் எது கிடைக்கிறதோ அதையே நான் இன்னொரு இடத்தில் வழங்குகிறேன் என்கிற வகையில், கூறியது கூறல் சற்றே மிகுந்திருந்தாலும் மன்னிக்க வேண்டுகிறேன். கூடவே இன்னொரு விஷயத்தை உறுதியாகச் சொல்லிவிட முடியும். அவ்வனுபவங்கள் வழியாக வெவ்வேறு சித்திரங்களையே வரைந்திருக்கிறேன் ஒரு கலைடாஸ்கோப் போல. எனவே சரடு ஒன்றெனினும் அதில் கோர்க்கப்பட்ட மலர்கள் வெவ்வேறு நிறத்தவை. தொட்டிப் பூக்கள் துவங்கி மலையடிவாரத்து காட்டுப்பூக்கள் வரை.

நறுமணமாய் என்னுள் திகழும் பவித்ராவை நினைக்காமல் எதுவும் முழுமை பெறாது. ஒவ்வொரு புத்தகத்திலும் என்னுடைய நண்பர்கள் அனைவரையுமே நினைவு கூர்ந்திருக்கிறேன். என்னுடைய பயணத்தில் அவர்கள் இல்லாமல் நானில்லை. பீனா கானா,

கோவை வழக்கறிஞர் சரவணன், இளங்கோவன் முத்தையா, ஆன்மன், கார்த்திக் புகழேந்தி, கஸல் வாஸ்தோ மற்றும் வாஸ்த்தோ, சந்திரா தங்கராஜ், வல்லபாய் அருணாசலம், ந.முருகேசபாண்டியன், தஞ்சை காளிதாஸ், பழனி பாவேந்தன், மதுரை விக்னேஷ், முத்து, சரவணன் ஆகியோரை இந்த நேரத்தில் நன்றியோடு நினைத்துக் கொள்கிறேன். இந்த தொகுப்பில் உள்ள கட்டுரைகளை, ஒரு இணையாசிரியரைப் போல திருத்தியடுக்கி ஒரு வடிவத்தில் தந்த ஸ்ரீதேவி செல்வராஜனுக்கு நன்றியை உரித்தாக்குகிறேன். இந்தப் புத்தகத்தை வெளியிடும் எழுத்து பிரசுரத்திற்கும் எப்போதும் மேன்மையானவர்களாக நடந்து கொள்ளும் ராம்ஜி மற்றும் காயத்ரி அவர்களுக்கு எனதன்பும் மரியாதையும்.

அந்தந்த காலத்தில் அந்தந்த மனநிலை மிகுதியில் எழுதப்பட்ட இக்கட்டுரைகளின் வழியாக தற்செயல்களின் கூடாரத்தில் எனக்கு கடத்தப்பட்டவைகளை, ரிலே ரேஸ் குச்சி போல இன்னொரு கரத்திற்கு கடத்துகிறேன். சத்தியத்திற்கு கட்டுப்பட்ட வார்த்தைகளை உதிர்க்கும் ஒரு குடுகுடுப்பைக்காரனைப் போல. நாய்கள் சூழ்ந்து குரைத்தடங்கி வாலாட்டும் நடுநிசியில் அவனைப்போலவே, நல்வார்த்தைகளை ஏந்தி தற்செயல்களை விரட்டி ஓடுகிறேன் இப்போதும்.

சரவணன் சந்திரன்

உள்ளே

01
கருணை!

இன்னும் ஒன்றரை நாளுக்குள் மழை துவங்கிவிடும் என்பதால், செடிகளுக்கு உரமிட வட்டம் போடும் பணிகளை முடுக்கி விட்டிருக்கிறோம். காலை ஏழு மணிக்கு பொம்பளையாட்கள் மண்வெட்டியோடு வேலைக்கு வந்து விடுவார்கள். அதில் வயதானவர்களும் அடக்கம். மதியம் இரண்டு மணிக்கு வேலையைக் கைவிடுவார்கள்.

காலை ஒரு பலகாரமும் டீயும் வாங்கிக் கொடுத்து விட வேண்டும். கூலி இருநூற்று ஐம்பது ரூபாய். இன்று காலையில் அவர்களோடு பேச்சுக் கொடுத்துக் கொண்டிருந்தேன். “ப்ளான் பண்ணதைவிட, ஒருநாளு முன்னவே மழை வரப் போகுது. பெஞ்சா காட்டிலயே யாரும் கால்வைக்க முடியாது. என்ன பண்றதுன்னு தெரியலை” எனப் புலம்பினேன்.

“ஒண்ணு பண்றோம். சாயந்திரம் ஐஞ்சு மணி வரை செஞ்சி தர்றோம். ஒன்றரை கூலி தந்திடுங்க. மதியத்துக்கு தக்காளிச்சோறு ஆக்கித் தந்திருங்க” என்றார் ஒரு அக்கா. அவரோடு மற்றவர்களும் இணைந்து கொண்டனர்.

“கண்டிப்பா பண்ணித் தர்றேன். என்ன அவ்ளோ பெரிய சட்டி இல்லை. ரெண்டு தரம் பண்ணா சரியா இருக்கும். போய்ப்

பார்க்கேன்" எனச் சொல்லி விட்டு கடைக்குப் போவதை கணக்கிட்டு நடந்தேன்.

"ஏங்கண்ணு சும்மா சொன்னோம். மதியத்துக்கு ஒரு பலகாரம். இல்லாட்டி கூடுதலாக ஒண்ணு டீயோட வாங்கித் தந்தா போதும்" என்றார்கள். மதியம் போய் நின்று குஸ்கா வாங்கிட்டு வரவா என்ற போது, "அய்யோ அந்தச் சனியனை சாப்பிட்டா வயிறெல்லாம் காந்தும். வடை போதும்" என்றார்கள். தேடிப் போய் குட்டியாய் போடப்பட்ட போண்டா மற்றும் ஆமை வடைகளை வாங்கிக்கொண்டு போய்க் கொடுத்தேன். கூழாங்கற்களைப் போலவான வடிவத்தில் மொறுமொறுவென்று கிடந்தன அவை.

திருப்தியாகச் சிரித்தபடி சாப்பிட்டுக் கொண்டிருந்தவர்களைத் தூரத்தில் நின்று பார்த்துக் கொண்டிருந்தேன். எல்லோருமே கிட்டத்தட்ட பற்களைக் காட்டிச் சிரித்துக் கொண்டிருந்தார்கள். அந்த வேலையின் பளுவை எல்லாம் முகத்தில் காண முடியவில்லை. ஒருவகையில் கடினமான அப்பணியினை செய்ய தங்களைத் தாங்களே உற்சாகப்படுத்திக் கொள்கின்றனர் என எனக்குத் தோன்றியது.

நாள் முழுவதும் குனிந்து மண்ணைக் கொத்திக்கொண்டே இருக்க வேண்டும். கூடமாட போய் நின்று பார்த்த போது குற்றவுணர்வாக இருந்தது. நானும் ஒரு மம்பட்டியை வாங்கி குனிந்து குதறிக் கொண்டிருந்தேன். சிரித்தபடி என்னைக் கிண்டலடித்துக் கொண்டிருந்தனர்.

மாலை நான்கு மணிக்குப் போன போது, சோர்ந்த கரங்களால் மண்ணை கொத்திக் கொண்டிருந்த அந்த அக்காவைப் பார்த்ததும் மனம் இளகி விட்டது. போய் ஓய்வெடுக்கச் சொல்லி வற்புறுத்திய போது, "ரத்தம் சுண்டிப் போச்சா என்ன" எனக் குனிந்தபோது அவரால் பழைய உற்சாகத்தோடு செய்ய முடியவில்லை.

அந்தக்காவின் கணவரை எனக்கு நன்றாகத் தெரியும். அவரைப் பற்றி பேசுவதைப் போல அவரை வேலை செய்யவிடாமல் தடுத்தி நிறுத்திப் பேச்சுக் கொடுத்தேன். ஆனாலும் அவர் புற்களின் மீது மண்வெட்டியைப் பதிக்க போதிய பலமில்லாமல் அலைபாய்ந்து கொண்டிருந்தார். வம்படியாய் அவர் வேலை செய்வதை தடுத்து நிறுத்தினேன்.

ஏதோ ஆவேசத்தில் சொல்லி விட்டார்கள் என்பதை உணர்ந்தேன். "என்ன ஆனாலும் பரவாயில்லை பாத்துக்கலாம். நாளைக்கு இப்டீ வேண்டாம்" என்றேன் எல்லோருக்கும் கேட்கும் விதமாக. "அவளுக்கு இன்னைக்கு முடியலை போல. நாளைக்கு பாருங்க. பூரா காட்டையும் அவதான் முடிக்கப் போறா" என்றார்கள்.

இல்லை வேண்டாம் என அடுத்த முறை சொன்ன போது, "அதெப்படி இன்னும் அரைக்கூலி சேத்துக் கிடைக்குதில்ல. பண்டிகை நேரத்தில ஏதாச்சும் ஒண்ண சுட்டுக்கிட்டு கடிச்சுக்கலாம்" என்றார் அந்த அக்கா. நாளைக்கு என் கையில் இருந்து தனியாக அந்த அரைக் கூலியைக் கொடுத்தாலும் வாங்க மாட்டார்கள். தீபாவளிக்கு எனக்கு வரும் இனிப்புகளை அப்படியே அவர்களுக்கு கொடுக்க வேண்டுமெனத் தீர்மானித்தேன்.

அமர்ந்து யோசித்தேன். அரைக் கூலி எவ்வளவு? நூற்றி இருபத்தைந்து ரூபாய். அதற்காக அவர்கள் நாள் முழுக்க முதுகொடியத் தயாராக இருக்கிறார்கள். அந்த வேலையைச் செய்து பார்த்தால்தான் அதன் வலி புரியும். எல்லாம் யாருக்காக?

இங்கே பெண்கள்தான் குடும்பத்தை தூக்கிச் சுமக்கிறார்கள். கண்பட துயரம் தோய்ந்த காட்சிகளைக் காணுகிறேன். மாலையில் தெற்கே போன போது, அந்தக்காவின் கணவரான அந்த அண்ணன் 185 ரூபாய் குவார்ட்டரை இடுப்பில் சொருகிக் கொண்டு சுடுகாட்டிற்குப் பக்கத்தில் நின்றதைப் பார்த்தேன். கருணையே இல்லையா இவருக்கு? என எழுந்தது கேள்வி. அதை எனக்கு நானே திரும்பவும் கேட்டுக் கொண்டேன். கருணையே இல்லையா உனக்கு?

02
விசாரணை!

குற்றம் சாட்டப்பட்ட மிஸ்டர் கே என்கிற எலியை, அது சிறைபிடிக்கப்பட்ட, அரையடி நீளமும் அகலமும் கொண்ட இரும்புக்கூண்டோடு மாட்டுத்தொழுவத்திற்கு அழைத்துப் போனோம். செம்மண்ணைக் குழைத்து எழுப்பப்பட்டு, மேலே தென்னங்கூரை வேயப்பட்டிருந்த பதினைந்திற்குப் பத்து அளவிலான விசாலமான கூடம் அது. இயற்கையாகவே அக்கூடம் குளிர்விக்கப்பட்டிருந்தது. விசாரணைக்கு எப்போதுமே உளக் குளிர்ச்சியும் வேண்டும். விசாரணைக் குறிப்பேடுகளில், குற்றம் சாட்டப்பட்டவர்களுக்கென அடையாளக்குறி வேண்டுமென்பதால் அதற்கு மிஸ்டர் கே எனப் பெயரிட்டோம்.

சிறை பிடிப்பதற்கு முன்னமே மிஸ்டர் கே முதுகில் சுண்டு விரல் உள்ளே நுழைகிற அளவிற்கு ஆழமான காயமொன்று இருந்தது. சிறைபிடிக்கப்பட்ட கூண்டினால் ஏற்பட்ட காயமில்லை என்பதை நிரூபிக்கப் போதுமான காரணிகளும் கைவசம் இருந்தன. இரண்டு அங்குலம் அளவிலான அக்காயத்தைச் சுற்றிலும் முடிகள் பிய்த்தெறியப்பட்டிருந்தன. ஏதேனும் மற்ற விலங்குகளால் மிஸ்டர் கே சமீபமாக காயம்பட்டிருக்கக்கூடும்.

அல்லது இதற்கு முன் வேறேதும் குற்றச்செயல்களில் ஈடுபட்டதின் நிமித்தமாக, கிடைத்த தண்டனையின் பாற்பட்ட காயமாகக்கூட அது இருக்கலாம். இதன்மூலம் தொடர் குற்றச்செயல்களில் கே

ஈடுபட்டுக் கொண்டிருக்கலாம் என்கிற வலுவான சந்தேகமும் இருந்தது எங்களுக்கு. அதைப் பிடித்து அடைத்ததிற்குப் போதுமான காரணமாகவும் அமைந்தது அது.

ஒரு தண்டனையின் பொருட்டு மிஸ்டர் கேவின் உடல் எடை எங்களுக்குத் தெரிந்தாக வேண்டியிருந்தது. அதைத் தொட்டுத் தூக்க விசாரணை அமைப்பிலிருந்த கனவான்கள் தயங்கினார்கள். பயந்தார்கள் என்கிற வார்த்தையைப் பயன்படுத்துவதற்கு தயக்கமாகவும் இருந்தது. அத்தனை கண்களும் பார்வையாலேயே கேவை எடை போட்டன. "நிச்சயமா கால்கிலோ எடையிருக்கும்" என்றார் மூத்த ஜூரி ஒருத்தர்.

பொதுவாகவே விசாரணை அமைப்புகளில் மூத்துப் பழுத்தவர்களின் வார்த்தைகளுக்கு எடையதிகம் என்பதால், மறுபேச்சின்றி முழுமூச்சாக அதை ஒத்துக் கொண்டோம். மரண தண்டனை, ஆயுள் தண்டனை, நாடு கடத்துவது என எங்களிடம் மூன்று விதமான தண்டனை முறைகள் இருந்தன.

அம்மாட்டுக் கொட்டகையில் மிஸ்டர் கேவிற்கு ரத்த சம்பந்தம் இல்லாவிட்டாலும், நான்கு மாடுகளும் தங்களது பருத்த, உருளை விழிகளை உருட்டி, அவ்விசாரணையை அசை போட்டு ஜீரணித்துக் கொண்டிருந்தன. தங்களைத் தவிர, நடப்பவற்றை உணர்கிற பிறரும் விசாரணையை உற்றுக் கவனிக்கிறார்கள் என்கிற அச்சம் ஜூரிக்கள் அனைவரிடமுமே இருந்தது. பால் கொடுக்காமல் மறியல் செய்து விட்டால் என்னாவது என்கிற விசித்திர எண்ணமும் எழுந்தது.

வழக்கமான நீதிமன்ற நடவடிக்கைகளைப் பார்த்திருக்கிறேன் என்பதால் முகத்தை கடுமையாக வைத்துக்கொண்டு, கொக்கைப் போல கழுத்தை நீட்டியபடி பிற ஜூரிக்களைப் பார்த்தேன். அவர்களும் அவ்வண்ணமே கடுமையாக்கிக் கொண்டு குற்றாலத் துண்டால் கழுத்தை சுற்றிக் கொண்டார்கள். என் பங்கிற்கு வெள்ளை பூத்துவாலைத் துண்டினை எடுத்து கழுத்தைச் சுற்றிப் போர்த்திக் கொண்டேன். நீதி தேவனின் அழுத்தமான ஒளி அத்தனை முகங்களிலும் குடியேறியது.

குற்றம் சாட்டப்பட்ட மிஸ்டர் கேவின் கண்களிலும்கூட ஒளி பொருந்தியிருந்தது வித்தியாசமாகப்பட்டது. தப்பிக்க முயற்சிகள் ஏதும் எடுக்காமல் குறுகுறுவென எல்லோரையும் பார்த்துக் கொண்டிருந்தது கே. இச்சபையில் தனக்கான நியாயம் கிடைத்து

விடலாம் என நம்பியிருக்கலாம் கே. அல்லது அதன் பார்வையே அப்படித்தானா? நாங்கள் நம்ப விரும்புகிற பார்வையா அது?

மிஸ்டர் கேவிற்கென்று பிரத்தியேக வழக்கறிஞர் இல்லையென்பதால், அதன் தரப்பு வழக்கறிஞராக என்னையே நியமித்துக் கொண்டேன். நீதியை வளைத்து வளைத்து வாளைப் போலச் சுழற்றுவதே அப்பணி என என் அனுபவத்தில் கண்டடைந்திருந்தேன். 'இருட்டு அறையில் ஏந்துகிற வெளிச்சமே நீதி வாதம்' என்றுகூட எங்கோ படித்திருக்கிறேன்.

மிஸ்டர் கே மீதான குற்றச்சாட்டுகள் வாசிக்கப்பட்டன. அனுமதியின்றி இன்னொருத்தருக்கு பாத்தியப்பட்ட இடத்தில் பிரவேசித்தது. பிறத்தியார் பொருளைக் களவாடியது. இன்னொருத்தர் சொத்தை தொடர்ந்து சேதப்படுத்தியது. அவருக்கு கெதியான பணமிழப்பை ஏற்படுத்தியது. பலமுறை எச்சரித்தும் மீண்டும் மீண்டும் ஒரே குற்றத்தைச் செய்தது எனப் பட்டியலிட்டுக் கொண்டிருந்தபோது, விசாரணையை வேடிக்கை பார்த்துக் கொண்டிருந்த ஆடு மேய்க்கிற கிழவியொருத்தி குறுக்கிட்டாள்.

"என் ஆட்டோட பெல்ட் ஒண்ணும் கரும்பியிருக்கு. அதையும் இதில் சேர்த்துக்கோங்க" என்றாள். நான் ஜூரியாக இருந்து அவளுடைய கண்களை உற்றுப் பார்த்தேன். கே பிடிபட்ட இடத்திலிருந்து மூன்று கிலோமீட்டர் தூரத்தில் இருந்தது அவளுடைய ஆட்டுப்பட்டி. இதை அவளுக்கு சுட்டிக் காட்டுகிற கடமை எனக்கு இருந்தது.

"கால் கிலோமீட்டர் தூரத்தில இருந்து உங்க பொருளை சேதப்படுத்துச்சுன்னா. மூணு கிலோமீட்டருக்கு வராதா. எனக்கொரு ஞாயம் உங்களுக்கு ஒரு ஞாயமா. இல்லாட்டி நான் கிளம்பிப் போறேன்" என நீதி அமைப்பிடம் முறையிட்டாள். வேறு வழியின்றி நீதியை அவளின் பொருட்டும் கொஞ்சம் வளைத்துக் கொண்டோம். அந்தக் குற்றத்தையும் ஒப்புக்கொண்டதாக கூண்டிற்குள் இருந்தபடி தலையாட்டியது மிஸ்டர் கே. தலையாட்டி ஒப்புக்கொண்டதை நான் கவனத்தைச் சிதறவிடாமல் குறிப்பெடுத்தேன்.

நீதி வழுவா நெறிமுறை என்கிற வாக்கியம் காதில் வந்து மோதி, வந்த வேகத்திலேயே திரும்பிச் சென்றது. கூடவே ஒரு குற்றம் நிகழ்ந்தால், அதில் சுற்றியிருக்கிற எல்லோருக்குமே பங்கிருக்கிறது என்று நீட்சேவோ சார்த்தரோ சொன்னதைப் போல ஒரு நினைவு எனக்குள் எழுந்தது. எனக்கு நானே அடர்த்தியாக செருமிக்

கொண்டேன். எல்லோரிடமிருந்தும் என்னை தனித்துக் காட்டுகிற ஏற்பாடது.

இருட்டறையில் விளக்கு பிடிக்கத் தீர்மானித்து, "இந்த இடத்தில நம்ம பொருளை கொண்டு வந்து நிறுத்தினது நம்ம தப்புதானே. அதைக் கடிப்பது தப்பென்று மிஸ்டர் கேவிற்கு எப்படித் தெரியும்" என சக ஜூரிகளை நோக்கிக் கேட்டேன். முதிய ஜூரி, என்னைவிட மேலானவராகக் காட்டும் தொனியில், தொண்டையை பலமாகச் செருமிக் கொண்டு, தாடையில் பூத்திருந்த வெள்ளி முடிகளைத் தடவியபடி ஆழமாக யோசித்தார்.

"ஏனுங்க நாம அதோட பொந்துக்குள்ளாற போறோமா? தவிர, இந்த திருட்டுத்தனத்தை பகல்ல செய்றது இல்லைல. எல்லாரும் தூங்குற சாமத்தில செய்றதுன்னா, அது திருட்டுத்தனம்னு அதுக்கே தெரியுதுல்ல. நீங்களே நல்லா ஓசிச்சுப் பாருங்க" என்ற போது, அவர் என்னை கூர்மையாக மடக்கி விட்டதாக உணர்ந்தேன்.

அவர் சொன்னதை நிதானமாக யோசித்துப் பார்த்தேன். நான் இங்கிருந்த வருடங்களில் மிஸ்டர் கேவையோ அதன் கூட்டாளிகளையோ பகலில் பார்த்ததே இல்லை. இரவில்தான் அத்தனை சட்ட விரோத காரியங்களிலும் ஈடுபடுகிறார்கள். கூடவே எனக்கு, எது சட்டம்? எது விரோதம் என்கிற கேள்வியும் எழுந்தது. யார் வரைந்த சட்டம் என வாய்நுனி வரை வார்த்தை வந்தது. ஆனால் அதைக் கேட்காமல் அடக்கிக் கொண்டேன்.

ஆனால் பாரம்பரிய மொசப்புடுக்கி என ஊர் புகழப் பெயர் எடுத்த வயது முதிர்ந்த ஜூரி என் உள ஓட்டத்தைப் புரிந்து கொண்டார். "அதுக கூட்டமா ஆயிரம் இருக்கும் போது, தனியா போய் மாட்டிக்கிட்டா நம்மளை விடுமா. சிவக்குமார் மவன் ஒருத்தன் நடிச்ச படத்தில எப்டீ மனுசனை கடிச்சுத் திங்கும். பாத்திருக்கீங்கள்ள" என்றார். எனக்குமே அப்படியொரு அனுபவம் இருந்தது.

இரண்டு கால்களும் முடங்கிப் போன பெண்ணொருத்தியை அவளது கணவன் சுடுகாட்டிற்குப் பக்கத்தில் இருந்த பழைய கட்டிடம் ஒன்றினுள் தூக்கிப் போட்டுச் சென்றுவிட்டான். அவள் கால்கள் காயம்பட்டிருந்தன. அந்த ரத்த வாடையைத் தேடி வந்த கேவின் இனம் அவளது இரண்டு கால்களையும் கடித்தே தின்றன. அவள் வலி பொறுக்க முடியாமல் இரவு முழுக்க சத்தமிட்டபடியே இருந்தாள்.

வயிற்றுப் பிள்ளைக்காரியாக இருந்து செத்துப் போன ஒருத்தியின் ஆவி கத்துவதாக அவ்வூரார் பேசிக் கொண்டனர். மறுநாள் காலையில் ஆடு மேய்க்கப் போன சிறுவன் ஒருத்தன் துப்புச் சொன்ன பிறகே விஷயம் ஊராருக்குத் தெரிந்தது. அவளை மருத்துவமனைக்கு எடுத்துக்கொண்டு ஓடினார்கள். குடிபோதை இறங்கி அவளது கணவன் அவளைப் பார்க்க வந்த போது, அவள் தன்னுடைய கால்களில் நான்கு விரல்களை இழந்திருந்தாள். மல்லாக்கப் படுத்தபடி அந்த இரண்டு கட்டைகளையும் தூக்கிக் காட்டினாள். வெள்ளை பேண்டேஜ் சுற்றப்பட்டு அரக்கு நிற அரசு முத்திரை குத்தப்பட்டிருந்தது. மூளியாய் இருந்த அவ்விரண்டையும் விரித்துக் காட்டிய அவள் ஏதோ சொல்ல முயன்றாள். அவளது பிறப்புறுப்பையும் எலிகள் மொய்த்ததாகச் சொன்னான் அந்த இளம் மருத்துவன்.

"விரல்களை மட்டுமல்லாமல் எல்லா உறுப்புகளையும் கடித்து வைக்கிற பழக்கம் உங்கள் இனத்திற்கே உண்டு என்பது எனக்கு நன்றாகத் தெரியும். இதுவரை நான் சொல்லவில்லை. அன்றிரவுகூட என் விரலை உன்னுடைய ஆட்களில் ஒருத்தன் கடிக்க முயன்றதை நான் உணர்ந்தேன். எள்ளு விதைகளைப் போல சிறிய கூரான பற்களைக் கொண்டவன் அவன்" என்றேன் மிஸ்டர் கேவை நோக்கி. அந்தக் குற்றத்தையும் கே ஒத்துக் கொண்டதாகத் தலையாட்டியது.

இந்த முறை அந்த கண்களைப் பார்த்தபோது என்னையறியாமல் கனிவொன்று எட்டிப் பார்த்தது. நீதி வழங்கும் இடத்தில் இருக்கிற போது வருகிற பாவனையா அது என்றும் உற்றுப் பார்த்தேன். அதை ஒரு மோசமான பாவனை என ஒருத்தர் முன்பு கூறியதும் நினைவிற்கு வந்தது. எதனை நோக்கியும் கனிவை கண்களில் கொண்டு வர நான் யார் என்கிற கேள்வியும் எழுந்தது. எதன் பொருட்டு, எதை யாருக்கு நிறுவ இதுவென என் யோசனை பின்னோக்கிச் சுழன்று கொண்டிருந்தது. சாணத்தோடு கலந்த மூத்திரவாடை கூடமெங்கும் அடர்த்தியாகப் பரவியது.

சுருக்குக் கயிறொன்றை தயார் செய்து விட்ட திருப்தியில், செருமிக் காட்டினார் மொசப்புடுக்கி ஜூரி. அவர் என் மிகை பாவனையை கலைக்கத்தான் அதைச் செய்தார் என்பதை உறுதியாக உணர்ந்ததும், "ஏன் நீங்கள் உங்கள் மூதாதையர்கள் மொசலை வேட்டையாடுவதையே தொழிலாக வைத்துக் கொள்ளவில்லையா" என்றேன் கோபமாக.

"இதென்ன அநியாயமா இருக்கு. அன்னைக்கு கூலி மூணு ரூவா. எழெட்டு பிள்ளை குட்டிக. இன்னைக்கு ஆட்டுக்கறி வாங்க முடியுது. அன்னைக்கு முடிஞ்சதா. வயித்துப் பாட்டுக்கு செஞ்சதை எவ்ள காலம் சொல்லிக் காமிப்பீங்க. இது கொழுப்பெடுத்துச் செய்யுது. வயித்துப் பாடும் கொழுப்பெடுத்துச் செய்றதும் ஒண்ணா. தக்காளியைத் திருடறப்ப மன்னிச்சுதானே விட்டேன். வயரை எதுக்கு கடிக்கணும். அப்ப வயரை துண்டம் துண்டமா வெட்டித் தர்றேன். திங்கச் சொல்லுங்க பார்ப்போம்" என்றார் பதில் கோபத்தோடு.

அவரின் பொருட்டு நிறைய காரியங்கள் எனக்கு ஆக வேண்டியதன் நிமித்தமாகவும், அவரை என்னோடு இருத்தி மேலாதிக்கம் செய்ய வேண்டியதன் காரணமாகவும் பாவனையின் அளவை கொஞ்சம் மட்டுப்படுத்திக் காட்டி, "மிஸ்டர் கேவுக்கு இயற்கையிலேயே பல் நமநமவென ஊறும்" என்றேன் பொறுமையாக.

"இதென்ன அக்குருவமா இருக்கு. என் பேத்திக்கு பல் ஊறுனா பிஸ்கெட்ட எடுத்து கடிப்பா. டீவி வயரையா கடிச்சு வைப்பா" என அவர் இளக்காரமாக, எதையோ புதிதாக ஒன்றைக் கண்டுபிடித்த திருப்தியோடு சொன்ன போது, இன்னொரு கேள்வி எனக்குள் தொக்கி நின்ற போதும் நான் கேட்கவில்லை.

நீதி பரிபாலனை அமைப்பில், சக ஜூரியை பகைத்துக் கொள்ளக் கூடாது என்பது அடிப்படையான விதி. பின்னொரு நாளில் அவர்களே நாம் நிகழ்த்தும் அநியாயம் ஒன்றை தட்டிக் கேட்பவர்களாக மாறக்கூடும். கொடுத்து வாங்கும் அழகிலா விளையாட்டிது என்பதையும் உணர்ந்தேன்.

நான் இப்போது எல்லாவற்றையும் இழந்த, கையறு கண்களால் மிஸ்டர் கேவை பார்த்த போது கே சிரிப்பதை போலப் பட்டது. என் ஆயுதத்தின் முனையை கே கண்டுபிடித்து விட்டதாகத் தோன்றியது. கொஞ்ச நேரம் ஏந்திய வகையில், அந்த ஆயுதத்தை பிரயோகிக்கிற பாவனை எனக்குப் பிடித்தும் விட்டது. "பேசாம இப்டீயே அடைச்சுப் போட்டு ஆயுள் தண்டனை தந்திருங்க" என்றாள் நடப்பதை முன்னுணர்ந்த ஆட்டுக்காரக் கிழவி.

இன்றைக்கு தக்காளி விற்கிற விலையில் அத்தண்டனை கட்டுப்படியாகும். நாளைக்கே தக்காளி விலை வானத்திற்கு எகிறினால் என்ன செய்வது? அச்செலவிற்கு நான் பொறுப்பேற்க முடியாதென ஒரு ஜூரி அவசரமாக கைகழுவினார். தவிர மிஸ்டர்

கே தினமும் தக்காளி சாப்பிடுபவரைப் போலவும் தெரியவில்லை. அப்பெண்ணின் கால்களை அதன் இனம் கடித்த வரலாறும் உண்டே.

அத்தண்டனையை தொடர்ந்தால், நிதமும் மிஸ்டர் கே மிகை குற்றவுணர்வை தண்டனையாகப் பதிலீடு செய்வார் என்றும் தோன்றியது. நான் கனிவானவன் என்பதை நிரூபிக்க, என் சக ஜூரிக்களுக்கு கையூட்டு தர வேண்டியிருந்தது இறுதியில். மாலை அனைவருக்கும் திராட்சை ரசம் வாங்கித் தருவதாக வாக்களித்தேன். ஆட்டுக்காரக் கிழவிக்கு வெற்றிலையும் புகையிலையும்.

நாங்கள் நாடு கடத்துவது என்கிற மூன்றாவது தண்டனையை பிரயோகிக்கிற முடிவிற்கு வந்து சேர்ந்தோம். மிஸ்டர் கே குற்றத்தில் ஈடுபட்ட இடத்திலிருந்து பத்து கிலோமீட்டர் தூரத்தில், மலையடிவாரத்திற்கு கடத்துவதாகத் திட்டம். திறந்து விடுகையில் ஒளிபொருந்திய அக்கண்களால் சிமிட்டிப் பார்த்து விட்டு மிஸ்டர் கே நிதானமாகச் சொன்னது.

"உங்கள் பாவனையை நிரூபிக்கிற ஆட்டத்தில் வென்று விட்டதாக கருதாதீர். உங்களுடைய உண்மையான அடியாழத்தை ஒருவன் மோப்பம் பிடிக்கிற இடத்தில் நீங்கள் இயல்பாகவே தோற்றுப் போகிறீர்கள். நானும் நீயும் தனித்திருந்தால் எப்போதோ நீ என்னைக் கொன்றிருப்பாய். கொல்லப்படுவதற்கும் கொல்லாமல் விடப்படுவதற்குமான காரணங்களின் கூடாரமே அது. முட்டாள்தனமாய் பிடிபட்டதற்காக, நான் கொன்றழிக்கப் படவேண்டியவனும். நான்கு பேருக்கு காட்ட வேண்டுமென்பதற்காக நீங்கள் நடத்தும் பாவனை நாடகம்தான் உங்களுடைய நீதி. அதை உரத்துக் கேட்கும் கண்களை சந்திக்கிற துணிவில்லை உங்களுக்கு. அதனாலேயே உங்களது தேவதையின் கண்களும் கட்டப்பட்டிருக்கின்றன. தனித்திருக்கையில் நீயும் நானும் இந்நிலமும் அதனதன் அளவில் கைக்கொள்வதுதான் நீதி. அதையறிய நீ நானாய் மாற வேண்டும்".

கையறு நிலையில் மலையடிவாரத்தில் நின்றிருந்தேன். எனக்கு நேரே நின்ற இருமலைகளும் தராசுத் தட்டுகளாய் மாறி நின்றன. கண்களைக் கட்ட வேண்டிய தேவை இல்லாமல் போயிருந்தது எனக்கு.

03

டைகர்!

நான் வளர்க்கிற இந்த டைகர் (நாய்) பயலால் ஏகப்பட்ட பஞ்சாயத்துக்கள் வரிசை கட்டி வர ஆரம்பித்து விட்டன. ஒவ்வொன்றாய் வரிசையாகச் சொல்கிறேன் கேளுங்கள். இதற்குள் ஏதோ விஷயம்கூட இருக்கலாம். பக்கத்து தோட்டத்துப் பெண் நாயொன்றுடன் லூட்டி அடிக்க ஆரம்பித்து விட்டது ஒருநாள். "போற வர்றதுகளெல்லாம் வயித்தில புள்ளை கொடுக்கறதுக்கா நாங்க பாலும் தயிரும் சோறுமா போட்டு எங்க நாய வளக்கறோம். ஒழுங்கா பிடிச்சு கட்டிப் போடுங்க" என்று வந்து நின்றார் அதன் உரிமையாளர்.

ஏண்ணே அதிலென்ன பிரச்சினை உங்களுக்கு என்று கேட்ட போது, "தெருநாயும் எங்க நாயும் ஒண்ணா? நாங்க தரமான கிராஸ் விடுவோம்" என்றார். நாயிலேயே தரம் பார்ப்பவர்களிடம் போய், சாதி இரண்டொழிய வேறில்லை, இட்டார் பெரியார் இடாதார்... என்றெல்லாம் மூச்சு விடாமல் எட்டாம் வகுப்பில் படித்ததை ஒப்பிக்க முடியுமா? இது தெரியாமல் ஹார்வர்ட் சார், சாதியை ஒழிக்கக் கிளம்பியிருக்கிறார்.

அந்த காலகட்டத்தில் டைகரை கட்டிப் போட்டு விட்டு அருகில் இருந்து கூர்ந்து கவனித்தேன். அதன் காமம் அடங்க ஐந்து நாட்கள் ஆனது. அதற்குப் பிடித்த பட்டன் கேக் வாங்கி வந்து போட்டேன்.

தொடவில்லை. அஜ்மீர் பிரியாணி வாங்கி வந்து போட்டேன். சீந்தவில்லை. ஊளையிட்டுக் கொண்டே இருந்தது. அதற்கும் பஞ்சாயத்து வந்தது. "யாரைத் தூக்கிட்டு எழவுக்கு கொண்டு போக இப்படி ஊளையிடுது. கண்டிச்சு வைங்க" என்றார் இன்னொருத்தர். டைகரின் கவனம் முழுக்க அதன் காமத்தில் மட்டுமே இருந்தது.

சங்க இலக்கியத்தில் ஒரு பாடல் உண்டு. அதை அப்படியே எழுதி மிரட்ட விரும்பவில்லை. காதல் வயப்பட்டு எந்நேரமும் அதே நினைப்பாக இருந்த தலைவனிடம் தோழன் சொல்வதாக அமைந்த பாடல் அது. "காமம் காமம் என்று அரற்றுகிறாயே அது வேறொன்றுமில்லை. முதிய பல்லில்லாத மாடு பசும் புற்களை ஆசையாக நக்குவதற்கு சமமானது" என்பான் தோழன். மனிதர்களின் காமம் எத்தனை நாள் இடைவிடாமல் பொங்கும்? எனக்கென்னவோ அரைநாள் தாண்டினாலே அதிசயம் என்று படுகிறது.

நெருக்கடிகளுக்கு மத்தியில் அரைமணி நேரம்கூட தாங்கிப் பிடிக்காதவர்களும் முளைத்து விட்டனர். உஷ்ணத்தை பெருமூச்சாக்கி துப்புகிறவர்களே அதிகமும். தலையணை கதைகளைத் தாண்டி மிருகக் காமத்தை மிச்சம் வைத்திருப்பவர்களை உண்மையில் அருகி வரும் விலங்கினங்களின் பட்டியலில்தான் வைக்க வேண்டும். அந்த ஐந்து நாட்கள் டைகர் துடிதுடித்து அடங்கியதை உடனிருந்து பார்த்தேன். அந்த நேரத்தில் அதனிடம் போய், முதிய பசு நாவால் நக்கிய சிறு பசும்புல் என்று சொல்லியிருந்தால் மூக்கிலேயே கடித்து வைத்திருக்கும்.

அடுத்த பஞ்சாயத்து இன்னமும் உக்கிரமானது. இரவு நேரத்தில் அடுத்த தோட்டத்தில், கொஞ்ச நாளுக்கு முன்பு பிறந்த கன்னுக்குட்டியுடன் போய் விளையாடுகிற சாக்கில், அது கட்டப்பட்டிருந்த கயிற்றை கடித்தே அறுத்து விட்டது. மகாராசனா இருப்ப என அந்தக் கன்று இரண்டு மாட்டில் இருந்த அத்தனைப் பாலையும் குடித்து விட்டது. "பத்து லிட்டர் பால் போச்சு" என தலையிலடித்துக் கொண்டு வந்து நின்றார் அதன் உரிமையாளர்.

அதன் எல்லையில் இருந்து விலகி வெகு தூரத்தில் இருக்கும் பருத்திக்காட்டில் போய் தன்னுடைய வேலையைக் காட்டியிருக்கிறது. பருத்தி எடுக்க வந்தவர்களை துரத்தியதோடு மட்டுமல்லாமல், அங்கிருந்த சாக்குகளையும் நார் நாராகக் கிழித்து விட்டது. "உங்க தடத்தை தாண்டி இங்க எதுக்கு வருது" என்றார் அந்த நிலத்துக்காரர்.

இத்தனை ஏக்கர் இத்தனை செண்ட்தான் உன் எல்லை என அதனிடம் எப்படி எடுத்துச் சொல்வது? பரந்து விரிந்த நிலங்களின் பாதுகாவலனாய் தன்னை நியமித்துக் கொண்டது. அது கண் படும் நிலமெல்லாம் அதற்குச் சொந்தம் என எப்படி இவர்களிடம் நான் வியாக்கியானம் பேசுவது?

கூடிப் பேசி ஒரு முடிவிற்கு வந்து விட்டார்கள். "ரெம்ப பொறுக்கித்தனம் பண்ணுது. பிடிச்சுக் கட்டிப் போடுங்க. இல்லாட்டி மருந்து வச்சு விட்டுருவோம்" என வெட்டு ஒன்று துண்டு இரண்டாகச் சொல்லி விட்டார்கள். "மொதல்ல ஊரெல்லாம் பஞ்சாயத்து பண்ணும் உங்களுக்குதாண்டே மருந்து வைக்கணும்" என வாய்க்குள் முனகிக் கொண்டேன்.

கட்டிப் போட்ட டைகரின் முன்னால் அமர்ந்து இதை எழுதிக் கொண்டிருக்கிறேன். தான் ஏதோ தப்பு செய்து விட்டோம் என்பதை உணர்கிறது. தலையை தாழ்த்திப் பாவமாக உற்றுப் பார்க்கிறது. கைகளை மன்னிப்புக் கேட்கும் தோரணையில் தூக்கிக் காட்டுகிறது. விலங்குகளுக்கு இருக்கவே கூடாத ஒன்றை அதற்கு கற்றுக் கொடுத்து விட்டோம். குற்றவுணர்வுதான் அது. மனிதன் மகத்தான சல்லிப் பயல்!

04
தோசைக் கல்லு!

“வாழ்க்கைங்கறது சூடான தோசை கல்லுல கெடக்கிற மாதிரி. சட்டுன்னு திருப்பிப் போட்டுரும்" எனச் சொல்லிவிட்டு தூரத்தில் தெரிந்த அந்த மலையை அமைதியாக வேடிக்கை பார்த்தார் சோலைராசு. வரும் புரட்டாசி வந்தால் அவருக்கு ஐம்பத்தி மூன்று வயதாகிறது. பதினோரு வயதில் தொழில் பார்க்க நெல் களத்திற்கு வந்தவர். அதற்குப் பிறகு அவர் பார்க்காத தொழில் இல்லை.

“என்னென்னமோ பண்ணிப் பாத்திட்டேன். நேர் வழில போறது மட்டும்தான் சுகமானதுன்னு ஐம்பது வயசு ஆகறப்பதான் எனக்குப் புரிஞ்சுது" என்றார். அவரது ஆளுகைக்குட்பட்ட இந்த பூமிப்பந்தில் ரெட்டை வியாபாரம் என்றழைக்கப்படுகிற அத்தனை சட்டப்பூர்வமற்ற வியாபாரங்களையும் அவருக்குத் தெரிந்த வகையில் ரொம்ப சின்ன அளவில் செய்து பார்த்து விட்டார். “நீங்கள் பார்த்ததிலேயே சள்ளை பிடித்த ஏவாரம் என்றால் எதைச் சொல்வீர்கள்" என்றேன்.

‘ரேஷன் அரிசி கடத்துறதுதான்’ என உடனடியாகப் பதில் வந்து விழுந்தது. சோலைராசு அவரைவிட வயதில் சிறியவரான செந்தில்வேலனோடு அந்த தொழில் செய்ய ஆரம்பித்தார். செந்தில்தான் அத்தொழிலின் எல்லாமும். இவர் செந்தில் ஓட்டுகிற லாரிக்கு க்ளீனர் மாதிரி. கைமுதலெல்லாம் செந்திலினுடையதே.

"சின்னப்பயலா இருந்தாலும் வாடா போடான்னு தோஸ்த் மாதிரிதான் இருப்பான். அவன் இருக்கானே? உங்க கழுத்து இன்ன ரேட்டுக்கு போறதுன்னு கண்டுக்கிட்டானா, ஒங்களைப் படுக்கப் போட்டுக்கூட அறுக்கத் தயங்க மாட்டான். என்னமோ என் விஷயத்தில மட்டும் ஒழுங்கா நடந்துக்கிட்டான். துட்டுக்காக நானும் அவனோடு ஒட்டிக்கிட்டு திரிஞ்சேன்" என்றார். செந்தில்வேலன் இன்னொரு விஷயத்திலும் கில்லாடி.

வெட்டுச் சீட்டில் அவரை அடித்துக் கொள்ள ஆள் அந்த சுற்று வட்டாரத்தில் இல்லை. "சீட்டு விளையாடுற எடத்தில நாலு லாரிய நிறுத்தி வச்சிருப்பான். செயிக்க செயிக்க ஒவ்வொரு லாரிக்கும் கொள்முதல் காசக் கொடுத்து அனுப்புவான்" என்ற சோலைராசு, செந்தில்வேலனின் மனப்போக்கு குறித்தும் சொன்னார். "அவனுக்கு இன்னொரு பழக்கமும் உண்டு. யார்ட்டயாவது காசு கடன் வாங்கினா திருப்பித்தரவே மனசு வராது. ஏண்டான்னு கேட்டா, அவன் காசு கொடுத்து என்ன கடன்காரன் ஆக்கிட்டான். அதுக்காக அவம் அனுபவிச்சுதான் ஆகணும்னு மப்பா பதில் சொல்வான்" என்றார்.

உங்களுக்கு இந்தத் தொழிலில் எவ்வளவு காசு கிடைத்திருக்கும் என்ற போது, "கைல எல்லாம் நின்னதில்ல. மட்டன் எடுத்து நல்லா பொங்கிச் சாப்பிட்டோம். மத்தபடி நாலு நல்ல ஏவாரிகளோட தொடர்பு கிடைச்சதுதான் மிச்சம். அவன் என்ன துண்டுபீடி மாதிரிதான் வச்சிருந்தான்" என்றார். ரேஷன் அரிசி கடத்தல் வியாபாரம் சூடு பிடிக்க ஆரம்பித்தது. மூன்று ரூபாய் முதல் போட்டு கேரளாவிற்குள் போனால் இருபது ரூபாய்க்கு விற்று விடலாம். "பாலக்காடு செக் போஸ்ட்ட தாண்டற வரைக்கும் ஈரக்கொலையே ஆடும். தாண்டிட்டோம்னா சொளையா காசு பாக்கெட்டில சேந்திடும்" என்றார் பாலக்காடு செக்போஸ்ட்டை கடக்கும் போது.

பணம் சேரச் சேர செந்தில்வேலனுக்கு பணத்தின் மீதான வெறியும் மூக்கு கறுத்த நாய்க்கு ஏறுவதைப் போலக் கூடி விட்டது. வெறிகூடினால் அது போகிற வருகிறவர்களைக் கடித்து வைக்கத்தான் செய்யும். அதைத்தான் செந்தில்வேலனும் செய்தார். ஊரில் ஆள் பாக்கியில்லாமல் கடன் வாங்கிக் குவித்தார். "அவனோட பருவக்காத்து முடிஞ்ச விஷயத்தைக் கணிக்கத் தவறிட்டான்" என்று சொல்லி விட்டு அந்த சம்பவத்தைச் சொல்ல ஆரம்பித்தார்.

ஒரு தடவை ஐந்து இலட்ச ரூபாய் வியாபாரம் ஒன்றை முடித்து விட்டு, அவர் சீட்டு விளையாடப் போன போது இவரும் போயிருக்கிறார். "போறப்பயே பிள்ளைக்கு காலேஜ் பீஸ் கட்டணும்டா ஒரு முப்பதாயிரம் கொடுன்னு கேட்டேன். பாத்துக்கலாம் வாடான்னு கூப்டு போய் உக்காந்தான். ஏனோ அன்னைக்கு அவன் வாடான்னு சொன்ன தோரணை எனக்கு சுருக்குன்னு இருந்துச்சு. பேசாம திரும்பி வந்திட்டேன். அப்புறம் கடைசியா என் வீட்டுக்கு வர்றப்பதான் பாத்தேன்" என்றார். அதற்குப் பிறகு செந்தில்வேலன் வாழ்க்கையில் சீட்டுப் பிடிக்கவே இல்லை. அந்த ஐந்து இலட்சத்தையும் அன்று தலைதட்டிப் பறித்த எதிர்காற்று அதற்கப்புறம் அவருடைய வாழ்வில் சுழன்றடிக்க ஆரம்பித்தது. சோலைராசு அந்த சம்பவத்திற்குப் பிறகு துண்டித்துக் கொண்டார்.

"அதுக்கு முன்னாடிலாம் பாவம், தண்டனை, நல்ல நேரம், கெட்ட நேரம் இதெல்லாம் நான் நம்பினதே இல்லை. அவனுக்கு நடந்ததைப் பாத்த பெறகுதான் மனசு விட்டு மன்னிப்புக் கேட்டு சுதாரிச்சுக்கிட்டேன். அதுக்கு முன்னாடிகூட திரும்பச் செய்யலாமாங்கற சபலம் இருந்துச்சு" என்றார் சோலை. செந்தில்வேலன் வெறி பிடித்து லாரியை விற்று வெட்டுச் சீட்டில் போட்டார். மூன்று சீட்டில் காணாமல் போனது யானை போல் நின்றிருந்த அந்த லாரி. அவரிடமிருந்த மற்ற மூன்று யானைகளும் சீட்டுப் போட விரித்த துண்டில் கால்மடக்கி விழுந்தன.

வீட்டை விற்றார். கடன்காரர்கள் வீடு நோக்கிப் படையெடுத்ததால் மனைவி குழந்தைகளை அழைத்துக் கொண்டு பிறந்தகம் புகுந்தார். கடைசியாய் பிழைத்து எழுந்து விடலாம் என எண்ணி கடைசி கைமுதலைத் திரட்டிப் போட்டு வாங்கிய ரேஷன் அரிசி கொண்டு போன லாரி மாட்டிக் கொண்டது. தூக்கி உள்ளே போட்டார்கள். அந்த வழக்கு இன்னமும் நடந்து கொண்டிருக்கிறது. கடன்காரர்கள் அவர் கிடைத்தால் கொலைகூடச் செய்து விடுவார்கள் என்பதால் இன்னமும் மறைந்து ஒளிந்து திரிந்து கொண்டிருக்கிறார்.

செந்தில்வேலனிடமிருந்து துண்டித்துக் கொண்டு சோலை இப்போது சின்ன அளவில் நேர்மையாக அரிசி வியாபாரம் செய்து வருகிறார். "ஏழை பாழைகளுக்கு கொடுக்கிற அரிசி ஏவாரம் பண்றப்ப, காசு வந்தாலும் ஒரு பதட்டம் இருந்துக்கிட்டே இருக்கும். ஆனா இப்ப எந்தப் பதட்டமும் இல்லாம நிம்மதியா இருக்கேன். இதில கொஞ்சமாதான் காசு வருது. ஆனாலும் நிம்மதியா பொங்கிச்

சாப்புடறேன். ஏழை பாழைகளோட சாபம் சும்மா விடாதுங்கறத போன வாரம் பாத்தேன். ஆத்தா மூக்காத்தா மனசார மன்னிப்பு கேட்கிறேன்னு மண்ணில விழுந்து கும்பிட்டேன் அவன் போன பிறகு" என கிழக்குப் பக்கமாய்த் திரும்பி கும்பிடு போட்டுச் சொன்னார். அந்தத் திசையில்தான் அவருடைய குலசாமி இருக்கிறது.

என்னிடம் இந்த கதையைச் சொல்வதற்கு முந்தைய வாரம் செந்தில்வேலன் இவரைத் தேடி நடுச்சாமத்தில் வந்து நின்றிருக்கிறார். "அவனை அப்படி நான் பாத்ததே இல்லை. ஆளே சரக்குன்னு ஒடுங்கிப் போயிட்டான். அவனோடு தொழில்ல ஓடின டிரைவர் ஒருத்தரைக் கூட்டுகிட்டு ஆட்டோவில வந்தான். பகல்ல வந்தா கொத்தா தூக்கிருவாங்க. போறப்ப தயங்கித் தயங்கி நின்னு புள்ளை குட்டிகளுக்கு வேணும்னு அவன் கேட்டப்ப என் கண்ணுலயே தண்ணி எட்டிப் பாத்திருச்சு" என்றவரிடம், 'பணம் கேட்டாரா என்ன' என்றேன். அவர் கண்ணாடியைக் கழற்றி கசிந்த நீரைத் துடைத்து விட்டு இல்லை என்பது போலத் தலையை அசைத்தார்.

'வேறென்ன கேட்டார்?'

'ஒரு மூட்டை அரிசி.'

05
செம்மறி பிரியாணி!

சமீபத்தில் ஒரு வீடியோ தொகுப்பு பார்த்து நெகிழ்ந்து விட்டேன். அந்த வீடியோவில், இறைவனிடம் கையேந்துங்கள், அவன் இல்லையென்று சொல்வதில்லை என எங்கும் முழங்கிய நாகூர் ஹனீபாவும் மதுரை ஆதினமும் இருக்கிறார்கள்.

மதுரை ஆதினம் குறித்து எனக்குச் சில சங்கடங்கள் உண்டு என்றாலும், விலக்கங்கள் இல்லை. சில சமயங்களில் அவருடைய காமெடிகளை ரசித்துமிருக்கிறேன். ஆனால் இந்த வீடியோவில் அவர் தன்னியல்பாய் நெகிழ்வாக நடந்து கொண்டார். போலித்தனங்கள் துளிகூட இல்லை. மனதின் அடியாழத்தில் இருந்து அவர் நாகூர் ஹனீபாவை வரவேற்றார். கட்டியணைத்துக் கொஞ்சினார்.

முதுமையின் காரணமாக சிலர் உதவியுடன் தள்ளாடி நடந்து வந்த நாகூர் ஹனீபாவால் பேச இயலவில்லை. உடல் நடுங்க அவர் அன்பைக் கண்களில் தேக்கிப் பார்த்துக்கொண்டு மட்டும் இருந்தார். ஆதினத்தின் கன்னங்களைத் தொட்டுத் தடவினார். ஆதினம் அவருக்கு சால்வை போர்த்தியவுடன், பதிலுக்குப் போர்த்துவதற்கு முன், "நீ நாற்காலியில் உட்கார். அதுதான் மரியாதை" என்பதைப் போல சைகை காட்டுவதைப் பார்த்து நெகிழ்ந்து விட்டேன்.

ஆத்தியப்பன் காம்பவுண்ட் குடியிருப்பில் வசித்த தாத்தாக்கள்

இருவரைப் பார்ப்பதைப் போலவே இருந்தது. இப்படியான இஸ்மாயில் தாத்தாக்கள் எங்களுக்கும் இருந்தார்கள்தானே? நெஞ்சை நக்குவதற்காகச் சொல்லவில்லை. உண்மையிலேயே சீர் செய்து வந்து போட்டவர்களெல்லாம் உண்டு.

"எம் மருமவளுக்கு செய்யணும்னு லாபத்தில இருந்து கொஞ்சம் ஒதுக்கி வச்சேன்" என திருமணத்திற்கு கம்மலோடுவந்து நிற்கும் பெட்டிக்கடை முகம்மது மாமாக்கள் இருக்கத்தான் செய்தார்கள். வேண்டுமானால் சிற்றூர்களில் வளர்ந்தவர்களிடம், கேட்டுப் பாருங்கள்.

என் நண்பன் ஜாபருடைய அப்பா முனிசிபாலிட்டியில் பில் கலெக்டராக இருந்தார். மேட்டில் இருக்கிற கற்பகம் மெஸ்ஸில் அவருடைய காசை வடை தின்றே அழித்தோம். அவருக்கு எந்த வேறுபாடுகளும் இருவருக்கும் இடையில் தெரியவில்லை. இது ஏதோ வழக்கமான இஸ்லாம் இந்து ஒற்றுமையைப் பற்றிய பிரகடனம் இல்லை. அதற்கான பரந்து பட்ட அறிவும் எனக்கில்லை.

ஆனால் மீண்டும் கிராமத்திற்குத் திரும்பிய பிறகு தென்படுகிற, விரும்பத்தகாத மெல்லிய மாற்றம் ஒன்று முகத்தில் அறைகிறது. நாராயணசாமி தியேட்டர் வாசலில் உள்ள எங்களது கடைக்கு மாலை வேளைகளில் சாம்பிராணி போட வருகையில், அந்த அண்ணனோடு இருந்த நெருக்கவுணர்வு இப்போது மெல்லக் குறைந்து வருவதைப் பார்க்கிறேன்.

ஆழ்துளைக்கிணற்றில் உள்ளே இறக்கியிருக்கிற பிளாஸ்டிக் குழாயில், சிறு உடைப்பைப் போல, கண்ணுக்குத் தெரியாத ஒரு விரிசல் விழுந்திருக்கிறது. மேலே இருந்து எந்திரத்தை கயிறுகட்டி மேல் தூக்குகிற, அதன் இயக்கத்தை அறிந்திருக்கிற, எல்லோருக்குமே அது தெரிந்திருக்கிறது. இந்து மருமகளுக்கு இஸ்லாமிய மாமியார் வளைகாப்பு சீர் செய்கிறார் அந்த நகைக்கடை விளம்பரத்தில். இதில் என்ன பிரச்சினை?

பார்ப்பதற்கே நெகிழ்ச்சியாகத்தான் இருந்தது. இதே ஒற்றுமையை வலியுறுத்தி எடுக்கப்பட்ட மேலும் சில விளம்பரப்படங்களையும் பார்த்தேன். எல்லாமுமே கொண்டாடப்பட வேண்டிய, காலத்தேவை கருதிய விளம்பரங்கள். இன்னொரு தரப்பு ஏன் இதைப்போன்ற விளம்பரங்களை எதிர்க்கிறது? அங்கேதான் இதுமாதிரியான விளம்பரங்களின் தற்காலத்தேவை குறித்த ஆணிவேர் போன்ற

இடமும் உறுதி செய்யப்படுகிறது.

இதுமாதிரியான உரையாடல்கள் எங்கே நடந்தாலும், அவனைக் கேட்டாயா, இவனைக் கேட்டாயா என்றெல்லாம் கேட்பார்கள். அவரவர் இருக்கிற இடத்தில் இருந்து கேட்டாலே போதுமானது. எல்லா மதங்களிலும் நடக்கும் தகிடுதத்தங்களையும் பார்த்திருக்கிறேன். வண்டவாளம், தண்டவாளங்கள் குறித்து விடிய விடிய ஆதாரங்களை எடுத்துப் போடுவேன். இளம்பெண் ஒருத்தியை வல்லுறவு செய்து கொன்ற இளம் பாதிரியார் ஒருத்தரைப் பற்றி நிகழ்ச்சி செய்து காவல்துறையிடம் பிடித்துக் கொடுத்தோம்.

மாந்தரீகம் என்று சொல்லி ஒரு குடும்பத்தின் கருவையே அறுத்த இஸ்லாமியர் ஒருத்தரை அம்பலப்படுத்தினோம். இந்து மத சாமியார்களும் இதில் அடக்கம். சமண மதத்தில் சாமியார்கள் சிக்கவில்லையா? பௌத்தர்கள் இலங்கையில் என்ன செய்தார்கள்? அடுக்கிக்கொண்டே போகலாம்.

இதையெல்லாம் கடந்து, பரந்துபட்ட தளத்தில் இப்படியான அறிந்திருக்கும் வேறுபாடுகளும் ஒற்றுமைகளும் கலந்த வாழ்வே இங்கிருந்தது. எல்லோருக்கும் நன்றாகத் தெரியும். அல்லா வந்து நின்றால்கூட பாத்திமா அத்தைக்கு நிக்காஹ் நடக்காது என்பது அந்த ஊருக்கே தெரியும். ஆனாலும் எல்லோரும் சேர்ந்து வேண்டிக் கொள்வார்கள். அவ்வளவுதான், கிராமங்களில் எல்லா மதங்களுக்கும் கொடுக்கிற இடம்.

மதத்தை முன்னிட்டு மனமுறிவிற்கான உரையாடல்களை என் போன்றோர் கேட்டு வளர்ந்திருக்கவே மாட்டார்கள். இப்போது சிறுவன் ஒருத்தன் வண்டிக்கு குறுக்கே தெரியாமல் விழுந்த முதிய முஸ்லீம் பெரியவரை நோக்கி, "பார்த்துப் போ இல்லாட்டி பாகிஸ்தான் போ" என்கிற வசைச்சொல்லை உதிர்ப்பதைப் பார்க்கிறேன். நேரிடையாகக் கேட்கையில் எனக்கு அதிர்ச்சியாக இருந்தது. மனம்கூடி என் வாழ்நாளில் சொல்லி விடவே மாட்டேன் அம்மாதிரியான சொற்களை.

இப்போது நானிருக்கும் பகுதி இஸ்லாமியர்களும் இந்துக்களும் சரிசமமாக இணைந்து வாழ்கிற ஊர். எந்தக் கட்சியிலும் இல்லாத இந்து ஒருத்தர், அதுவும் படித்தவர், இஸ்லாமியர்களை இங்கே இருந்து கிளம்பிப் போகச் சொல்லி மூர்க்கமாக என்னிடம் பேசினார். என் நண்பன் ஒருத்தனே அதைவிடத் தரம் குறைந்த வார்த்தைகளை

விசிறியடித்து மூர்க்கமாகப் பேசினான்.

ஆழ்துளை பைப்பில் விழுந்த விரிசல் என்று இதைத்தான் சொல்கிறேன். எங்கே இருந்து வந்தது இந்த வெறுப்பு? அமைப்புகள் தாண்டி சாமானிய மனிதன் ஒருத்தனின் மனதில் வந்து இது எப்படி குடி புகுகிறது? சின்ன வயதில் விவேகானந்தர் கேந்திரத்தில் போய் செங்கல் கொடுக்கச் சொன்னார்கள். சத்தியமாக அது எதற்காகப் போகிறது என யாருக்கும் அப்போது தெரியாது.

யாருக்கும் சிக்கலில்லாத ராமர் கோவில் ஒன்றைக் கட்டப்போகிறார்கள் என்றுதான் நினைத்தோம். இடித்த சேதிகூட எங்களைச் சரியாக வந்து சேரவில்லை. ஆனால் அதற்கடுத்து மெல்ல ஒரு விலகல் அடியாழத்தில் நிகழ்ந்து கொண்டிருந்ததை இப்போது திருப்பி யோசித்தால் புரிந்து கொள்ள முடிகிறது.

இப்போது இங்கே அதன் முற்றத் துவங்குகிற வடிவத்தைப் பார்க்கிறேன். இஸ்லாமியத் தரப்பு ஒரு பதற்றத்துடன் தனியாக சுற்றிக் கொண்டிருக்கிறது. டீக்கடைகளுக்குப் போனால்கூட, படைபலம் சேர்த்துக்கொண்டு, கூட்டமாகப் போகிறார்கள். அந்தப் பகுதியில் இருக்கிற தம்பி ஒருத்தன், "எங்கட்டல்லாம் டீ வாங்கிக் குடிப்பீங்களாண்ணே" என்றான். இழுத்து வைத்து உண்மையிலேயே மண்டையில் கொட்டினேன்.

ஏற்கனவே பெருநகரங்களில் இவ்விலகல் இயல்பாகவே நடக்கத் துவங்கிவிட்டது. "சிட்டி சென்டர் போயிப் பாரு. முழுக்க பர்தா போட்டுக்கிட்டு அவுங்க ஆள்கதான். அப்ப அவங்காளுக இடம்னு அவங்களுக்கு நல்லா தெரியுதுல்ல" என்றான் நண்பன் ஒருத்தன். எனக்குத் தெரிந்த இஸ்லாமிய பெருங்குடும்பம் ஒன்று அவர்களுடைய கட்டிடத்தை வேற்று மதத்தவருக்கு வாடகைக்கு விடுவதில்லை என்பதைக் கொள்கை முடிவாகவே வைத்திருந்தனர்.

அதேமாதிரி இந்தப் பக்கமும் இஸ்லாமியர்களுக்கு வீடு கொடுப்பதில்லை. அதிலும் இந்த தரப்பில் இன்னும் மோசம். பிராமணர்களுக்கு மட்டுமே வீடு. இன்னும் கொஞ்ச நாள் போனால் வீட்டு உரிமையாளர்கள் சாதிச் சான்றிதழ் கேட்பார்கள். தனித்தனிக் கடை, தனித்தனி பார் என எதிர்காலத்தில் வந்தாலும் ஆச்சரியப்படுவதற்கில்லை. நகரங்களில் இவையெல்லாம் சர்வசாதாரணம் என்பதைப் போல, சகஜமாக வாழப் பழகி விட்டோம்.

அங்கொன்றும் இங்கொன்றுமாய் கலப்பு மணங்கள் நடக்கின்றனதான். பெரும்பாலும் மதம் மாறுகிற சண்டைகளில் தொண்ணூறு சதவீத திருமணங்கள் முறிந்தும் போகின்றன. அதைத் தாண்டி பெரியவொரு ஒட்டோ உறவோ இல்லாமல் ஒரு கூட்டம் தனித்தனியாக வாழப் பழகிக் கொண்டது. அங்கே மத நிந்தனை சார்ந்த உரையாடல்களும் ஏற்கனவே மேலெழத் துவங்கி விட்டன.

ஆனால் என்னுடைய கவலை எல்லாம், பெருங்கூட்டம் வசிக்கிற கிராமங்களை நோக்கித்தான். அந்தச் சுற்று வட்டாரத்திலேயே ஜின்னா கடையில்தான் உளுந்தவடை பிரசித்தம். ஆனாலும் அங்கே போகாமல் வீம்பெடுத்து இன்னொரு கடைக்குப் போகிற கூட்டம் ஒன்று உருவாகி வருதையும் பார்க்கிறேன்.

முன்பெல்லாம் தெரியாமல் நைச்சியமாகச் செய்வார்கள் எதையும். இப்போதோ, "அவங்க கடைக்கு நம்ம ஆட்க போகக் கூடாதுப்பா" என அறிவித்து விட்டுச் செய்கிற அளவிற்கு முற்றி விட்டனர். மெல்லமாய் மத விரிசலுக்கான உரையாடல்கள், கிராமங்களின் திண்ணைப் பேச்சுக்களிலும் ஒலிப்பதைக் கேட்கிறேன் பாங்கொலியைப் போல.

இரண்டு பக்கமும் இருக்கிற இளைஞர்கள்தான் எல்லோரைக் காட்டிலும் மூர்க்கமாக இருப்பதைக் காண்கிறேன். தன்னைக் கொல்லக் காத்திருக்கிற எதிரியாய்ப் பாவித்து, விடைத்துக் கொண்டு திரிகிறார்கள். தலைமுறைகள் தாண்டி, இத்தலைமுறைக்குள்ளும் உருவாகிற இந்த விலகலைத்தான் ஆபத்தான போக்காகப் பார்க்கிறேன். இதை அணை போட்டெல்லாம் தடுத்து விட முடியாது என்பதையும் கையறு நிலையில் உணர்கிறேன்.

இந்த பலூன் ஒருநாள் வெடிக்கும் என்பதை அறிந்தவர்கள், பொறுப்புணர்வைச் சுமப்பவர்கள், இதுகுறித்து கவனத்தை குவிக்கக் கோருகிறேன். அச்சமும் பதட்டமும் நம்பிக்கையின்மையும் சமரசமற்ற போக்கும் வன்மமும் கொண்ட மனிதர்கள், எல்லா வழிபாட்டுத்தலங்களிலும் நடமாடத் துவங்கி விட்டனர். அவர்களின் நடமாட்டத்தை எப்படித் தடுப்பது?

அது எந்தளவிற்கு கூர்மைப்பட்டு விட்டது? சோற்றுக்கு சற்று சங்கடப்படும், எது கொடுத்தாலும் தயக்கமில்லாமல் வாங்கி உண்கிற ஒருத்தரிடம், பண்டிகை ஒன்றில் தரப்பட்ட இஸ்லாமிய பிரியாணியைக் கொடுத்தேன். "செம்மறி ஆட்டுக்கறில செய்வாங்க.

அது நமக்கு ஒத்துக்காதுங்க" என நாசூக்காக மறுத்து விட்டார். அவர் திங்காத கறியே கிடையாது என்பது எனக்குத் தெரியும்.

இங்கேதான் இம்மாதிரியான விளம்பரங்களுக்கும், எளிய மனிதர்களைப் பிரதிநிதித்துவப்படுத்தும் மதத் தலைவர்கள் இடையிலான சந்திப்புகளுக்குமான முக்கியத்துவத்தை உணர்கிறேன். இன்னும் அதிகமாக அதுமாதிரியான முன்னெடுப்புகள் வர வேண்டும் எனவும் வேண்டுகிறேன்.

வாழ்கிற நிலப்பரப்பில் நிகழ்கிற நுட்பமான விலகலை என்னளவில் காட்சிக்குக் கொண்டு வருகிறேன். இந்த விலகலைக் கூர்மைப்படுத்துபவர்களுக்கும் மட்டுப்படுத்துகிறவர்களுக்கும் மத்தியில் மல்லாந்து படுத்துக்கிடக்கிறது, சமவாய்ப்பெனும் சாலை. மிச்சம் அவரவரவர் பாடு!

06

விடியட்டும், பொழியட்டும்!

போன பாராளுமன்ற தேர்தல் சமயத்தில், செடிகளில் அப்பும் கள்ளிப்பூச்சியைப் போல, முகமெங்கும் வெண்முறுகள் முளைத்த நிலையில் சோர்வாகச் சுற்றிக் கொண்டிருந்தார் பொங்கிமுத்து. எப்போதும் அப்படி இருக்கிற ஆளல்ல அவர். முறைவைத்து மூன்று நாட்களுக்கு ஒருதடவை மழித்து விடுவார்.

தீராத் துயரமொன்றை நெஞ்சிலேந்தி அவர் சுற்றிக் கொண்டிருப்பதைப் போலப்பட்டது. "என்ன பொங்கிண்ணே. உள்ளுக்குள்ள எதையும் வச்சு மருகாதீங்க. எதுன்னாலும் உடைச்சு சொல்லுங்க" என்றேன் அவரை அழைத்து.

ரீஸர்ட்டை- ஆமாம் அது டிஷர்ட்தான்- கழற்றி முகத்தைத் துடைத்து விட்டு, "என்ன சொல்றதுன்னு தெரீல. எங்க கட்சி இந்த திரிப்பு இங்க நிக்கலை போல இருக்கு. வழக்கமா காசு தர பயதான். ஏமாத்தல்லாம் மாட்டான். இந்த திரிப்பு காசு கொஞ்சம்தான் வந்துச்சாம். நாலைஞ்சு தடவை போயி கேட்டேன். இந்தா வந்திரும். அந்தா வந்திரும்னான். இப்ப போயி கேட்டா காசு இல்லைங்கறான்" என்றார்.

பொங்கிமுத்து பச்சை குத்தவில்லையே தவிர, தீவிர அதிமுகக்காரர். உட்கட்சி சண்டையெல்லாம் அவருக்கு ஒரு பொருட்டே இல்லை.

"உசிரு இருக்க வரை ரெட்டை இலை" என்பார். ஆனால் அந்த முறை அவருடைய தொகுதியில் மாம்பழம் நின்றது. அதைப் பற்றிய மேலதிக விவரம் தெரியவில்லை அவருக்கு. ரெட்டை இலை நிற்கவில்லை, அவ்வளவுதான். மாம்பழத்தைப் பற்றி விளக்கிச் சொன்ன போதுகூட அவர் காதில் போட்டுக் கொள்ளவேயில்லை.

"மாம்பழம் இந்த திரிப்பு சரியா வெலை போகலை. கோடை மழைல பிஞ்செல்லாம் உதுந்து வேற போச்சு" என்றார் மையமாக. அதற்கு மேல் அவரைத் தொந்தரவு செய்யவில்லை நான். எதிர் தோப்புக்காரர் திமுகக்காரர். சிறியளவிலான பொறுப்பில் இருக்கிறார். "அண்ணே அவங்க கட்சில ஒண்ணும் பேரலை. நீங்க ஏதாச்சும் பார்த்து செஞ்சு விடுங்க உங்க கட்சீல சொல்லி. எனக்காக செஞ்சு குடுங்க" என்றேன் அவரிடம்.

"அதெல்லாம் அவரு எங்களுக்கு போடமாட்டாரு. நீங்க சத்தியம் வாங்கி உத்தரவாதம் குடுத்தா செய்யச் சொல்றேன்" என்றார். பொங்கிமுத்துவிடம் என் மீது சத்தியம் செய்யச் சொன்னேன். தீ என்றால் சுட்டுவிடப் போகிறதா என்ன? "சாதனா மேல சத்தியமா சூரியனுக்கு போட்டுடறேன்" என்றார். "உறுதியா வாங்கித் தந்திர்றேன் சார். பேத்தி மேல சத்தியம் பண்ணா வாக்கு மாற மாட்டாரு" என்றார் திமுக அண்ணன்.

அதன்படி என் மேற்பார்வையில் ஆயிரம் ரூபாயை வாங்கிக் கொடுத்தேன். முதல்வேலையாக முகத்தை மழித்துக்கொண்டு வந்து நின்றார். ஊர் முழுவதும் பல பெரிசுகள் அப்படி மழித்துக்கொண்டு அலைந்தார்கள் அந்த வாரத்தில். கட்சியினர் செயல்படும் விதத்தைப் பார்க்க எண்ணி அவ்வேலையில் அடையாளத்தை மறைத்துக் கொண்டு அலைந்தேன்.

திமுகவை சேர்ந்த பாரம்பரியமான அந்த குடும்ப வீட்டிற்குச் சென்றேன். ஊரில் குறிப்பிடத்தகுந்த சொத்துடைய குடும்பம் அது. மொத்தம் எட்டு ஓட்டுக்கள் இருந்தன. பணத்தைக் கொண்டு போனவர், "கட்சீல கொடுக்கச் சொன்னாங்க. நம்ம கடமைல்ல அது" என்றார் அங்கிருந்த பெரியம்மாவிடம். அந்த திண்டில் வைத்து விட்டுப் போ என்பதைப் போல சைகை காட்டினார் அந்த அம்மா.

வரும் வழியில் "ஏண்ணே உங்கட்ட முன்னூறு ஓட்டுக்கு காசு கொடுத்திருக்காங்க. நீங்க குடுக்காம போயிட்டா என்ன

பண்ணுவாங்க" என்றேன் அவரிடம். "சிட்டீல அப்படி செய்யலாம் தம்பி. ஆனா கிராமத்தில செய்ய முடியாது. இங்க யாருக்கு கொடுக்கலைங்கறது ஓடனடியா தெரிஞ்சுடும். தவிர முன்னூறு ஓட்டில பத்து பதினைஞ்சு விழறது கொறைஞ்சா ஒண்ணும் கேட்க மாட்டாங்க. ஐம்பது நூறுன்னு கொறைஞ்சா அடுத்த தடவை பணத்தை என் கைல தர மாட்டாங்க" என்றார் தெளிவாக.

பணம் எப்படி ஒவ்வொருவருக்கும் பட்டுவாடா செய்யப்படுகிறது என்பதை அருகில் இருந்து பார்த்தேன். நூல் பிடித்த மாதிரி கட்சி வாக்கு எது? பொது வாக்கு எது? என்பதைத் தரம் பிரித்து வைத்திருந்தனர். கடைசியாய் சென்னைக்குக் கிளம்பி வருவதற்கு முன்பு "இந்த தடவை ஓட்டுக்கு மூவாயிரம் ரூவாயாம்" என வடைக்கடைப் பேச்சுக்களை கேட்டேன்.

சென்னையின் அதிகார வட்டத்தைச் சேர்ந்தவர்களிடம் கேட்ட போது, ஆமாமென அதை உறுதிப்படுத்தவும் செய்தார்கள். அவர்கள் சொன்ன தொகையை எல்லாம் கேட்ட போது தலை சுற்றி விட்டது. நட்சத்திர தொகுதிக்கு மட்டும் நூறு கோடி என்றார்கள். அப்படிச் செய்யக்கூடியவர்கள்தான் என்பதை கடந்த தேர்தலில் தேனி தொகுதி பிரச்சாரத்திற்குப் போன போதே பார்த்தேன்.

நண்பர்களின் நண்பர்கள் சிலரே, வசதியிருந்தாலும் வாங்கிக்கொண்டு அந்தப் பணத்தைக் கொண்டு ரிசார்ட்டில் ரூம் போட்டுக் குடித்தார்கள். பாலில் சத்தியம் வாங்கிய காட்சிகளை எல்லாம் அதற்கு முன்பு சினிமாவில் மட்டுமே பார்த்திருந்தேன். ஆக இந்தமுறை பால் பொங்கி ஊற்றெடுக்கப்போகிறது என்பது மட்டும் நிஜம்.

அப்படியே எதிர்தரப்பு திமுக கதைகளையும் காது கொடுத்துக் கேட்டேன். "எங்க கட்சி என்ன பண்ணப் போகுதுன்னு தெரியலை. ஏற்கனவே பல வருசமா ஆட்சில இல்லாததால ஒன்றியச் செயலாளர்கள் சிலரே கடன் தொல்லை தாங்காம தற்கொலை பண்ணிருக்காங்க. பழனி, நெம்மேலி ஒன்றிய செயலாளர்கல்லாம் அப்பிடித்தான் தற்கொலை பண்ணிக்கிட்டாங்க. வேட்பாளர்கள் காசு இருக்கறவங்களா இருந்தா தப்பிச்சுக்குவாங்க. இன்னொன்னும் இருக்கு. காசு இருக்குதுங்கறதுக்காக கட்சிக்கு தொடர்பு இல்லாதவங்களை நிறுத்தினாலும் சிக்கல்தான். எங்களுக்கு கொஞ்சம் சிக்கல் சூழ்ந்துதான் இருக்கு" என்றார் அக்கட்சியின் மாவட்ட

அளவு பொறுப்பாளர் ஒருத்தர்.

அக்கட்சியின் இளம் தலைவரின் பிரச்சாரப்பயணத்தில் சிலவற்றை ரசிக்காத பேச்சுக்களைக்கூடக் கேட்டேன். மன்னார்குடியின் முக்கியத் தலைவர் ஒருத்தருடன் நண்பர் ஒருத்தர் பேசி அந்த ஆடியோவை எனக்கு அனுப்பி இருந்தார். "தம்பி ஒன்பது மணிக்குத்தான் எந்திரிப்பார் போலருக்கு. காலையில இருந்து காத்துக்கிட்டு நின்னோம்" எனசலித்துக்கொண்ட பேச்சின் ஆதாரம் என்னிடம் இருக்கிறது. இதுகுறித்து இனி அவர்கள்தான் சிந்திக்க வேண்டும். ஏனெனில் முகநூலில் பாயும் புலிகள் பலவற்றைப் பணியில் வைத்திருக்கிறார்கள்.

மொத்தத்தில் திமுக தரப்பு சரிக்குச்சரி பால் சத்தியங்களில் மும்முரமாய்ப் பங்கெடுத்தே ஆக வேண்டிய கட்டாயத்தில் இருக்கிறது. எதற்காக இதைச் சொல்கிறேன் என்றால், சரிக்குச் சமமாய் இல்லாவிட்டாலும் முன்னூறு ரூவாய் காசு கொடுக்கவாவது ஆட்கள் இருக்கிறார்கள் அங்கே. கடந்த தேர்தலில் மதுரையில் கம்யூனிஸ்ட்களே முன்னூறு ரூபாய் கொடுத்தார்கள் எனச் செய்தி கேள்விப்பட்டேன் என்பதையும் போகிற போக்கில் குறிப்பிட விரும்புகிறேன்.

வாக்களிக்கப் பணம் வாங்கக் கூடாது என தேர்தல் கமிஷன் சார்பாக தட்டி போர்டு வைக்கப்பட்டிருக்கும். அதனால் விளைந்த ஒரே லாபம், தட்டி போர்டு காண்டிராக்ட் எடுத்தவர் வாழ்வு வளமாகும், அவ்வளவுதான். ஆயக்குடியில் அந்த தட்டி போர்டை கவிழ்த்துப் போட்டு சிலர் சரக்கடித்துக் கொண்டிருந்த காட்சியையும் பார்த்தேன்.

கட்சி கொடுத்த சரக்கு பாக்ஸை பதுக்கி வைத்து தினமும் அதைக் குடித்தே செத்துப் போன இரண்டு பேர் பற்றிய தனிப்பட்ட கதையும் தெரியும் எனக்கு. நகரத்தைப் பற்றி இங்கே பேசவே இல்லை. முழுக்கவும் கிராமத்தில் வாழ்ந்த அனுபவங்களைக் கொண்டே இதைச் சொல்கிறேன். தவிர இன்னொரு கோணத்தில் இதுகுறித்த அங்கலாய்ப்புகள் எதுவுமே இல்லை என்னிடம்.

அரசுகள் மற்றும் அதனடிப்படையில் அதில் பங்கெடுக்கும் கட்சிகள் சார்ந்த இணைப் பொருளாதாரத்தில் மக்கள் தங்களுடைய பங்கை கேட்டுப் பெறத் துவங்கி விட்டனர். எனவே மக்களிடம் மட்டும் போய் பிலாக்கனம் வைப்பதை என்னளவில் சரியானதாகப்

பார்க்கவும் இல்லை. ரஜினி, கமல், பா.ஜ.க, நா.த.க, இன்னுமிருக்கிற பலர்.... என எல்லோருக்கும் சேர்த்துச் சொல்வது இதுதான்.

தன்னுடைய பங்கை கேட்டுப் பெற்று ருசியடையும் கூட்டம் இங்கே பெருகிவிட்டது. அது ஆடித்தான் அடங்கும். மாற்றம் முன்னேற்றம் என்றெல்லாம் கிளம்பிப் போனால், "நெறைய காசு அவங்க தருவாங்க போல இருக்கு" என சாதாரணமாகக் கடந்துவிடுவார்கள். பணம் பெறுவதைத் தன் உரிமை எனக் கருதுகிற மனநிலையில் பெருங்கூட்டம் இருக்கிறது என்பதைப் புரிந்து கொள்ள வேண்டும்.

தவிர இந்தத் தேர்தலைப் பொறுத்தவரை எனக்குத் தெரிந்து, எதனொன்று சார்ந்தும் எதிர்ப்பு அலையோ, ஆதரவு அலையோ வீசுவதைப் போலத் தெரியவில்லை. ஒட்டுமொத்த தமிழகமுமே "மெதக்கமாக" நெட்டி முறிப்பதைப் போலத்தான் தெரிகிறது. இனி அவரவர் பாடு. போன சட்டசபை தேர்தல் வெற்றி தோல்வி ஓட்டு வித்தியாசப் புள்ளி விபரங்களை ஒரு ஓட்டு ஓட்டிப் பார்த்தேன்.

பல தொகுதிகளில் சில நூறு வாக்குகள் வித்தியாசத்தில்கூட சிலர் தோற்றிருக்கிறார்கள். இந்த சட்டமன்றத் தேர்தலில் பல சண்டிக் காளைகள் களத்தில் இருக்கின்றன. எல்லா காளைகளும் தங்களை சண்டியர்களாக நினைப்பது இயல்புதானே? கொம்பிருப்பவை எல்லாவற்றிற்கும் பெயர் காளைகள்தானே? ஒவ்வொன்றும் அதற்குத் தோதான பலத்தில் பாயத்தானே செய்யும்?

நடக்கவிருக்கும் இந்த ஜல்லிக்கட்டில் கெழிக்கப் போவது என்னவோ மக்கள்தான். விடியட்டும், முடியட்டும், மாற்றம், இப்ப இல்லைன்னா என்றெல்லாம் ஒருபக்கம் எல்லோரும் முஷ்டியை முறுக்கிக் கொண்டிருக்கின்றனர். இன்னொரு பக்கம் "பொழியட்டும்" என ஒருகூட்டம் காத்திருக்கிறது. ஒட்டுமொத்த தமிழகமுமே ஒரு பால் செம்பாய் மாறி நிற்கிறது!

07

நாரைக்கும் தெரியாத!

பிச்சாவரம் அலையாத்தி காட்டினுள் ஒருதடவை நண்பர்களோடு தனிப் படகொன்றை எடுத்து சுற்றிக் கொண்டிருந்தேன். நீரினுள் மிதக்கும், பச்சை நண்டுகள் உலாவும் பசும் புதர்க்காடு அது. குறுக்கும் நெடுக்குமாய் பல்வேறு நீர்வழிக் கிளைகள் பிரிந்து இணைந்து ஜாலம் காட்டும் பெருந்தண்ணீர்க்காடான அதில், பிரிகிற பாதைகள் எல்லாவற்றின் நோக்கமும் கடல் முகத்துவாரத்தை அடைவதுவே.

அலையாத்திக் காடுகளின் சிறப்புகள், தனித்தன்மை, பயன்பாடுகள் என்பதெல்லாம், இயற்கை சார்ந்த வேறொரு விவரிப்பிற்கும் அர்த்தப்பாட்டிற்கும் உரியன. அதுவல்ல இங்கே பேச முயல்வது. அந்தப் படகில் உள்ளூர்வாசியான பெரியவர் ஒருத்தர் நாட்டுப் பாடல்கள் பாடியபடி எங்களோடு வந்தார்.

வாழ்வு குறித்து ஏதோவொரு புள்ளியில் நாங்கள் பேசிக் கொண்டிருந்தபோது, இடைமறித்து அந்தக் காட்டை சுட்டிக்காட்டி, "நாரைக்கும் தெரியாத நானூறு பாதை கிடக்கு இங்கே" என்றார் மெல்ல நகைத்தபடி. அந்த அலையாத்தி காட்டின் அடர்த்தி குறித்தே அவ்வாறு சொன்னார் என அப்போது நினைத்தேன்.

அதற்கப்புறம் அவ்வார்த்தை நினைவில் வந்து போயிருக்கிறது அவ்வப்போது. கடந்த சில தினங்களாகவே அதுகுறித்து வேறொரு

தளத்தில் சிந்தித்தும் கொண்டிருந்தேன். 2008 ஆம் வருடம் எங்களுடைய *'FISHIN'* மீன்கடை துவங்கிய போது, சென்னையில் முதன்முதலாக இலவச ஹோம் டெலிவரி சேவையைத் தொழில்முறையாக அறிமுகம் செய்தது நாங்கள்தான்.

அப்போது அதை மரணக்கிணறு விளையாட்டு என்றே மீன் சந்தை சார்ந்தோர் வர்ணித்தனர். இத்துறை சார்ந்த மொத்த வியாபாரிகளும் சில்லறை கடை வைத்திருப்பவர்களும், தேவையில்லாத வேலை அதுவென நெஞ்சார்ந்து அறிவுறுத்தவும் செய்தனர். அவர்கள் சொல்படியே நாங்கள் நிறைய நட்டமடையவும் செய்தோம் துவக்க காலத்தில். நுகர்வோர்கள் மற்ற பொருட்களுக்கான ஹோம் டெலிவரி என்பதை அணுக்கமாகவும் தங்களுக்கு உகந்ததாகவும் பார்த்தனர். அதில் அவர்களுக்கு பெரிய மனச் சிக்கல்கள் எதுவும் இருக்கவில்லை.

ஆனால் மீன் என வருகையில் அவர்களுக்கு நிறைய போதாமைகள் இருந்தன. மிதமிஞ்சிய புரிதல் கோளாறுகளும் இருந்தன. அதனடிப்படையில் ஆரம்பத்தில் டெலிவரி மூலம் கொண்டு போய் கொடுத்தவற்றை துள்ளத் துடிக்க திருப்பி அனுப்பவும் செய்தனர். ஆனால் சோர்ந்து விடாமல், ஹோம் டெலிவரி என்பதை விடாப்பிடியாகச் செய்தோம். அவர்களுக்கு இந்த சேவை குறித்துக் கற்பிப்பது என முடிவெடுத்தோம். குறிப்பாகச் சொல்ல வேண்டுமெனில் "கற்பிப்பது" என்கிற வார்த்தை மிகச் சரியானதுதான். மெல்ல மெல்ல அவர்களது குழப்பங்களைக் களைந்து அந்த சேவைக்கு அவர்களைத் தயார்படுத்தவும் செய்தோம்.

இப்போது திரும்பிப் பார்த்தால் மலைப்பாகவும் வியப்பாகவும் இருக்கிறது. இன்றைய தேதியில் சென்னையில் மீன்களையும் இறைச்சிகளையும் டெலிவரி செய்ய நிறைய நிறுவனங்கள் கடைவிரித்து விட்டன. தெருவிற்கு தெரு போட்டிகள் முஷ்டியை முறுக்கிக் காட்டத் துவங்கி விட்டன. அதைப் பார்க்கையில் தொழில்போட்டி என்பதைத் தாண்டி உண்மையிலேயே சந்தோஷமாக இருக்கிறது.

புதிய பாதையொன்றில் விடாப்பிடியாக நாம் செய்த ஒரு காரியம் இன்றைக்கு சந்தையில் செல்லுபடியாகிறது.பனிரெண்டு வருடங்களுக்கு முன்பே அதை முன்னெடுத்தோம் என்கிற அம்சங்களில் ஆத்ம திருப்தியும் எழுகிறது. இன்றைக்கு மீன்கள்

மட்டுமா நீந்தி வீட்டிற்குள் வருகின்றன? அரிசி, பருப்பு, சேலை, கீரை, மருந்து மாத்திரைகள் என எல்லாமும் நீந்தி வரத் துவங்கி விட்டன.

சந்தையில் வீட்டு வாசலைத் தேடிப் போகிற சேவை அழுத்தமாக காலூன்றி விட்டது. இனி இதுதான் எதிர்காலத்திற்கான தவிர்க்க முடியாத சேவையாகவும் இருக்கப்போகிறது. இது ஹோம் டெலிவரிகளின் காலம். இந்தயிடத்தில்தான் முக்கியமான விஷயம் ஒன்றைப் பேச வேண்டியிருக்கிறது.

எல்லாப் பொருட்களையும் உள்ளடக்கிய இச்சேவையைப் பரப்ப இப்போது முதலீட்டு பலம்கொண்ட பெரிய நிறுவனங்கள் எல்லாம் களத்தில் குதித்து விட்டன. இவர்களெல்லாம் வெவ்வேறு உற்பத்தி நிறுவனங்களோடு இணைந்து ஹோம் டெலிவரி செய்கின்றன. விரைவிலேயே அவர்களும் உற்பத்தியைத் துவங்கி விடலாம்.

தவிர, மீன் மட்டுமல்லாமல் சிறிய தொழில்கள் என்று கருதப்பட்ட பலவற்றிலும் இப்படியான பெரும் முதலீடுகள் குவியத் துவங்கி விட்டன. சலூன், லாண்டரி துவங்கி சகலத்திலும் பாய முதலீடுகள், முதலைகளைப் போலக் காத்திருக்கவே செய்கின்றன. இதைத் தவிர்க்க முடியாது. என்னளவில் இதைக் கண்டு புலம்பத் தயாராகவும் இல்லை. கூடுதலாக, இதைக் கண்டு அஞ்சவும் தேவையில்லை என்றே, தனித்துவமான சிறுநிறுவனங்களை நோக்கிச் சொல்வேன்.

இந்த வகை பெருநிறுவனங்களின் பலமே, விளம்பரத்திற்காக அவை ஒதுக்கும் தொகைதான். அதனோடு சிறுநிறுவனங்கள் விளம்பர விஷயத்தில் போட்டியிடவே முடியாது என்பதுதான் அறுதியான உண்மை.

பத்திரிகைகள், தொலைக்காட்சிகள் வழியாக முன்னெடுக்கும் விளம்பரங்களுக்கு செலவாகும் அதிகப்படியான தொகை சிறுநிறுவனங்களுக்கு உண்மையிலேயே கட்டுப்படியாகாது. இப்போது நிலைமை கொரானா காலத்திற்குப் பிறகு நிறையவே சிக்கல் ஆகியிருக்கிறது.

ஒவ்வொரு நுகர்வோரும் தங்களது கதவுகளை இறுக சாத்திக் கொண்டுள்ளனர். பயம் கிரில் கம்பிகளோடிணைந்து போர்த்தியிருக்கிறது. அந்த கதவை தட்டித் திறக்கத்தான் எல்லா முட்டல் மோதல்களும். முன்பெல்லாம் பத்திரிகைகளுக்குள் விளம்பர

லீப்லெட்டுகளை வைப்பதற்கு அதிகாலை செல்லும் போது, விற்பனை நிலவரத்தை கண்கூடாகப் பார்த்திருக்கிறேன்.

குறிப்பிட்ட ஒரு பகுதி மண்டலத்தை எடுத்துக்கொண்டால், முன்னணி பத்திரிகை பனிரெண்டாயிரம், அதற்கடுத்து வருபவைகளின் எண்ணிக்கை எட்டாயிரம், ஆறாயிரம், நாலாயிரம், இரண்டாயிரம், ஐநூறு என்று இருக்கும். கடந்த வாரம் லீப்லெட் வைக்கப் போன போது எண்ணிக்கையைக் கேட்டு அதிர்ந்து விட்டேன்.

நாளிதழ்களின் வியாபாரமே படுபாதாளத்தில் தத்தளித்துக் கொண்டிருப்பதைக் கண்கூடாகப் பார்த்தேன். பனிரெண்டாயிரம் போன அந்த பேப்பரே நாலாயிரத்து ஐநூறுதான் போகிறதென்றால், இரண்டாயிரத்து ஐநூற்றின் நிலைமையை நீங்களே முடிவு செய்து கொள்ளுங்கள். விற்பனையின் சரிவை விளம்பரங்களைக் கொண்டு நிரப்பி விடலாம் என அவை முடிவெடுத்து விட்டன போலும்.

எல்லா தளங்களிலும் வழக்கமான காலத்தைவிட விளம்பரத்திற்கான கட்டணம் இப்போது அதிகரித்திருக்கிறது. நாளிதழ் மட்டுமல்லாமல், விளம்பரம் சம்பந்தப்பட்ட எல்லா வகையிலான சேவைகளுமே எட்ட முடியாத தூரத்தில் தங்களை நிலைநிறுத்திக் கொண்டுள்ளன. பலம்கொண்ட பெரிய நிறுவனங்கள் மட்டுமே அதன் உச்சியில் அமர்ந்து கோலோச்ச இயல்கிற நிலைமை உருவாகி இருக்கிறது.

சிறிய நிறுவனங்கள் அதனோடு போட்டியிட முடியாமல் தத்தளிக்கிற காட்சிகளை நிதமும் பார்க்கிறேன். இந்தப் பின்னணியில்தான் நாரைக்கும் தெரியாத நானூறு பாதை என்கிற வார்த்தை திரும்பவும் என் காதுகளில் ஒலித்தது. திரும்பத் திரும்ப அதுகுறித்து விலாவரியாக எண்ணினேன்.

எதற்காக பெரிய நிறுவனங்கள் ஓடும் பாதையிலேயே மூச்சிரைக்க ஓட வேண்டும்? கதவைச் சாத்தி அமர்ந்து கொண்டிருக்கும் நுகர்வோரை எட்ட அது மட்டும்தான் பாதையா என்ன? தரம் என்கிற தகுதியிருந்தால் அக்கதவைத் தட்டித் திறக்க முடியாதா என்ன? நுகர்வோரை எட்ட புதிய பாதையென எதுவுமே இல்லையா?

கொழுத்த மீன்களைக் கொத்தும் பெரு செங்கால் நாரைக்கும் தெரியாத பாதைகள் இருக்கத்தானே செய்கின்றன என்பதை உணர்ந்ததும் புதிய பாதைகளை எங்களுடைய குழுவினருடன் அமர்ந்து யோசிக்கவும் துவங்கினோம்.

யாரும் போகாத புதுப்பாதை என்பதை ஒற்றை நோக்கமாகக் கொண்டு திட்டமிடுகையில், அதுவரை தட்டுப்படாமல் இருந்த, புதியவைகள் தென்படத் துவங்கின. பெரிய செங்கால் நாரைகள் யோசிக்கவே இயலாத பாதைகளாகவும் அவை இருந்தன. அவை போகத் தயங்குகிற பாதைகளாகவும் இருந்தன.

எல்லாப் பயணமும் நுகர்வோரென்கிற முகத்துவாரத்தை நோக்கித்தான். தரத்தை தகுதியாகக் கொண்டு முதலில் கதவைத் தட்டுகிறவர்களை ஆதரிக்க எப்போதும் அவர்கள் தயாராகவே இருக்கிறார்கள் என்பதை என் அனுபவத்தில் கண்டிருக்கிறேன்.

இதனடிப்படையில் வான்கோழி தானாட என்பதைப் போல, உள்ளரங்குகள் சார்ந்த அழகுபடுத்தும் செலவினங்களை சிறுநிறுவனங்கள் புறங்கையால் தயவு தாட்சண்யமில்லாமல் ஒதுக்கி விடவேண்டும் நெருக்கடியான இச்சூழலில். தவிர இணையம் உள்ளிட்ட தகவல் தொழில்நுட்பத்தைப் பயன்படுத்தும் அம்சத்திலும் தனக்கான தனித்துவமான ஒன்றைக் கண்டறிந்து விட வேண்டும்.

பெரிய நிறுவனங்களுக்குப் போட்டியாக ஒன்றரை இலட்ச ரூபாய் செலவிலான இணையதளம் எதற்கு? வித்தியாசமானவொன்றை கைக்கு அடக்கமாக சுருங்கச் செய்துவிட முடியும்தானே? பொருள்தான் பிரதானமே தவிர, அதன் மேற்புறத்தை சுற்றி அணைக்கிற கலர்காகிதங்கள் அல்ல. இந்த தெளிவு ஆச்சர்யகரமாக தெளிந்த நுகர்வோர்களிடம் இருப்பதை நெருக்கமாகப் பார்க்கிறேன். இவையெல்லாம் சிறு உதாரணங்கள்தான். இந்த வட்டத்தைச் சுற்றி நிறைய யோசித்தால் இன்னும் பல புலப்படலாம். ஒரு ஊருக்குச் சென்றடைய எளிமையான பாதையும் இருக்கக்கூடும் அல்லவா?

இந்தப் பெருந்தொற்று காலத்தில், எங்களைப் போன்ற சிறிய நிறுவனங்கள் இந்த 'யாரும் போகாத பாதை' என்பதைக் கவனத்தில் கொள்ள வேண்டும் எனக் கருதுகிறேன். போட்டி விளம்பரங்கள் குறித்து மலைக்கத் தேவையில்லை. அதுகாட்டும் பளபளப்புகளைக் கண்டு அஞ்சியொடுங்கத் தேவையில்லை. பெரிய நிறுவனங்களை அடியொற்றி விளம்பரங்களுக்காகக் கைமுதலை விரயம் செய்யவும் தேவையில்லை.

சாலையில் இறங்கிப் படியேறுகிற தெம்பிருந்தால் மட்டும் போதும் என்றே சொல்லத் தோன்றுகிறது. நாரைக்கும் தெரியாத நானூற்றில் நாங்கள் ஒரு நான்கைக் கண்டறிந்து விட்டோம். நீங்கள் ஆறைக்கூட

கண்டுபிடிக்கக்கூடும். செய்யவேண்டியதெல்லாம், யாரும் போகாத தடம் குறித்த சிந்தனை மட்டுமே. கோடிக்கணக்கான தானிய மணிகளையொத்த மீன்கள் கடலினுள் பரவி நீந்துகின்றன. அதில் எமக்கானதைக் கொத்தித் தின்பதை யாரும் தடுத்து விடவும் முடியாது. கடல் முகத்துவாரத்தை நோக்கிய எச்சிறு பாதையும் தனித்துவமானதுதான். ஏனெனில் அது சிறுநாரை கண்டறிந்த பாதை!

08
வடை!

மட்டன், ஸ்வீட் சாப்பிடுவதில்லை என்பதைப் போல, வடையையும் இனிமேல் சாப்பிடுவதில்லை எனக் கொள்கை முடிவு எடுத்து விட்டேன். சத்தியம்கூட செய்து தந்து விட்டேன். ஆனால் சத்தியத்திற்குச் சோதனை வருகிற மாதிரிதான் நிதமும் சங்கதிகள் அரங்கேறுகின்றன.

வடையில்லாமல் விடியவே விடியாது இங்கே. எந்தக் கடையில் எந்த நேரத்தில் என்ன வடை போடுவார்கள் என விரல் நுனியில் வைத்திருப்பார் பொங்கி. அவர் மட்டுமா என்ன? எனக்கே துரையண்ணன் கடையில் வெங்காய போண்டா எப்போது போடுவார்கள் என்பது நன்றாகத் தெரியும்.

எத்தனை மணிக்குப் போனால் ஜின்னா கடையில் உளுந்த வடையை அள்ளிக் கொண்டு வரலாம் என்பதும் தெரியும். சரவண பவன் உளுந்த வடையெல்லாம் தோற்றுப் போய்விடும் ஜின்னா கடையிடம். தங்கத்தில் ஒரு குறையிருந்தால்கூட ஏற்றுக் கொள்வார்கள் எம்மக்கள். ஆனால் வடையில் எடை சேதாரம் இருந்தால் மட்டும் ஏற்றுக் கொள்ளவே மாட்டார்கள்.

“ஆமைவடை அவம்தான் கொஞ்சம் பெரிசா போடுவான்" என எக்கி இன்னும் கொஞ்ச தூரம் நடை போடுபவர்களைப்

பார்த்திருக்கிறேன். கொஞ்ச நாள் முன்பு தமிழ் ஸ்டூடியோ அருண் அழைத்து, பரோட்டா பற்றி டாகுமெண்டரி செய்யப் போகிறேன் எனச் சொல்லிச் சில தகவல்கள் கேட்டார். விருதுநகரை நோக்கி அவரை ஆற்றுப்படுத்தலாம் என்றிருக்கிறேன். சர்வதேச அளவில் முதன் முதலாக புரோட்டாவை பொரித்தவர்கள் அவர்கள்தானே?

வடை என்று சொல்லும் போதுகூட விருதுநகர் மார்கெட்டில் பெரிய சைஸ் வாணலியில் கொதிக்கிற எண்ணைதான் நினைவிற்கு வருகிறது முதலில். அங்கேதான் அந்தக் காட்சியைப் பார்த்தேன். கத்தரி வெயில் நேரம். தேக்சாவை போல வாயகன்ற எண்ணைச் சட்டியில் எண்ணைக் கொதிக்கிற சூட்டை உடல் உணரும். அங்கே அந்த உக்கிரத்தில் நின்ற படி வடையைக் கடித்துக் கொண்டிருந்த லோடுமேன் ஒருத்தரின் கழுத்தில் உப்பரிந்திருந்தது.

இந்தக் காட்சி அடிக்கடி எனக்குள் வந்து போகும். "காலைல வெறு வயிறா போடக் கூடாது. வடை கிடை ரெண்டையாவது பிச்சுப் போட்டுக்கோ" என்கிற குரலும் கூடவே வந்து விழுகிறது. என் வாழ்வில் வடையும் கூடவே ஒட்டிக்கொண்டு ஓடிவருகிறது. யாவருக்குமே.

தீபாவளி சமயத்தில் இதை நினைப்பதுகூட சுகமாக இருக்கிறது. அந்த சமயத்தில் மட்டுமே வடை போடுவார்கள் வீட்டில். காலையில் போட்ட உளுந்த வடையை இரவில் மட்டன் குழம்பில் முக்கிச் சாப்பிடுவார்கள். வேறு எப்படியும் அதைத் தின்னவே முடியாது. மற்றபடி எந்தச் சமயத்திலும் வீட்டில் வடை சுடவே மாட்டார்கள்.

புரோட்டாவைப் போல, வடையின் அறிமுகம் மற்றும் பரிணாம வளர்ச்சி குறித்து ஒரு புத்தகமே எழுதலாம். அதன் பரிணாம வளர்ச்சியைப் பார்த்தபடி வளர்ந்தும் இருக்கிறேனே? எனக்குத் தெரிந்து முதலில் கடைகளில் உளுந்த வடையும் ஆமை வடையும் மட்டுமே போடத் துவங்கினார்கள்.

பின்னர் வாழைக்காய் பஜ்ஜிதான் அடுத்து வந்தது என்று நினைக்கிறேன். சட்னி ஊற்றி சாயந்திர நேரங்களில் குழப்பி அடிக்கலாம். சென்னையில் சில இடங்களில் சாம்பார்கூட ஊற்றுகிறார்கள். ஒருகாலத்தில் என்னுடைய மாலை விளையாட்டு மைதானம் பஜ்ஜிக் கடைதான். பெரும்பாலும் காலைகளில் நாலு வடை சாப்பிட்டு காலை உணவை முடித்துக் கொள்வேன்.

வாழைக்காய்க்கு பதில் ஒருநாள் திடீரென உருளைக்கிழங்கை வட்டமாகச் சீவி பஜ்ஜி போட்டார்கள். எது நடந்ததோ என்பதைப் போல அதுவும் நன்றாகத்தான் இருந்தது. அப்புறம் பிறிதொரு நாள் உருளைக்கு பதிலாக பிரெட் பாக்கெட்டை வாசலில் வைத்திருந்தார்கள்.

ஆச்சரியத்தோடு போய் நின்று அதை வேடிக்கை பார்த்தேன். முக்கோண வடிவத்தில் அதுவும் நன்றாகவே இருந்தது. இப்போது பஜ்ஜி கடை பக்கமே தலைவைத்துப் படுக்காததால் வேறு எதில் பஜ்ஜி போடுகிறார்கள் என்று தெரியவில்லை. இந்த பஜ்ஜி குடும்பத்தில் ஒட்டிப் பிறந்த பழம்பொறிக்கு நான் தீவிர ரசிகன். அதுவும் நம்முடைய சேரளிளம் நாடுதானே?

உளுந்தவடை ஆமை வடை என போய்க் கொண்டிருந்த பிறகு, திடீரென மொச்சை போட்டார்கள். அப்புறம் மாவையும் வெங்காயத்தையும் போட்டு வெங்காய போண்டா என்றார்கள். கீரை வடை என்ற போது, ஆரோக்கிய தூதுவன் என்கிற மாதிரி ஆவலாகப் போய்ப் பார்த்தோம். குறுந்தட்டு போல அதற்கு வடிவம் தந்திருந்தார்கள். விஷ்ணு கையில் இருக்கிற சக்கரம் மாதிரியும்கூட.

சமீபத்தில் நண்பர் ஒருத்தரிடம் பேசும் போது இப்போது வடைகள் பலவிதம் ஒவ்வொன்றும் ஒருவிதம் என்றார். எத்தனை வந்தாலும் காலையில் விநாயகனே வினை தீர்ப்பவனே என ரேடியோ அலறும் போது எண்ணையில் உளுந்த வடைகளே முதலில் வேகின்றன. உளுந்து தமிழக வாழ்வில் போர்த்தியிருக்கிற குறியீடு என இதை நினைத்துக் கொள்ளலாமா?

கீரை வடை இப்போது பீட்ரூட் வடையாகி விட்டது. போண்டாவே பல உள்ளடக்கங்களைப் பார்த்து விட்டது. போண்டாவின் வயிற்றில் எதைத் திணிக்கவில்லை சொல்லுங்கள். ஐஸ்க்ரீமையே திணித்துப் பொறிக்கத் துவங்கி விட்டனர். பால்பன் வந்தது. முட்டைகோஸ் வந்தது. மீதி என்னென்ன வந்தது என்பதை நீங்களே சொல்லுங்கள். சமீபத்தில் கௌரி கிருஸ்ணாவில் கேழ்வரகு வடை சாப்பிட்டேன். அடையைத்தான் வடையாகச் சுருக்கி விட்டிருந்தனர்.

தமிழகத்தின் முக்கியமான உணவுப் பழக்கத்தில் வடைக்கு முக்கியத்துவம் எப்போதும் உண்டு. ஏழைகளின் இலந்தைப் பழம் என்றுகூடத் துணிந்து சொல்லலாம். இரண்டு வடையை மட்டும் தின்று விட்டு பாதிநாளை ஓட்டுகிற ஜீவன்களை அதிகமாகப்

பார்க்கிறேன் இங்கே. வேலைக்கு வருகிறவர்களுக்கு வடை டீ வாங்கித் தர வேண்டும் என்பது விதி. வாயில் வைக்கும் போதே எந்தக் கடை என்று சொல்லி விடுவார்கள். நாக்கு எதனைக் காட்டிலும் அதற்கு அதிகமும் அடிமையாகிவிட்டது.

தமிழ் கூட்டுமனதின் நாக்கது. மூதாதையரின் சுவையைக் கடத்திக்கொண்டு வருகிறது அக்கூட்டுமனம் என்றுகூட யோசித்திருக்கிறேன். சமீபத்தில் தம்பி ஒருத்தனுடைய தந்தைக்கு இருதய அறுவை சிகிச்சை. அவர் தண்ணி தம் போன்ற வஸ்துகளைத் தொடவே மாட்டார். நாளொன்றிற்கு ஐந்து கிலோ மீட்டர் தவறாமல் நடந்து விடுவார். ஆனாலும் எப்படி?

ஸ்டெதஸ்கோப்புகளை வைத்து தீவிர ஆராய்ச்சி செய்த பிறகு சொன்னார்கள். அதீத வடைப் பழக்கமே அதற்குக் காரணம். இப்போது வடைக்கு நிகராக இன்னொரு பூதமும் வந்து விட்டது. சிக்கன் சில்லி முதலில் எட்டிப் பார்த்தது. இப்போது மீன் சில்லியும் வந்து விட்டது. அவை பொறிகிற எண்ணையை எட்டிப் பார்த்திருக்கிறேன். செங்கடல் போல சிவந்த எண்ணை கொதித்துக் கொண்டிருக்கும்.

நாள்பட்ட எண்ணைதான் எல்லாப் பிரச்சினைகளையும் கொண்டு வருகிறது என மருத்துவர்கள் சொல்கிறார்கள். புற்றுநோய் அபாயமும் உண்டு. பெரிய ஹோட்டல்களில் முதல் தடவை பயன்படுத்தும் எண்ணையை இரண்டாவது சந்தைக்கு விற்பனை செய்வதும் உண்டு.

அதைவாங்கி வந்து சின்ன ஹோட்டல்கள் பயன்படுத்திக் கொள்வார்கள். பிறகு அது தரை நோக்கி நகரும். இப்படி ஒரு சங்கிலியும் இருக்கிறது. எண்ணை பற்றியே ஏகத்துக்கும் எழுதலாம். இப்போது வடை புராணத்திற்கே திரும்பவும் வரலாம். அடுத்த தலைமுறை வடைமீது வெறிகொண்டு காதல் கொள்வதில்லை என்பதைப் போலத்தான் தெரிகிறது.

உளுந்தவடையில் இடப்படும் துளை அவர்களுக்குக் கிளர்ச்சி தருவதில்லை என்றுதான் நினைக்கிறேன். உடல் பற்றிய கவனம் அவர்களுக்கு வந்து விட்டதாகவே தோன்றுகிறது. வீடுகளில் இப்போதெல்லாம் வடையே சுடுவதில்லை. என்றைக்காச்சும் போதும் என பயந்து கொள்கிற நிலைகூட உருவாகி விட்டது. வீட்டிலேயே பாதுகாப்பாக, உடல்நலத்துக்குத் தகுந்த வடைகளைச்

சுடுங்கள் என எண்ணெய் நிறுவனங்கள் கெஞ்சல் தொனியில் கோரிக்கை வைக்கவும் துவங்கி விட்டன.

இதேநிலை தொடர்ந்தால் வடை என்கிற அரிய இனம் அழிந்துவிடுமோ என அச்சத்துடன் ஆழமாக யோசித்தேன். உறுதியான உண்மை ஒன்று புலப்பட்டது. கிராமங்கள் அழிந்தால் மட்டுமே சாதிகள் அழியும் என்பதைப் போல, வடையும் அழியும் என்கிற பேருண்மையைக் கண்டடைந்தேன். வாயில் வடை சுடுகிறவர்கள் இருக்கிற தமிழகத்தில் வடைக்கு அழிவே இப்போதைக்கு இல்லை என்கிற முடிவிற்கு வந்து சேர்ந்தேன். எங்கள் வாழ்வும் எங்கள் வளமும் மங்காத வடையென்று சங்கே முழங்கு என்றபடி ஏக்கமாய் எதிரே இருப்பதை வெறித்துப் பார்க்கிறேன். கிளர்ச்சியூட்டும் உளுந்தவடை கயிற்றுக்கட்டிலில் அமர்ந்திருக்கிறது.

09

செம்மரக் கதைகள்!

தொலைக்காட்சியில் ஒரு ஸ்க்ரோலிங் செய்தி ஓடுவதை நேற்று பார்த்தேன். ஆந்திராவைச் சேர்ந்த பிரபல செம்மரக் கொள்ளையர் பாட்ஷா பாய் கோவையில் வைத்துக் கைது. இந்தச் செய்தியின் ஊடாகப் பரந்துபட்ட ஒரு நிழலுலகத்தையும் அதன் அரசியல் தொடர்புகள் பற்றியும் சில விஷயங்கள் பேச விரும்புகிறேன்.

முதலில் இந்த செம்மரத்திற்கே வருவோம். இதைப் பற்றி நிறைய எழுதியிருக்கிறேன் என்றாலும், இங்கே சுருக்கமாகச் சொல்கிறேன். அதன் நுனி வேர்களைப் புலனாய்ந்து ஒருசமயத்தில் தொட்டிருக்கிறேன்.

ஆந்திராவின் திருப்பதி சேஷாசல வன மலைத்தொடரில் மட்டுமே இருக்கிற செம்மரங்கள் இவை. உலகிலேயே அரிதானவை. கிட்டத்தட்ட இவை உலகில் வேறு எங்கேயுமே இல்லை எனலாம். புதிதாக வளர்க்கிற செம்மரங்களை இங்கே சொல்லவில்லை.

திருப்பதி ஏழுமலையான் காலடியில் இருக்கும் இச்செம்மரங்கள் பல்லாண்டு பழமையானவை. உச்ச வெயிலையும் உச்ச குளிரையும் வாங்கி உரம் போட்டு வளர்ந்தவை. பெரும்பாறைக்கு நிகரான பலம் கொண்டவை இவை. பொதுவாக சந்தன மரம், செம்மரம்

போன்றவற்றில் உள்ளேயிருக்கிற கண்கள் எனச் சொல்வார்கள். கிழங்கு மாதிரி. தொட்டால் கை பிசுபிசுக்கும்.

வன அதிகாரிகள் காடுகளுக்கு உள்ளே இருந்து வருபவர்களின் கைகளையும் அரிவாளையும் மோந்து பார்ப்பார்கள். எண்ணெய் பிசுபிசுக்கோடு பிணைந்த மணம் காட்டிக்கொடுத்து விடும். அதன் சிறப்பம்சம் அப்படி. கண்ணில்லாத மரங்களுக்குச் சந்தையில் சில்லறை மதிப்பே.

அது இப்போது நட்டு வைத்த மரங்களில் எல்லாம் இருந்து விடாது. தமிழக கலெக்டர் அலுவலகம் ஒன்றில் பல்லாண்டு வயது சந்தன மரத்தின் கண்ணை மட்டும் எடுத்து விட்டு, வெறும்கூடான மரத்தை அப்படியே அந்தரத்தில் கட்டிவிட்டுப் போன செய்தியை இந்த துறை சார்ந்தவர்களிடம் கேட்டுப் பாருங்கள். நம்முடைய ஆட்களின் கயமையைக் கதையாய்ச் சொல்வார்கள்.

அப்படித்தான் செம்மரத்திலும் ஆண்டாண்டு கட்டைகளுக்கே சர்வதேச சந்தையில் மதிப்பதிகம். அதன் பயன்பாடுகள் குறித்தெல்லாம் ஐந்து முதலைகளின் கதை நாவலில் விளக்கமாக எழுதியிருக்கிறேன். அதனால் இங்கே அதன் நிழலுலகம் பற்றி மட்டுமே சொல்கிறேன்.

இந்தக் கடத்தல் எவ்வளவு பெரியது என்றால், ஆந்திராவின் முதல்வராக இருந்த சந்திரபாபு நாயுடுவையே குண்டு வைத்துக் கொல்ல முயன்ற கூட்டம். மயிரிழையில் உயிர் தப்பினார் அவர். அந்தக் கூட்டத்தோடு தொடர்புடையவர்தான் பாட்ஷா பாய். இதில் எல்லா மதத்தினரும் இருக்கிறார்கள்.

சென்னையில் இருக்கிற அத்தனை ரௌடிகளுக்கும் ஆதாரத் தொழில் என்பது செம்மரம்தான். எல்லோருமே நானூறு கோடி எழுநூறு கோடி என்றெல்லாம் பேசிக் கொள்வார்கள். ஆள் கடத்தல், கொலை எல்லாம் ரெண்டாம் பட்சம்தான் அவர்களுக்கு. உதாரணத்திற்கு, சங்கர் ராமன் கொலை வழக்கு ரௌடி அப்புவின் முக்கியத் தொழில் செம்மரம்தான்.

கிட்டத்தட்ட எல்லா ரௌடிகளுக்கும் இக்கடத்தலில் பங்குண்டு. எல்லா கட்சியிலும் இந்தக் கடத்தல்காரர்கள் உண்டு. பணம் கொடுத்துப் பொறுப்புகளை வாங்கி வைத்திருக்கிறார்கள். இல்லாவிட்டால் முன்னாள் கடத்தல்காரர்களாக இருப்பார்கள்.

ஏதோ ஒருமூலையில் அதனோடு தொடர்பைப் பேணுவார்கள். கொழிக்கிற பணத்தில் அரசியல் இல்லாமல் இருக்குமா? செம்மரம் மட்டுமா? தமிழகத்தின் முக்கிய இயற்கை ஆதாரங்கள் பலவற்றையும் கடத்திச் செழிக்கிறது இக்கும்பல். தமிழகத்தில் இருக்கிற எல்லா கட்சிகளிலுமே இக்கும்பல் நிறைந்திருக்கிறது. ஆண்ட கட்சிகள், அதற்குத் துணை போன கட்சிகள் எல்லாவற்றிற்கும் இதில் பங்குண்டு. கம்யூனிஸ்ட்களுக்குப் பொறுப்பும் உண்டு.

கட்சிகளின் குறிப்பிட்ட வருவாய் ஆதாரங்கள் இதனடிப்படையில் அமைந்தவை. சம்பந்தப்பட்ட துறை அமைச்சர் தயவிருந்தால் காட்டுக்குள் புகுந்து கண்ட மேனிக்கும் வெட்டிக்கொண்டு வரலாம். அதிகாரிகள் துணையாகவும் இருப்பார்கள். இதையெல்லாம் சொல்லியும் தெரிய வேண்டுமா?

சர்வதேச சந்தையில் எதற்கு மதிப்பு அதிகமோ அவைகளையெல்லாம் கடத்துகிற கூட்டம் இது. வெறும் காடு மட்டுமில்லை. சிலை கடத்தல் எல்லாம் இந்த அடிப்படையில்தான் வரும். எல்லா சாதிக்காரர்களும் இருக்கிறார்கள் அந்த வலையில். சிலைகடத்தலில் உயர்தட்டைச் சேர்ந்த படித்த பண்பாளர்கள் பலர் ஈடுபடுகின்றனர். பாரம்பரிய பொருட்கள் விற்கும் கடை நடத்துகிற பாவனையில் நடக்கும் கடத்தல் இது. கடை வாடகையே கோடிகளில் வரும். இது ஒருவகையிலான எலைட் கடத்தல். இங்கும் அரசியல் தொடர்பு இல்லாமல் இருக்குமா?

இவையெல்லாம் மறைமுக கடத்தல் என்றால், வெளிப்படையான கடத்தல் ஒன்று இருக்கிறது. மணல் வியாபாரமே அது. முழுக்கவும் அரசியல் மயம். ரௌடிகள் இங்கே துணைக்கு. எத்தனை தாசில்தார்களை லாரி ஏத்தியே கொன்றிருக்கிறார்கள் தெரியுமா? கிரானைட் குவாரிகளுக்குள் எத்தனை பேரைக் கொன்று பலி கொடுத்திருக்கிறார்கள் தெரியுமா?

இப்படி தமிழகத்தின் வளங்களை ஒருகூட்டமே சேர்ந்து ஒழித்துக் கட்டியது. தமிழகத்தின் எல்லா ஆட்சிகளும் அதற்குத் துணை நின்றன? மொரீஸியஸில் எப்படி இவர்களுக்குத் தீவு? மாபியா கும்பல்கள் என்கிற வார்த்தைப் பிரயோகம் எப்படி உருவானது? இதில் யார் குறைவான கெட்டவர்? இவர்களெல்லாம் யார்? எந்தெந்த அரசியல் பின்புலத்தைச் சேர்ந்தவர்கள் என நியாயமாகக் கேட்டுப் பாருங்கள். சில தினங்களுக்கு முன்பு நெல்லை கோவில்

நிலத்தை அபகரித்தது சம்பந்தமாக இந்து முன்னணி பிரமுகர் ஒருவரும் தமிழகத்தை ஆண்ட திராவிடக் கட்சி பிரமுகர் ஒருவரும் பேசிய ஆடியோவைக் கேட்டேன். நூறு கோடி எனப் பேச்சு அடிபட்டது.

இதைக் கண்டித்து போஸ்டர் ஒட்டுகிறார் முன்னணி. பின்னவர் அதைக் கிழித்து விட்டு உன்னை வகுந்து எடுக்காமல் விட மாட்டேன் எனச் சபதம் போடுகிறார். இன்னொரு கோணத்தில், எந்தெந்த இடத்தில் பணம் புழங்குகிறது என்பதை மோப்பம் பிடித்து விட்டது ஒருகூட்டம். ஆங்காங்கே இருக்கும் இப்படியானவர்களைவிட, அங்கேயும் நேர்மையாய் குரல் எழுப்புபவர்கள் அதிகமாக இருக்கத்தான் செய்கிறார்கள்.

ரெண்டாம் சந்தை வேலைகளுக்காக காவி தரிப்பவர்களும் இருக்கிறார்கள். அங்கே நடக்கும் சில்லுண்டித்தனம் அத்தனையும் எனக்குத் தெரியும். மத வியாபாரங்கள் என்பது தனிக்கதை. எல்லா ஆட்களும் அதில் உண்டு. அதனோடு ஒட்டிச் சுரண்டும் ஆட்களுக்குள் சண்டைகள் தொடரத்தான் செய்யும்.

அதனைத்தாண்டி அரசாங்கத்தில் அங்கம் வகிக்கும் ஆட்களின் உதவியோடு நடக்கும் சுரண்டல்கள் எல்லாமும் இப்போது கவனத்திற்கு வருகிற நேரம். மணல் கொள்ளையை, டெண்டர் என்கிற பெயரில் நடக்கும் கொள்ளைகளை எல்லாம் கடைபரப்ப புதிய சக்தி ஒன்று வந்துவிட்டது என்பதை ஏற்கனவே ஆண்டவர்கள்/ஆள்கிறவர்கள் உணர வேண்டிய நேரம். புதிதாய் வர விரும்புகிறவர்களோடும் இக்கடத்தல் கும்பல் ஏற்கனவே போய் ஒட்டிக்கொண்டு விட்டது.

எப்படியெல்லாம் கூறு போடுவார்கள் தெரியுமா? தேர்தல் முடிவுகளுக்கு ஒரு பத்து நாளுக்கு முன்னரே மணல் குத்தகை யாருக்கு என அட்வான்ஸ் கொடுத்து வைப்பார்கள். பல காண்டிராக்டர்கள் அரசுப் பதவியில் இருப்பவர்களுக்கு லஞ்சப்பணத்தை அட்வான்ஸாக கொடுத்து வைப்பார்கள்.

இதெல்லாம் தெரிந்ததுதானே? ஆமாம். ஆனால் அதைச் சொல்லிக் காட்ட பெரிய கூட்டமே, அதிலும் பெரிய இளைஞர் கூட்டமும் அவர்கள் சார்ந்த அரசியல் அமைப்புகளும் இப்போது வந்து விட்டன என்பதை ஆட்சிக் கட்டிலில் இருப்பவர்கள்/இருந்தவர்கள் உணர்கிற நேரம். இது கண்காணிப்பின் காலம். மாற்றம் எனப் பேசுவதெல்லாம், இவைகளைக் களைவதையும் சேர்த்துத்தான்.

மாற்றத்திற்கு உட்படாவிட்டால் இனி அடிக்கடி சிறைச்சாலைக் காட்சிகள் அரங்கேறும் இன்னும் சில ஆண்டுகளுக்கு. ஆழமாய் யோசித்தே இதைச் சொல்கிறேன்.

எல்லா கட்சிகளுக்கும் அழுத்தம் எல்லாப் பக்கங்களிலும் இருக்கின்றன. கண்காணிப்பின் வளையத்திற்குள் அந்தரத்தில் தொங்குகின்றன கூர் கத்திகள்!

10

ஜெர்ஸி கனவுகள்!

மூன்றாம் வகுப்பிலிருந்து கல்லூரி வரை என்னோடு படித்த, பால்ய நண்பன் காளிமுத்து பாண்டியராஜா, இரண்டு நாட்களுக்கு முன்பு ஒரு வீடியோ செய்தித்தொகுப்பை அனுப்பி, "நீ ஒன்றும் சொல்லவில்லையே" என்று கேட்டிருந்தான். இந்திய ஜூனியர் அணி பயிற்சி முகாமிற்கு கோவில்பட்டியைச் சேர்ந்த இளைஞரான மாரீஸ்வரன் தேர்வாகி இருப்பது குறித்த செய்தி அது.

அந்த வீடியோவில் மாரீஸ்வரன் ட்ரிபிளிங் பண்ணிக் கொண்டிருந்த காட்சியைப் பார்க்கும் போது, மகிழ்ச்சியாக இருந்தது. அவர் எங்களைக் காட்டிலும் பலசாலியாகத் தெரிந்தார். இந்திய அணிக்கான பண்டம்தான் அது என்பதைத் தெளிவாக உணர்ந்தேன். ஒரு பெருங்கனவின் பொறுப்பு அவர் தோளில் மட்டையைப் போல ஒட்டிக் கிடப்பதை அவருக்கு உணர்த்தவும் நினைத்தேன்.

அவருக்குப் பக்கத்தில் நின்ற ராஜா, குரு அண்ணன் இருவரையும் பார்த்தபடி கொஞ்சம் பின்னோக்கிப் போனேன். கோவில்பட்டி ஹாக்கி பின்புலம் பற்றி பார்பி நாவலில் விரிவாகவே பதிவு செய்திருக்கிறேன் என்பதால், கூடுமானவரை அதில் சொல்லாத விஷயங்கள் குறித்து மட்டுமே குறிப்பிட முயல்கிறேன். தவிர என் பங்களிப்பு குறித்த விவரணைகளையும் தவிர்க்கிறேன்.

குறிப்பாக இந்த மூன்று பேரின் கதை வழியாக அந்த ஒட்டுமொத்த சூழலை விளக்க முயல்கிறேன். குரு அண்ணன் என்கிற குருசித்ர சண்முக பாரதி அண்ணன் எங்களுக்கு எல்லா வகைகளிலும் சீனியர். சென்னை கிறித்துவக் கல்லூரியில் என்னையும் ராஜா உள்ளிட்டவர்களையும் கொண்டு போய்ச் சேர்த்தவர் அவர்தான்.

அந்தக் காலத்தில் லயோலா, பச்சையப்பன், எம்சிசி கல்லூரி ஹாக்கி அணிகளுக்கு கோவில்பட்டியில் இருந்து கிளம்பிப் போவோம். எங்களுக்கு முன்னே அங்கே படிக்கும் சீனியர்களின் தயவில் அக்கல்லூரிகளில் இடம் வாங்குவோம். இலவச மெஸ், தங்குமிடம், கல்லூரிச் செலவு தருவார்கள்.

அப்படித்தான் குரு அண்ணன் போன்றவர்களும் எம்.சி.சியில் படித்தார்கள். கோவில்பட்டியில் இருந்து சென்னைக் கல்லூரிகளுக்கு எதன் நிமித்தமாகப் படையெடுத்து வந்தார்கள்? இந்திய அணியில் இடம் பெறுவது அல்லது குறைந்தபட்சம் ஸ்போர்ட்ஸ் கோட்டோவில் ஏதாவது வேலையை வாங்கி விடுவது என்பதுதான் எல்லா வருகைகளின் நோக்கமும். அப்படித்தான் குரு அண்ணனும் கிளம்பி வந்தார்.

திருநெல்வேலி விளையாட்டு விடுதியில் இருந்து ராஜா கிளம்பி வந்தான். அவனோடு இணைந்து அவனைப் போலவே சிறு குடும்பங்களில் இருந்து பலர் கிளம்பி வந்தார்கள். அதிகாலை நாலரை மணிக்கு எழுந்து கோவில்பட்டியில் இருந்து எட்டையபுரத்திற்கு ஓட்டம் பிடிக்கிற ராஜாவைப் போலவானவர்களோடுதானே என் வாழ்வும் கடந்தது? அவர்களுக்கு ஹாக்கியைத் தவிர வேறொன்று தெரியாதே, அது இல்லாவிட்டால் என்ன செய்வார்கள் என ஒரு காலத்தில் யோசித்துப் பார்த்திருக்கிறேன். எதிர்கால வாழ்வே அதுவெனக் கருதி ராஜாவைப் போல, எங்களுடைய முன்னோடி குரு அண்ணனைப் போல பலர் முட்டி மோதிக் கொண்டிருந்தோம்.

வெவ்வேறு பகுதிகள், சாதிகள், அது சார்ந்த உட்சண்டைகள் என இதனினூடாக ஹாக்கியும் இருந்தது. கோவில்பட்டி ஹாக்கி என்கிற பெருமிதம் இவர்கள் எல்லோரையும் ஒன்று சேர்த்திருந்தது. கோவில்பட்டியில் ஹாக்கி என ஒன்று மட்டும் இல்லாது போயிருந்தால், சாதிச்சண்டையில் பலர் காணாமல் போயிருந்திருப்பார்கள்.

விடாப்பிடியான பிடிவாதத்தோடு ஹாக்கியைக் கட்டிப்பிடித்ததால்,

கொஞ்ச ஜனம் தப்பித்தது. அதேமாதிரி இந்த ஹாக்கி அவர்களுக்கு எல்லாவற்றையும் தந்தது என்பதையும் மறுக்க முடியாது. குடிசை வீடுகள் பல காங்க்ரீட் வீடுகளாயின ஹாக்கியால். அந்தச் சின்ன ஊரில் தேசிய அளவிலான போட்டிகள் நடக்கும். இந்திய அணியில் விளையாடும் வீரர்களுக்கு, கைலி கட்டி பீடி குடித்தபடி அண்ணன் ஒருத்தர் அட்வைஸ் கொடுத்துக் கொண்டிருப்பார்.

ஹாக்கி ஒரு நரம்பைப் போல கோவில்பட்டியை ஊடுருவி இருந்தது. வண்டி மாடு கட்டிக்கொண்டு போட்டியைக் காண கிராமங்களில் இருந்து கிளம்பி வருவார்கள். உலகின் தலை சிறந்த வீரர்கள் எல்லாம் கல்யாண மண்டபங்களில் ரொட்டி சுட்டு சாப்பிட்டுக் கொண்டிருப்பதைத் தள்ளி நின்று வேடிக்கை பார்ப்போம்.

இந்திய அணியில், மின்சார வாரிய அணியில், ஸ்டேட் பேங்க் அணியில், எம்.ஐ.ஜி பெங்களூர் அணியில், ஊட்டி வெலிங்டன் அணியில்... இப்படிப் பல அணிகளில் விளையாடுவதுதான் எல்லாருடைய கனவும். கோவில்பட்டியில் இருந்து கடைசியாய் நாங்கள் விளையாடிக் கொண்டிருந்த காலத்தில், ஜெகன் அண்ணன் இந்திய அணியில் விளையாடியதாய் நினைவு.

அதற்குப் பின்னே யாரும் வரவில்லை என்றுதான் நினைக்கிறேன். எங்களுடைய பேட்ச்சில் ஹாக்கியை வைத்து யாருமே துலங்கி வரவில்லை. ரஜினி, மாத்தையா, துரை, யுனிவர்சிட்டி முகங்களெல்லாம் கண் முன்னே வருகின்றன. தமிழ்நாட்டில் அரசு வேலை வாய்ப்புத் தடை சட்டம் மாதிரி ஒன்றைத் தொண்ணூறுகளில் கொண்டு வந்த பிறகே விளையாட்டில் தேக்கநிலை வந்தது.

எங்களது காலகட்டத்தில் விளையாடிய தொண்ணூறு சதவீதம் பேருக்கு ஸ்போர்ட்ஸ் கோட்டோவில் வேலை கிடைக்கவில்லை. ராஜா, குரு அண்ணனும் அதில் அடக்கம். இந்திய அணியில் விளையாடியவர்களுக்கு இயல்பாகவே அரசு வேலை கிடைத்து விடும்.

பொதுவாக சர்வதேச போட்டிகள் அஸ்ட்ரோ டர்ப் எனப்படும் செயற்கைப்புல் இலை மைதானத்தில்தான் நடைபெறும். அப்போது சென்னை தவிர்த்த எந்த இடங்களிலும் அந்த மைதானம் கிடையாது. தொண்ணூறுகளில்தான் சென்னை எழும்பூர் ராதாகிருஷ்ணன் ஸ்டேடியத்தில் முதன் முதலில் கொண்டு வரப்பட்டது.

அந்த மைதானத்தில் பயிற்சி எடுக்க வேண்டுமானால், சாய் அணியில் இருக்க வேண்டும். அல்லது சென்னை அலுவலக அணிகள் அல்லது கல்லூரி அணிகளில் விளையாட வேண்டும். அதனாலேயே மண் தரையில் மட்டுமே விளையாடிப் பழக்கப்பட்ட பல திறமைகள் மண்ணோடு மண்ணாயின.

நூறு பேர் விளையாடினால், ஒன்றிரண்டு பேருக்கு மட்டுமே அப்பச்சைப் புல்வெளி மைதானத்தில் விளையாட வாய்ப்புக் கிடைக்கும். ஏக்கத்தோடு அப்பச்சை விரிப்பை கேலரியில் அமர்ந்து பார்த்து விட்டு வர மட்டுமே செய்ய முடியும்.

செயற்கைப் புல்வெளி மைதானத்திலேயே கால்வைக்க முடியாது. பிறகு இந்தியக் கனவுகள் எல்லாம் எந்த மூலைக்கு? வசதிகளை முட்டி மோதிப் பெற முடிந்தவர்கள் மட்டுமே இந்திய அணி நோக்கி நகர்ந்தார்கள். மற்றவர்கள் அவர்களை அண்ணாந்து பார்த்து ஊக்கத்தைப் பெற்றுக் கொண்டார்கள்.

அந்த ஊக்கத்தோடு அரசு வேலை கனவுகளை நோக்கி நகர்ந்தவர்களையும் இந்த அரசாங்கம் கைவிட்டது. பலர் இந்த ஹாக்கி என்கிற மைதானத்தை விட்டு வெறுப்போடு விலகினர். கோவில்பட்டியில் இனி ஹாக்கி தழைக்காது எனச் சிலர் சொன்னதை என் காதாலேயே கேட்டிருக்கிறேன்.

ஸ்டிங்ரே முள்ளைக்கொண்டு நெஞ்சில் குத்தியதைப் போல வலிக்கும் அப்போது. ஆனால் அவர்கள் நினைத்ததற்கு மாறாக கோவில்பட்டி ஹாக்கி பாரம்பரியம் தழைத்து விட்டது என்பதற்கான அடையாளம்தான் மாரீஸ்வரன் இந்திய ஜூனியர் அணி பயிற்சி முகாமில் பங்கெடுத்திருப்பதும்.

அதற்குக் காரணம், எங்களுடைய முன்னோடிகள் ஒன்றுகூடிப் போராடி கோவில்பட்டிக்கு செயற்கை இழை மைதானத்தை நான்கு ஆண்டுகளுக்கு முன்பு கொண்டு வந்து விட்டனர். குரு அண்ணன்தான் இப்போது தூத்துக்குடி மாவட்ட ஹாக்கி சங்கத்தின் செயலாளராக இருக்கிறார். ராஜா இளம் வீரர்களுக்குப் பயிற்சி அளிப்பதைத் தூரத்தில் நின்று புன்னகையோடு பார்த்துக் கொண்டிருந்தேன் ஒருதடவை.

மைதானம் இல்லையென ஏங்கிக்கொண்டிருந்த கூட்டத்திற்கு இவர்கள் எல்லோரும் சேர்ந்து அதைக் கட்டிக்கொண்டு

இழுத்தும் வந்து விட்டனர். அதற்கான முதல் அறுவடைதான் மாரீஸ்வரன். இன்னும் பலர் கிளம்பி வருவார்கள். சென்னை கல்லூரிகளில் படித்தால்தான் தேர்வாளர்களின் பார்வையில் பட முடியும் என்கிற நிலையொன்றும் முன்பு இருந்ததே? ஆனால் கோவில்பட்டியில் இருக்கும் கலைக்கல்லூரி ஒன்றில் படித்தாலும் கவனத்தை ஈர்க்க முடியும் என்ற சூழலை, அந்த ஒற்றை மைதானம் கொண்டு வந்திருக்கிறது. அந்த மைதானத்தில் ஒருகாலத்தில் இதைக் கட்டிக்காத்த சண்முகவேல் பாண்டியன் போன்ற முன்னோடிகள் ஓடுவதைப் போல ஒரு காட்சியும் தெரிகிறது.

ஒட்டுமொத்தமாகவே மைதானத்தைப் பொருத்தவரை எல்லாரும் ஒன்றுதான் அதற்கு. அதை மதிப்பவனை உயரே தூக்கி வைத்து அது அழகு பார்க்கிறது. அந்த மைதானத்தில் எனக்குக் கற்பித்த அண்ணன்கள் சிவனேசன், குமார், சுகுமார், நடராசன் என இன்னும் பலர் இப்போது நினைவிற்கு வருகிறார்கள். இங்கே பெயர் சுட்டாத எல்லோரையுமே மைதானத்தில் வைத்து இன்னொரு தடவை பார்க்க வேண்டும் போல இருக்கிறது.

சந்தோஷத்துடன் குரு அண்ணனிடம் பேசிய போது, "ஆமா சரவணா. இனிமே நிலைமை மாறிடும். நம்ம பசங்களும் இனிமே இந்திய அணில இருப்பாங்க. அசோஷியேசனும் நல்லா சப்போர்ட் செய்யுது. சேகர் ஜே மனோகரன் சாரும் ஊக்கம் குடுத்து நிறைய ஹெல்ப்பும் பண்றாரு" என்றார் அகம் மகிழ்ந்து.

இந்த நேரத்தில் கோவில்பட்டியில் இருந்தால் நன்றாக இருக்கும் எனத் தோன்றுகிறது. பார்பி நாவலின் நாயகனே மாரீஸ்வரனும். எங்களது ஒவ்வொருவரின் கனவான நீல நிற ஜெர்ஸியை நெஞ்சில் ஏந்துகிறவனல்லவா அவன்? இது கந்தகம் தகிக்கிற ஒரு மண்ணின் கதை. செண்பகவல்லியம்மன் தேரோடும் வீதியில் மட்டைகளோடு, வாழ்வை மேல் நோக்கி உந்தித்தள்ள துடித்தலைகிறது ஒருகூட்டம். வேண்டுதல்களோடு ஊர்கூடித் தேர் இழுக்கிறவர்களின் கதை இது!

11

விளக்கின் மஞ்சளொளி!

இங்கே என் வசிப்பிடத்திற்குப் பக்கத்தில் இருந்து இந்தக் கதையைத் துவங்குகிறேன். பானைச் சோற்றிற்கு ஒரு அரிசிமணி பதம். இதே மாதிரிதானே எல்லா இடங்களிலும் மரங்களும் கொடிகளும் இருக்கப் போகின்றன?

ஊருக்கு வெளியே அமைந்திருக்கிற எங்களுடைய தோட்டத்துத் தடத்தை விட்டு இறங்கினால், ஒரு காட்டு ஓடை. அந்த ஓடையைச் சுற்றிப் பத்துப் பதினைந்து தோட்டங்கள் இருக்கின்றன. அந்த ஓடையை இணைக்கிற பதினைந்து அடி அகல மண்சாலையில்தான் டிராக்டர் உள்ளிட்ட எல்லா போக்குவரத்தும். பெரும்பாலும் உர மூட்டைகளும் தானியங்களும் இங்கும் அங்குமென அச்சாலையில் நடமாடிக் கொண்டே இருக்கும். வளைவில் திரும்புகிற போதுதான் யார் வருகிறார்கள் என மண்சாலையில் இருப்பவர்களுக்கே தெரியும்.

அதனாலும் அந்த மண்சாலை, அக்கிராமத்தில் உள்ள பலரால், திறந்தவெளி கழிப்பிடமாகவும் பயன்படுத்தப்பட்டு வருகிறது. சாலையை விட்டுப் பிரியும் இடத்தில் இளம் தம்பதியொன்று அவர்களுடைய சிறு பையனோடு வசிக்கிறார்கள். அந்தப் பெண் முழு மஞ்சள் அப்பிய கரிய முகத்தில் இருக்கிற வெண்விழிகளை உருட்டி பரிதாபமாகப் பார்ப்பார்.

சமையல் தொழிலில் இருக்கும் அந்தப் பெண்ணின் கணவர் ஓரளவிற்கு சம்பாதிக்கக் கூடியவரே. நல்ல இருசக்கர வாகனம் வைத்திருக்கிறார். காலை வேளையில் அந்த வண்டியைச் சாலையில் நிறுத்தி விட்டு, அதற்குப் பின்னால் அமர்ந்து இயற்கை உபாதையைக் கழிப்பார்.

அந்த இடத்தை கடக்கும் போது, தர்மசங்கடமாக எழுந்து நிற்பார். பத்து ஆட்கள் கடந்தால் பத்து தடவை எழுந்து நிற்க வேண்டும். யோசித்துப் பாருங்கள். சமீபத்தில் போன போது அவர் எழுந்து நிற்கவில்லை. ஏனெனில் அதற்குப் பழகி விட்டார். இப்போதெல்லாம் தலையைக் குனிந்து கொண்டு போன் பேசுகிற உத்தியைக் கைக்கொண்டு விட்டார்கள்.

காரணம், பிறரைப் போலவே அவர் வீட்டிலும் கழிவறை இல்லை. கழிவறை அமைக்க இடம் இல்லை என்று சொல்லவில்லை. தண்ணீர் இல்லையென காரணம் சொல்வார்கள். ஆனால் எந்நேரமும் மண் சாலையில் நீர் ஊறுகிற மாதிரி நனைத்து எருமை மாடுகளைக் குளிப்பாட்டிக் கொண்டிருப்பார்கள். வீட்டுவாசலில் நிற்கும் இரண்டு பப்பாளி மரங்களை அப்புறப்படுத்தினால், அந்த இடத்தில் நல்ல கழிவறையே கட்டி விட முடியும். நம்மால் முடியாவிட்டாலும், கழிவறை அமைக்க உதவுகிற விஷயத்தில் எந்த அரசையும் குறை சொல்ல மாட்டேன் எப்போதும்.

நிர்மல் புரஸ்கார் விருது சம்பந்தமான தகவல்களுக்காக அந்த துறைக்குப் போயிருக்கிறேன். கையைப் பிடித்து இழுக்காத குறையாய் கழிவறை கட்ட காசு தருகிறார்கள். ஆனாலும் ஏன் செய்யவில்லை? அவருடைய மனைவி ஊர் விட்டு வந்த தேன்சிட்டுக் குருவியைப் போலப் படபடத்துத் தட்டலைவதைப் பார்த்திருக்கிறேன். அவருமே பார்த்திருந்தும் அதுகுறித்து எண்ணாமல் ஏனிருக்கிறார்?

சிலநேரங்களில் இரவுகளில் எங்களுடைய தடத்தின் மறைவில் நின்று, நீண்ட நேரம் ஹார்ன் அடித்த பிறகே அந்த சாலைக்குள் நுழைவேன். ஹெட்லைட்டை அணைத்து விடுவேன். இப்போதெல்லாம் இரவு வெளியே போவதைக்கூடச் சுருக்கிக் கொண்டேன். இதனைச் சொல்லியெல்லாம் விளங்க வைக்க முடியாது.

விளக்கின் மஞ்சள் வெளிச்சத்தில் ஒருசில நேரம் கலங்கிய விழிகள்கூடத் தெரியும். வெட்கமும் அவமானமும், நித்தமும் கோருகிற அன்றாட வெளிப்பாடுகள். இரவே இந்தக் கதியென்றால்,

பகல் வேளைகளில் என்ன செய்வார்கள்? யோசிக்கவே துயரமாக இருக்கிறது.

நான் இங்கே வந்த புதிதில் பள்ளி, கல்லூரி சிறுமிகள் இருவர்கூட மண்சாலையில் நடை போட்டார்கள். ஆனால் அவர்களுடைய அப்பா திடீரென சாந்து சட்டியோடு வீட்டுவாசலில் நின்றிருந்தார் ஒருநாள். நான் புரிந்து கொண்டேன். அந்தப் பெண் பிள்ளைகள்கூட நன்றியோடு சிரிப்பதாய்த் தோன்றும் சிலநேரம்.

அந்த இளம் கணவனுக்கு மட்டும் ஏன் அந்த உணர்வு வரவில்லை? அவரைப் பார்க்கும் போதெல்லாம் இந்தக் கேள்வியை வீச நினைப்பேன். கொலைபாதகச் சண்டை வந்துவிடும் என்பதால் அமைதியாகி விடுவேன். தவிர ஒருத்தர் மட்டுமா இந்தக் கேள்விக்குச் சொந்தக்காரர்?ஆனால் அழைத்துப் பேசிப் பாருங்கள்.

ஏழு தலைமுறை கதைகளைப் பெருமையாகச் சொல்லுவார்கள். "அப்டீத்தான் சின்ன வயசில எங்க அப்பத்தா வெளிக்குப் போறப்ப கைத்தண்டிக்கு ஒரு பெரிய நாகப்பாம்பு வந்திருக்கு. இவ அதை ஒரு கையாலயே பிடிச்சு தூரப் போட்டுட்டு அவ பாட்டுக்கு குத்த வச்சிக்கிட்டாளாம் மறுபடியும். பால் கறக்க அந்த வழியா போன கோனாரு பார்த்திட்டு வந்து சொன்னார். என்ன இருந்தாலும் அவ மங்கம்மா பரம்பரைல. என்ன சொல்றீங்க" எனப் பெருமையை எச்சில் வழியப் பேசிக் கொண்டிருப்பார்கள்.

"ஆமா பால் கறக்கப் போனவர் அதை எதுக்கு பாக்காறு" எனக் கேள்வி கேட்டு விட முடியாது. அவர்களின் பாரம்பரியத்திற்கு பங்கம் வந்து விடும். நெடுஞ்சாலைகளில் காரோட்டிப் போனால் தெரியும். எத்தனை பாரம்பரியங்கள் கூனிக் கூசி எழுந்து நிற்கின்றன என.

எல்லோருக்கும் கழிப்பறை என்பதே இலக்கு என்பதை எல்லாம் விட்டுத் தள்ளுங்கள். அதுதான் செல்போனை நோண்டிக் கொண்டே தலையைக் குனிந்து கொள்ள ஒருதரப்பு தயாராகவே இருக்கிறதே? இன்னொரு தரப்பு வேதனையை எப்போது புரிந்து கொள்வார்கள்?

இது ஏதோ நெடுஞ்சாலைக்குப் பக்கத்தில் இருக்கிற இருளடர்ந்த கிராமத்திற்கு மட்டும் அல்ல. நகரத்தில் அது வேறுமாதிரியாக இருக்கிறது. எங்களுடைய கடை வாசலில் சேல்ஸ் பணியில் இருக்கும் பெண்கள் தயங்கி நிற்கும் காட்சிகளைப் பார்த்திருக்கிறேன்.

"அவசர ஆத்திரத்துக்குன்னு கைல ஒரு நூறு ரூவா வச்சிருக்கேன்.

சட்டுனு ஏதாச்சும் ஹோட்டல்ல நுழைஞ்சு ஒரு காபி குடிக்கிற மாதிரி போயிட்டு வந்திருவேன்" எனச் சங்கடத்துடன் சொன்ன குரலையும் கேட்டிருக்கிறேன்.

ஒரு சின்ன கேள்வி. பல்லாயிரம் கோடி ரூபாய்களை வயிற்றில் ஏந்தி படுத்துக் கிடக்கிறதே அண்ணா சாலை? அந்த நெடிய சாலையில் உச்சி வெயிலில் நடக்கும் சேல்ஸ் பெண்ணிற்கு அவசர உந்துதல் ஏற்பட்டால் என்ன செய்வார்? இதுமாதிரி எல்லா நகரங்களையும் பொருத்திப் புரிந்து கொள்ளுங்கள்.

இருக்கிற பெண்கள் கழிவறையும், பொறுப்பற்றவர்கள் கூடி அமர்ந்து பீடி வளித்துப் போடும் இடங்களாக இருக்கின்றன. சிறு நகரங்களில் உள்ளே இருந்து காறித் துப்புகிற சத்தத்துடன் மாடு சாடைக்குச் செம்போடு ஒரு ஆள் வெளியே வருவான். அந்தக் காலத்து மோட்டல்களை எல்லாம் பார்த்திருந்தால் தெரியும் சங்கதி.

தொலைக்காட்சியில் இதுசம்பந்தமாக நிகழ்ச்சி செய்யத் திட்டமிட்டு சுற்றியலைந்தபோது, இந்த கழிவறைச் சிக்கல்கள் ஒன்றுகூடி துயரம் தோய்ந்த நெடியாய் மாறி முகத்தில் அறைந்தது. பெரிய நிறுவனங்களை அணுகி அவர்கள் பெயர் பொறித்த நடமாடும் கழிவறைகளை ஆங்காங்கே நிறுவத் திட்டமிட்டோம். இப்போது எண்ணிக்கையில் குறைவு என்றாலும் சில இடங்களில் தென்படத் துவங்கியிருப்பதையும் குறிப்பிட வேண்டும்.

நிறைய இளம் பெண்கள் ஆர்வமாக முன்வந்து அந்த முன்முயற்சியில் இணைந்து பணியாற்றினார்கள். ஏனோ அந்தத் திட்டம் மேற்கொண்டு நகரவில்லை. உங்களது பெயரில் செய்யுங்கள், பெண்கள் மத்தியில் நன்மதிப்பு வருமென ஒரு கட்சி தலைமைக்கு நெருக்கமானவர்கள் சிலரிடம் சொல்லக் கூடச் செய்தேன். இதுபற்றிய தகவல்களை வைத்து இளம் நடிகை ஒருத்தரிடம் ஒருதடவை பேசிக் கொண்டிருந்தேன். "அட நீங்க வேற. வெளிநாட்டு ஏர்போர்ட்ல இருக்க லேடீஸ் ரெஸ்ட் ரூமுக்கும் இந்திய ஏர்போர்ட்ல இருக்கறதுக்குமே நிறைய வேறுபாடு இருக்கும். இதில நீங்க ரோட்டில இருக்கறத சொல்றீங்க" என்றார்.

எவ்வளவு நுணுக்கமான சித்தரிப்பு? யாரை நோக்கி கைகாட்டுவது? ஒட்டுமொத்த சமூகத்திற்குமே இதுசம்பந்தமான அக்கறை இல்லை என்பதை நிறுவ விஷயங்கள் இல்லையா, என்ன? அரசாங்கத்திடம் இதையெல்லாம் கோரிக்கையாக வைத்துக் கட்டுரையை முடிக்க

வேண்டுமா? அயர்ச்சியாக இல்லையா?

கழிவறை போகாமல், ஒத்திப் போடுவதால் எவ்வளவு உடல் பிரச்சினைகள் வருகின்றன என்பதை யாராவது ஒரு மருத்துவரிடம் கேளுங்கள். எப்போது பார்த்தாலும் நெஞ்சை பிராண்டுவதைப் போல எல்லாவற்றையும் விளக்கிக் கொண்டிருக்க வேண்டுமா?

தேவை, ஒரு பார்வை மாற்றம். என்னுடைய பூனைகளைப் பார்த்திருக்கிறேன். மென்சிறு கால்களால், இயற்கை உபாதைக்கு முன் குழி பறிக்கின்றன. பிறகு பொறுப்பாய் அதை மூடுகின்றன. பூனைகளிடம் கற்பது என அபாண்டமாகவெல்லாம் பேச மாட்டேன். நானுமே இக்கூட்டத்தில் ஒருவன்தானே?

உன்னைப் போல ஒருவனென சுவற்றோரத்தில் ஒதுங்குகிறவர்களும் இதில் முறைப்பாடு செய்யக் கடமை இருக்கிறது. ஒழுங்கான முறையான கழிவறையே இன்னும் பாதிக் கூட்டத்திற்கு இல்லையாம். ஆனால் ஏதோ உலகத்தையே கட்டித் தூக்கி வந்து நெட்டி முறிப்பதைப் போல ஒரு பேச்சு. காந்தியின் தத்துவத்தில் இன்னும் கழிப்பறையை விட்டே மேலேறி வரவில்லை. "நீ எங்க விட்டுட்டு போனியோ அங்கேயேதான் நிக்கோம்" என முனக வேண்டியிருக்கிறது ராமைப் போல.

என்னுடைய பேராசிரியர் ஒருத்தர் சொன்ன மேற்கோள் ஞாபகத்திற்கு வருகிறது. "நல்ல வீடென்பது நல்ல நூலகமும் கழிவறையும் கொண்டது". இங்கே ரெண்டுமே இல்லை. இரண்டிற்கும் நமக்கும் ரொம்பவே தூரம் என்பதைப் போலக் குறுக்காக விரிந்து கிடக்கிறது ஒரு மண்சாலை. அங்கே ஒன்றரை இலட்சம் ரூபாய் மதிப்பிலான இருசக்கர வாகனம் ஒன்று குந்திச் சிரிக்கிறது. அதன் நிறமும் மஞ்சள்!

12

ஒவ்வொரு அணைப்பிலும்!

கல்லூரியில் என்னோடு படித்த நண்பன் தேவராஜ் அப்போது ஒரு கவிதை எழுதியிருந்தான். முழுக் கவிதையும் இப்போது நினைவில் இல்லை. ஆனால் அதில் உள்ள ஒரு உருவகம் மட்டும் இன்றும் மனதில் தங்கி விட்டது. "மின்மினிகளின் சுவடு மோப்பித்து, ஒளி யாசிக்கும் விட்டில்களாய். அதன் ஒவ்வொரு அணைப்பிலும் இதன் சுவாசம் திக்குமுக்காடிச் செல்லும்" என்கிற மாதிரி அதன் வரிகள் அமைந்திருக்கும்.

மின்மினிக்களின் ஒளியைக் குடித்தா விட்டில் உயிர்வாழ்கிறது? அது ஒளியை அணைக்கும் போது இதற்கு மூச்சு முட்டுமா? என்றெல்லாம் கேட்கக் கூடாது. இன்னொரு ஒளியின் அணைப்பில்தான் நம் மூச்சுக்காற்று சுழல்கிறது என்பதை வேறொரு தளத்தில் நம்புவதால், அவ்வுருவகம் மனதில் தங்கி விட்டது. தனி வாழ்வில் இப்படியான மின்மினிகளோடு வாழ்பவர்களுக்கு இதன் அர்த்தமும் புரியும்.

அடிக்கடி பல்வேறு சூழல்களில் பொருத்தி இவ்வரிகளை நானும் புரிந்து கொள்வேன். கடந்த சில நாட்களாகவே வணிகம் குறித்துப் பல்வேறு நண்பர்களிடம் பேசிக் கொண்டிருந்தேன். அப்போதும் இவ்வரிகளை நினைத்துக் கொண்டேன்.

கடந்த வாரம் தோழியொருத்தி அழைத்து, எங்களுடைய பகுதியில்

மூடப்பட்ட கடைகளின் பெயரை வரிசையாக அடுக்கினாள். கேட்கக்கேட்க துயரமாக இருந்தது. வழக்கமாய் போய் சாப்பிடும் பிரியாணி கடையில் துவங்கி, பல்வேறு கடைகள் மூடப்பட்டிருந்தன. அதன் கல்லா துவங்கி சமையலறை வரை பார்த்த முகங்கள் நினைவிற்கு வந்தன.

சீட்டுக்கட்டுகள் மளமளவென சரிவதற்குப் பின் இருக்கிற அடிப்படையை ஏற்கனவே புரிந்து வைத்திருந்தேன். இப்போது வணிக நிறுவனங்களை அழுத்துகிற மிகப் பெரிய பிரச்சினை வாடகை. எங்களுடைய கடையையே எடுத்துக் கொண்டாலும், எங்களுடைய உரிமையாளர் பத்து நாள் வாடகையைக்கூட விட்டுத் தர மறுத்து விட்டார். இத்தனைக்கும் அவர்கள் பாரம்பரியமான வணிகக் குடும்பம்.

இன்னொரு கோணத்தில், அதன் மூன்றாம் தலைமுறைக்கு வாடகையை விட்டுத்தராதது சம்பந்தமாய் மெல்லிய குற்றவுணர்வு இருப்பதைப் பார்த்த போது மகிழ்ச்சியாக இருந்தது. "எங்கப்பாதான் விட மாட்டேங்குறாரு" எனத் தயங்கிச் சொன்னார்கள். வாடகை என்று வரும் போது, ஆயிரம் பத்தாயிரம் என எல்லாமும் ஒரே மாதிரிதான் நடந்து கொள்கின்றன.

கொரோனாவிற்கு முந்தைய காலத்திலேயே பல நிறுவனங்களுக்கு அது அதிகப்படியான வாடகைதான். நிறுவனங்களின் நாற்பது சதவீதத் தொகை வாடகையாகவே போகிறது. பெசண்ட்நகரில் கடந்த பத்தாண்டுகளில் வந்து போன கடைகளை மட்டும் சர்வே செய்து பாருங்கள். நான்கு பேர் சேர்ந்து துவங்கிய சின்ன ஹோட்டலாகட்டும், மிகப் பெரிய ப்ராண்ட் ஆன சப்வே ஆகட்டும்.

அங்கே தாக்குப் பிடிக்க முடியாது. ஆளானப்பட்ட மஸ்த் கலந்தர் ஹோட்டலே ஓடிவிட்டது. ஏனெனில் மிதமிஞ்சிய வாடகை அரக்கன் கடற்கரையில் நாற்காலி போட்டு அமர்ந்திருக்கிறான். தெற்கில் புகழ்பெற்ற அசைவ உணவகத்தின் உரிமையாளர் எனக்கு நண்பர். சென்னையில் கிளை திறக்க இடம் பார்த்துத் தர வேண்டுமென முன்பு அழைத்திருந்தார்.

"வாடகை குடுத்து கட்டுப்படியாகாதுண்ணே" என எச்சரித்தேன். அதைமீறி வந்து சில இலட்சங்கள் வாடகையில் மிகப் பெரிய இடத்தை எடுத்துப் போட்டு ஆரம்பித்தார்கள். இரண்டு வருடத்தில் மூச்சு முட்டி விட்டது. வாடகையே கோடியைத் தொட்டு விட்டது.

மூட்டை முடிச்சுகளைக் கட்டிக் கொண்டு தெற்கேயே திரும்பிப் போனார்கள்.

இன்னொரு நண்பர் ஒருத்தரின் இடத்தில், தேவையற்ற செலவுகளோடு பிரம்மாண்டமாய் ஒரு ஹோட்டல் மேற்கிலிருந்து வந்தது. அட்வான்ஸ் தொகையெல்லாம் கழிந்து, இனி தர ஒன்றுமில்லை எனச் சொல்லி கடையை அப்படியே போட்டு விட்டுப் போய் விட்டனர். அதை உடைத்து எறிய வேண்டும். இல்லாவிட்டால் வேறு யாருக்காவது கைமாற்ற வேண்டும். பொருட்களின் மீது எப்படிக் கைவைப்பது? சட்டரீதியிலான பிரச்சினையை எப்படிக் கையாள்வது? என இருதரப்புமே விழி பிதுங்கி நிற்பதை நெருக்கத்தில் இருந்து பார்த்துக் கொண்டிருக்கிறேன்.

சின்ன நிறுவனம், பெரிய நிறுவனம் என்றில்லாமல், எல்லோருமே வாடகை என்கிற, சுழற்றி எறிகிற அலைக்குள் சிக்கி உதட்டைத் தாண்டி பற்களில் மண்பட புரண்டு கொண்டிருக்கின்றனர். மறுபடியும் சொல்கிறேன், கொரோனா காலத்துக்கு முன்பே இதுதான் நிலைமை. இப்போது யோசித்துப் பாருங்கள்.

ஒன்றன் பின் ஒன்றாக பலூன்கள், மிகையான அழுத்தம் தாளாமல் வெடிப்பதை இனி அமைதியாகப் பார்த்துக் கொண்டிருக்க வேண்டும். இனி எதிர்காலத்தில் வாடகை குறையும்தான். இப்போது ஏற்கனவே இருப்பவர்களுக்கு அது குறையாது. ஆனால் அதற்கு முன் அது பலபேரை ஈவு இரக்கமில்லாமல் போட்டுத் தள்ளியிருக்கும். இன்னொரு தரப்பு நியாயமான, மாத வாடகையை வாங்கி லோன் கட்டுபவர்களின் சிக்கலும் கணக்கில் கொள்ளத்தக்கதுதான்.

தவிர நான் வாடகைக்கு விட்டிருந்தால், இப்படியெல்லாம் நீட்டி முழக்கிக் கொண்டிருப்பேனா என்கிற சுயபரிசோதனையையும் செய்கிறேன். ஆக மொத்தத்தில், திக்குமுக்காடுகிற நிலைதான் வணிகத்திற்கு. எப்போது விடியும்? யாருக்கும் தெரியாது.

அலிபாபா நிறுவனரோ அல்லது வேறு யாரோ சொன்னதைப் படித்தேன். "இது உயிர் பிழைத்திருப்பதற்கான நேரம்தான்". அது வணிகத்திற்குமே நன்றாகப் பொருந்தும். என் கடை தம்பியுடன் இது குறித்து நீண்ட நேரம் பேசிக் கொண்டிருந்தேன்.

அடிப்படைக் கேள்வி. தாக்குப் பிடிப்பது எப்படி? கஸ்டமர்களை கையைப் பிடித்தெல்லாம் அழைக்க முடியாது. அவர்கள் வருகிற

நேரத்தில்தான் வருவார்கள். பிறகு என்ன செய்யலாம்? கடையில் அதுவரை செய்து வந்த செலவினங்களைக் குறைப்பது. ஆட்களையும் பணியில் இருந்து விடுவிக்காமல் இதைச் செய்வது எப்படி எனப் பேசிக் கொண்டிருந்தோம்.

"செலவுக் குறைப்புங்கறது ரத்தத்தில ஊறியிருக்கணும் தம்பி. இல்லாட்டி நாலு நாள் பண்ணுவோம். அப்புறம் அது மறுபடியும் வேதாளம் மாதிரி முருங்கை மரம் ஏறிடும். தேவையில்லாம லைட் எரியுதா, பெட்ரோல் செலவாகுதா? ஐஸை வீணடிக்கிறோமா? மார்கெட்ல தேவையில்லாத செலவு வருதா? மீன் பர்ச்சேஷிங்ல எவ்வளவு குறைக்க முடியும். நைட்டு எல்லா பக்கமும் வெளிச்சமா இருக்கறதுக்கு எதுக்கு போர்ட் லைட். வெறும் ஹோம் டெலிவரிதான் குடுக்கறோம். அப்புறம் பகல் பூரா எதுக்கு உள்ளே லைட் எரியுது. ஒளிவெள்ளத்தில மிதக்க, இதென்ன சினிமா தியேட்டரா. நகைக்கடையா. இப்படி ஒவ்வொண்ணா நுணுக்கமா பார்த்தா ரெண்டாள் சம்பளத்தை கையில் எடுத்திரலாம். மொத்தத்தில நீ பேட்டிங் பண்ணி சிக்ஸ் அடிக்காட்டியும் பரவாயில்லை. ஜாண்டி ரோட்ச மாதிரி ஒரு முப்பது ரன்னை தடுத்துக் குடு. அதுபோதும்" என்றெல்லாம் சொல்லிக் கொண்டிருந்தேன். அது சம்பந்தமான அவனுடைய யோசனைகளையும் சொன்னான்.

கீழிலிருந்து மேல் வரை இப்படியான உரையாடல்கள் தாக்குப் பிடித்து நிற்கும் வணிக நிறுவனங்களுக்குள்ளாக ஏற்கனவே நிகழத் துவங்கி விட்டன. விளம்பரங்களை எல்லாம் பார்க்கிறேன். காலைப் பிடித்துக் கெஞ்சவில்லையே தவிர, ஆன மட்டுக்கும் எல்லாம் செய்து தாஜா செய்கிறார்கள்.

புடவையை வாட்ஸ் அப்பிலேயே காட்டுகிறோம் என்றெல்லாம் இறங்கி வந்திருக்கிறோம். யோசித்துப் பாருங்கள். "ஏலே சவுட்டு மூதி அந்த மயில் டிசைன் பக்கத்த ஜூம் பண்ணி காட்டுல" என சென்னையில் செட்டிலான தெக்கத்தி பாட்டி அழிச்சாட்டியம் செய்யும். யெஸ் மேடம் செஞ்சிட்டா போச்சு, என பவ்யமாய் பதில் சொல்ல வேண்டும். படியளக்கிற பகவான்கள் வருகையில் பல்டி அடித்தாலும் தகும்.

தவிர, வாடகை மற்றும் உள் செலவுகள் என்பதைத் தாண்டி, இப்போது பாதுகாப்பிற்கான செலவினங்களும் புதிதாய் வந்து கணக்கு நோட்டில் ஏறியிருக்கின்றன. மொத்தத்தில் இது மீண்டு

வருவதற்கான காலம். அதையொரு உத்தியாய் கருதி, செலவினங்கள் மீது பார்வையை வைப்பதைத் தவிர வேறு வழியே இல்லை. தன் கைப்பணத்தைக் காக்கிற கடைசி அஸ்திரம். அதை ஏவுகிற லாவகத்தில்தான் எல்லாமும் அடங்கியிருக்கிறது.

தாக்குப் பிடித்து நின்று விட்டால், மின்மினிகள் கூடி ஒளி பாய்ச்சுகிற காலமும் வரும் என்கிற நம்பிக்கை இருக்கிறது. அதையெல்லாம் ஏற்கனவே பார்த்திருக்கிறோம்தானே? அதன் ஒவ்வொரு அணைப்பிலும்...

13

கேரை!

மருந்துகள் அதன் விளைவுகள் பற்றியெல்லாம் தொடர்ச்சியாகப் பின்பற்றி வரும் நண்பர் ஒருத்தர் திடீரென அழைத்து, "நீங்க கட்டாயம் விட்டமின் டி மாத்திரைகள் எடுத்துக் கொள்ள வேண்டும். ஏனெனில் அது ஓரளவு கொரானா பரவலுக்கு எதிராகச் செயல்படுகிறது என்று சொல்கிறார்கள்" என்றார்.

"ஏங்க தினமும் சூரியன் எழறதே என் வெற்று உடம்பில சுள்ளுன்னு அடிக்கத்தான். நாள் முழுக்க என் மேல பட்டு கருவாடாக்காம விடாது. ஊரே வந்து குத்தவச்சு அள்ளிட்டுப் போற மாதிரி விட்டமின் டி இந்நேரம் என் உடம்பில குவிஞ்சிருக்கும்" என்றேன் சிரித்துக் கொண்டே.

தொலைபேசியை அணைத்த பிறகு, சூரிய ஒளியைத்தாண்டி என்னென்ன உணவுப் பொருட்களில் எல்லாம் விட்டமின் டி இருக்கும் என யோசித்தேன். சட்டென எனக்கு கேரை மீன்தான் நினைவிற்கு வந்தது. அதற்காக சைவ உணவுப் பழக்கம் கொண்டோர், நாங்கள் என்ன தக்காளித் தொக்கா என்பீர்கள்.

எனக்குத் தெரிந்து சோயா, காளான் உள்ளிட்டவைகளிலும் விட்டமின் டி இருக்கிறது. ஆனால் லாஜிக்காக ஒரு கேள்வி கேட்கிறேன். சோயாவையும் காளானையும் எதையாவது தெளித்து

வளர்த்துவிட முடியும். ஆனால் கேரை மீனை வளர்க்க முடியுமா, சொல்லுங்கள். அதனால்தான் இது அசைவ விவரிப்பாகவும் ஆகி விட்டது. பொறுத்துக் கொள்ளுங்கள். இதன் மகத்துவத்தைக் கேட்டு விட்டு, ஆதரவாளராக மாறினாலும் எதற்கு எப்படியோ, ஆனால் உடலிற்கு நல்லது.

கேரை மீனைப் பற்றி யோசிக்கத் துவங்கியவுடன் உடனே சாப்பிட வேண்டும் எனத் தோன்றியது. பழனி மீன் சந்தையில் கிடைக்காது என்று தெரிந்தும் சும்மா தேடிப் போனேன். டேபிள் முழுக்க அணை மீன்கள் மட்டுமே கொட்டிக் கிடந்தன. அதிகம் போனால் அவை தம்வாழ்வில் ஐம்பதடி ஆழம் பார்த்திருக்குமா?

நம்ம ஆள் கேரை ஆழ்கடலில் மட்டுமே வாசம் புரிபவை. ஏணி வைத்தாலும் எட்டுமா? “என்னண்ணே தேடறீங்க. என்னது கேரையா. அதாண்ணே இது” என சப்பையாய்க் கிடந்த மீனொன்றைத் தொட்டுக் காட்டினார். அதன் பெயரைக் கூட எனக்குக் கேட்கப் பிடிக்கவில்லை. குழம்பு வைத்தால் கொழகொழவென்று மண்வாடையோடு இருக்கும்.

கண்மாய்க் கெளுத்தியின் மண்வாசனையைப் போல அல்ல அது. கெளுத்தியைஎல்லாம் அதனோடு ஒப்புமைப்படுத்துகிற என் நாக்கில் தீயைத்தான் கொளுத்த வேண்டும். அந்த வளர்ப்புப் பிராணி தொந்தரவுபடுத்துகிற மண்வாசத்தை மட்டுமல்லாமல் நாக்கு நுனியில் கசப்பான ருசியையும் தருவதைக் கவனித்தேன். அதன் பிறகு அதை வாங்குவதை நிறுத்திக் கொண்டேன்.

அந்த மீனை போன வாரம் போன போது, வாவ்வல் என்றார் அதே கடைக்காரர். எனக்கு மீன் பற்றி ஒன்றுமே தெரியாது என்பது அவரது நம்பிக்கை. அதைக் கெடுக்காமல் நானும் நடித்துக் கொள்வேன். ஒருதடவை சென்னை ஒயின் ஷாப்புகளில் விற்கப்படும் தும்பிலி மீனைக் காட்டி, கிழங்கான் மீன் என்றார். அது சென்னையில் சீப்பட்டு கிடக்கும். பாம்பைப் போல தடித்துக் கருத்திருக்கும்.

இதைப் போய் எப்படி மஞ்சள் கிழங்கானுடனும் தொண்டி ஸ்பெஷல் அயிட்டம் வெள்ளைக் கிழங்கானுடனும் ஒப்பிட்டார்? என வருத்தமாக இருந்தது. எனக்கு இந்த வளர்ப்பு வகைகள் என்றாலே ஆகாது. ஆனால் வேறு வழி இல்லாததால் கட்லாவை மட்டும் ஒத்துக் கொண்டு விட்டேன்.

அதிலும் பொள்ளாச்சி சுங்கத்தில் இருக்கிற அந்த மீன் கடையில் கட்லா சாப்பிட்ட பிறகே கூடுதலாகப் பிடித்து விட்டது. ஒருமுறை போய் சாப்பிட்டுப் பாருங்கள். நானே உண்மையில் கொடுவா என்று நினைத்து விட்டேன். அதிக முட்கள் நிறைந்த கட்லாவை வெட்டுவதில் இருக்கிறது சேதி. அந்த உணவகத்தில் நிறைவாகச் செய்திருந்தார்கள்.

அந்த வகையில் கட்லா மட்டுமே எனக்கு கைகொடுத்துக் கொண்டிருக்கிறது. அதை வாங்கிக் கொண்டு வந்து கேரையின் ஏக்கத்தைத் தணித்தேன். சிறுவயதில் தேனி வைகைப் பாசனத்தில் இருந்தவன். ரியல் ஜிலேபி கெண்டையைத் தூண்டில் போட்டுச் சுட்டும் குழம்பு வைத்தும் தின்றவன். என்னிடம் வந்து உடல் முழுக்க வெண்புள்ளிகள் கொண்ட திலேப்பியா மீனைக் காட்டி அசல் கெண்டைண்ணே என்று சொன்னால் எப்படி இருக்கும்? கேரளாக்காரர்களிடம் இதைக் காட்டி, கறீமீன் என்பார்கள்.

நம்மைவிட கடலுணவில் அவர்கள் கில்லி என்பதால் முகத்தில் துப்பப் போய் விடுவார்கள். "ஏம்ப்பா தகடு. காயல் என்னும் முகத்துவாரத்தில் வளர்கிற கறீமீனும் இதுவும் ஒண்ணா" எனச் சேட்டன்கள் குமுறி விடுவார்கள். பிறகு, இலையில் மடித்து வேக வைத்து, பொழிச்சது என்று சொல்லித் தின்று கொண்டிருக்கிறார்கள் இல்லையா?

எதற்காக இதையெல்லாம் சுற்றி வளைத்துச் சொல்ல வேண்டி இருக்கிறது என்றால், கடல் இல்லாத உள் மற்றும் மேற்கு மாவட்டத்துக்காரர்கள் பாவம். இந்த அண்ணன்கள் சொல்கிற கெண்டைகளையும் வாவ்வல்களையும் மட்டுமே தின்றாக வேண்டியிருக்கிறது. பழனியில் விரால் மீன்கூட கிடைப்பதில்லை. இந்த லட்சணத்தில் அயிரை மீனை எங்கே போய்த் தேட?

கடல்புறம் தவிர்த்த மாவட்டக்காரர்களின் மீன் உணவுப் பழக்கம் இப்படித்தான் இருக்கிறது. அவர்களும் என்ன செய்வார்கள்? வைத்துக் கொண்டா வஞ்சகம் செய்கிறார்கள்? தவிர 180 ரூபாய்க்கு அதுதான் கிடைக்கும். கடல் மீன் விலையைக் கேட்டால் தலை சுற்றி விழுந்து விடுவார்கள். இன்றைய தேதியில், அதுவும் புரட்டாசியிலேயே, வஞ்சிர மீனின் விலை கிலோ ஆயிரத்து நூறு ரூபாய். புரட்டாசி முடியட்டும், இரண்டாயிரத்தைத் தொடுகிறதா? இல்லையா பாருங்கள்?

ஆனால் பாருங்கள், நான் சொல்லப் போகிற கேரையின் இன்றைய விலை கிலோ நூற்றுப் பத்துதான். என் இத்தனை ஆண்டு கால மீன் பழக்கத்தில், முதன்மையானது என்று சொன்னால் இதைத்தான் சொல்வேன். கேரள மக்கள் இதை ஏழைகளின் வஞ்சிரம் என்பார்கள். அங்குள்ள ஒயின் ஷாப்புகளில் போய் சாப்பிட்டுப் பாருங்கள். கேரள கள்ளுக்கடைகளிலும் பிரசித்தம்.

எந்த மீனைச் சாப்பிடுவது என்று கேரளாக்காரர்களிடம்தான் தமிழர்கள் பாடம் படிக்க வேண்டும். இங்கிருந்து கோழித்தீவனங்களுக்கு அனுப்பப்படும் மத்தி மீன் கேரளர்களின் விருப்ப உணவு. விலை கிலோ ஐம்பது ரூபாய்க்கும் கீழ். கடைகளில் நூறு ரூபாய் சொல்வார்கள். தமிழக மக்கள் இதன் பக்கம் அண்டவே மாட்டார்கள். அதனைப் போலத்தான் கேரை மீனும்.

மற்ற மீன்களைக் காட்டிலும் இரண்டில்தான் அதிகமான விட்டமின் டி சத்து இருக்கிறது. அது சேட்டன்களுக்கு நன்றாகத் தெரிந்திருக்கிறது. மத்தி குழம்பு வைத்துப் பாருங்கள். கிட்டத்தட்ட கெளுத்தி சாப்பிட்ட உணர்வைக் கொண்டு வந்து விடலாம்.

கேரை மீனின் சிறிய வடிவங்களைச் சூரை மீன் என்பார்கள். கானாங்கெழுத்தி அல்லது அயிலா குடும்பத்தில் பதினைந்து வகையான மீன்கள் இருக்கின்றன. இதில் வரிச்சூரையை வைத்துச் செய்யப்படுவதுதான் மாசிக் கருவாடு. இதனைப் பற்றித் தனிக்கட்டுரையே எழுதியிருக்கிறேன். ரத்தச்சூரை, எலிச்சூரை, முண்டக்கண் சூரை என இதில் பல வகைகள் இருக்கின்றன.

வழக்கமாக ஒரு கிலோவில் இருந்து ஐம்பது கிலோ வரை வளரக் கூடியது. அளவில் பெரியவற்றை கேரை எனச் சில இடங்களில் சொல்கிறார்கள். இதில் *yellofin tuna* எனப்படுகிற மஞ்சள் துடுப்புச் சூரைக்கு உலக அளவில் மதிப்பு அதிகம். இவை வெப்ப மண்டல கடல் பகுதிகளில் ஆழ்கடலில் மட்டும் கிடைக்கக் கூடியது.

இதற்கு இணையாக வேறு வகை கடல்களில் கிடைக்கிற *bluefin tuna* என்ற ஊதா துடுப்பு கேரையும் உண்டு. டோக்கியா மீன் மார்கெட்டில் நானூறு கிலோ எடையுள்ள ஊதா துடுப்பு இரண்டு கோடி ரூபாய்க்கு விலை போயிருக்கிறது என்றால், பார்த்துக் கொள்ளுங்கள். நம்முடைய மஞ்சள் துடுப்பிற்கும் அதேயளவு மவுசு உண்டு ஜப்பானில்.

ஜப்பானின் புகழ்பெற்ற, பாரம்பரிய சுஷி உணவு இதன் இறைச்சித் துண்டுகளை வைத்துத்தான் உருவாக்கப்படுகிறது. டி.டி. கே.சாலையில் உள்ள ஜப்பானிய உணவகத்திற்கு கொஞ்ச நாள் மீன் சப்ளை செய்தேன். தூக்க முடியாமல் அறுபது கிலோ ட்யூனா என்றழைக்கப்படுகிற கேரை மீனை நானும் தம்பி ஒருத்தனும் சேர்ந்து மாடிப்படிகளில் உருட்டிக் கொண்டு போனோம்.

அவ்வுணவகத்தின் செஃப் என்னை பலதடவை சுஷி சாப்பிடச் சொல்லி வலியுறுத்தியிருக்கிறார் ஒடுங்கிய கண்களைப் பணிவாகக் காட்டி. மீனின் பச்சை இறைச்சியை ஏனோ நாக்கு ஒத்துக் கொள்ளவில்லை. ஆனால் ஜப்பானியர்களைப் பொருத்தவரை இவ்வுணவு பிரசாதத்திற்குச் சமம்.

உலகம் முழுக்கப் பிடித்துக் கொண்டு போய் டோக்கியோவில் கொட்டினாலும் ஒரே வாரத்தில் அத்தனையையும் தின்று தீர்த்து விடுவார்கள். அதனால்தான் கேரை மீன் இங்கிருந்து அதிகளவில் ஏற்றுமதி செய்யப்படுகிறது. இந்திய அரசு கேரை மீன் பிடிப்பை ஊக்குவிக்கிறது. அதற்கென உருவான விசைப்படகுகளை வாங்குவதற்கு மானியம் கூடத் தருகிறார்கள் என்று படித்தேன்.

நம்முடைய கடலிலேயே நூற்றம்பைது கிலோ சைஸில் பிடிபட்டதை எல்லாம் பார்த்திருக்கிறேன். குறுக்காக அப்படியே வயிற்றை மட்டும் கிழித்து, குடல் பகுதிகளை நீக்கி விட்டு பேக்கிங் செய்து அனுப்புவார்கள். உள்ளே நுழைந்து ஒரு ஆள் படுத்துக் கொள்கிற மாதிரி வயிற்றைப் பிளந்தபடி கிடக்கும். அத்தனையும் ஏற்றுமதி ரகம். கொள்ளக் காசு கிடைக்கும் அந்த சைஸிற்கு.

கேரளக்காரர்களுக்கு, ஜப்பான்காரர்களுக்கெல்லாம் அதன் அருமை தெரிகிறது. ஆனால் நம்முடைய காலுக்கடியில் சல்லிசான விலையில் கிடக்கும் அதன் மீது மதிப்போ ஈர்ப்போ கிடையாது நமக்கு. எந்த விஷயத்தில்தான் தகுதியானதை மதித்திருக்கிறோம் என்று சொல்லுங்கள்.

கடை திறந்த புதிதில், பிள்ளைகளுக்கு மீன் வாடையே பிடிப்பதில்லை எனச் சொல்லித் தாய்மார்கள் வந்து நிற்பார்கள். அவர்களுக்கு நான் ரத்தச்சூரை மீனைப் பரிந்துரைப்பேன். தோல், முள் நீக்கித் துண்டுகளாய் போட்டுவிட்டால், சிவப்பிறைச்சியைப் போலவே இருக்கும் அது.

சிக்கன் மசாலா அல்லது மட்டன் மசாலா போட்டு வைக்கச் சொல்வேன். "சிக்கனுன்னு சொல்லிக் குடுத்தேன். டேஸ்ட்டா இருக்குன்னு பூராத்தையும் சாப்பிட்டுட்டான். அடுத்த வாரமும் குடுங்க. விட்டமின் டீ வேற இருக்கு. சப்வேல ட்யூனா சாண்ட்விச் வாங்கினாக்கூட சாப்பிடாத பய இதைச் சாப்பிட்டிட்டானே" என்பார்கள் பூரிப்பாக.

அதிலும் அந்த முண்டகண் சூரையெல்லாம், பெயர்தான் அப்படி. சுவையில் வவ்வா மீனெல்லாம் பெட்டியைக் கட்டி விடும். கேரை, மத்தி என நூறு ரூபாய்க்கு கிடைப்பதை விட்டு விட்டு, ஆயிரம் ரூபாய்க்கு ஓடுகிறவர்களை நினைத்து கமுக்கமாகப் புன்னகைத்துக் கொள்வேன்.

ஆனால் என்னிடம் வந்து சொல்லுங்க எனக் கேட்டவர்களிடம் கேரையைச் சொல்லாமல் விட்டதில்லை. "மேடம் சன்லைட்டுக்கு அப்புறமா மனுஷனால உருவாக்க முடியாத கேரையிலதான் விட்டமின் டி நிறைய இருக்கிறது" என்பேன். ஒருமுறை வாங்கிப் போனவர்கள் மறுமுறை வாங்காமல் இருந்ததில்லை.

மணிக்கு எழுபது கிலோ மீட்டர் வேகத்தில் நீந்தி இடம்பெயரும் விலங்கினமான அது, ஒருகுறிப்பிட்ட காலத்தில், தன்கூட்டத்தை திரட்டிக் கொண்டு, கடலின் மேல் மூச்சு வாங்க வரும் என எப்போதோ ஒரு கடலோடி சொன்னது நினைவிற்கு வருகிறது. கடலில் கண்கள் மிதக்குமாம் அப்போது. வாழ்நாளில் ஒருமுறையாவது அந்தக் காட்சியைக் கண்டு விட வேண்டும். ஆழமே கணக்கிட முடியாத ஆழ்கடலில் வசிக்கிற ஒரு கேரை மீனாகவே மாறத் துடிக்கிறது மனசு!

14
கவிழ்கிற குட்டி யானைகள்!

சில மாதங்களுக்கு முன்பு எக்ஸ்.எல்.சூப்பரை எடுத்துக்கொண்டு பெட்ரோல் வாங்கப் போனேன். கானல் நீர் அசைவு காட்டித் தகித்துக் கொண்டிருந்தது தார்ச்சாலை. அதில் விசுக் விசுக்கென ஒரு இளைஞன் நடந்து வந்து கொண்டிருப்பது தெரிந்தது. எனக்கு எப்போதும் கால்களைக் கவனிக்கிற பழக்கமுண்டு.

அது பாதிக் கதையைச் சொல்லி விடும். ஓரளவிற்கு விலையுள்ள ஆடைகளை அணிந்திருந்தவனின் கால்களில் செருப்பில்லை. நானும் அவனும் பெட்ரோல் பங்க் வாசலில் சந்தித்துக் கொண்டோம். தயக்கமும் அவமானமும் கலந்த குரலில் சொன்னான். "போர் போடற வண்டியில் வந்தேண்ணா. எந்திரிக்கிறதுக்குள்ள விட்டுட்டுப் போயிட்டாங்க. கைல சுத்தமா காசில்லை. மதுரை போயிட்டா அங்கருந்து எங்கூருக்கு போயிடுவேன்" என்றான்.

இரந்து கேட்பதின் துயரத்தை அவனது சிவந்த கண்களில் கண்டேன். பெட்ரோல் பங்கிற்குள் ஓடிப் போய் குடத்தில் இருந்த தண்ணீரை நெஞ்சு நனையக் குடித்தான். அவனை அழைத்துக் கொண்டு மாட்டுப்பாதை பேக்கரிக்குப் போனேன்.

அவனுடன் பேச்சுக் கொடுத்த போது உண்மையிலேயே பரிதாபமும் விரக்தியும் எழுந்தது. சரக்கடித்து விட்டு முதல்நாள் உடன்

இருந்தவர்களோடு சண்டையிட்டதால் விட்டுவிட்டுக் கிளம்பி விட்டனர். அதுதான் செருப்பைத் தொலைத்த அழகிலேயே தெரிகிறதே கதை?

வறுமையான குடும்பம்தான் என்ற போதிலும், சட்டி பெட்டிகளை விற்று எஞ்சினியருக்கு படிக்க வைத்திருக்கிறார்கள். வாயில் பேர்கூட நுழையாத பாடாவதி கல்லூரி அது. அதற்கே பணம் கட்டித்தான் சேர்ந்திருக்கிறான். பெயர் ஏதோ, அதாவது மதுபான விடுதிகளின் பெயரைப் போல.

அவன் படித்ததற்கும் பார்க்கிற வேலைக்கும் ஏதாவது சம்பந்தம் இருக்கிறதா? அந்த வேலையை நான் எப்படிக் குறை சொல்வேன்? இந்த வேலைக்கு வருவதென்றால் அதற்காக எதற்கு அந்தப் படிப்பு? வாயிலும் வயிற்றிலும் அடிக்கிற மாதிரி கல்விச் செலவு?

பொறியியல் படித்ததற்கான தடயமே இல்லை அவனுடைய பேச்சில். துளி ஆங்கிலம்கூடத் தெரியவில்லை. அவனுடன் பேசுவதற்கே அயர்ச்சியாக இருந்தது. நல்ல மாதிரியாக அவனைப் பேணி ஊருக்கு அனுப்பி வைத்தேன்.

அவனை முன்னிறுத்தி இதுவரை கடந்து வந்த இளைஞர்கள் பலர் குறித்து ஆற அமர யோசித்தேன். எனக்குத் தெரிந்த தோட்டத்துக்காரர் பையன் கல்லூரி ஒன்றில் முதுகலை கலை அறிவியல் பயில்கிறான். சின்ன வயதில் இருந்தே அவனை தாராபுரத்தில் உள்ள புகழ்பெற்ற பள்ளியொன்றில் ஆங்கிலவழிக் கல்வியை ஹாஸ்டலில் போட்டு படிக்க வைத்திருக்கிறார்கள்.

அவனுடைய அப்பா தோராயமாக அவனது கல்விச் செலவைச் சொன்னார். "ஆறாங் கிளாஸில இருந்து இப்ப வரைக்கும் பதினைஞ்சு லட்சமாவது வந்திருக்கும்ங்க. கூடத்தான் செஞ்சிருக்கும். குறைய வாய்ப்பில்லை. ஏதாவது காடு கரைன்னு வாங்கிப் போட்டிருந்தா இப்ப கோடி ரூபா வந்திருக்கும்" என்றார். அதை அவர் கணக்காகச் சொல்லவில்லை. கையறுநிலையில் விரக்தியின் முனையில் சொன்னார்.

இந்தப் பையனுக்கும் ஆங்கிலம் சுட்டுப் போட்டாலும் வரவில்லை. அவனுக்கு எதிலுமே ஆர்வம் இல்லை. அவனால் எந்த ஒரு அலுவலகத்திலும் ஒருநாளுக்கு மேல் தாக்குப் பிடிக்க முடியாது என்பது எனக்கு உறுதியாகத் தெரியும். தனியாக எதையாவது

எடுத்துச் செய்யவும் அவனுக்குத் தோன்றவேயில்லை. அரைகுறையாய் தயாரிக்கப்பட்டு, நடுவழியில் நிற்கும் ஒரு சிறிய எந்திரத்தைப் போல இருந்தான்.

கல்விச் சூழல்தான் இப்படி என்றால், தனிமனித குடும்ப வாழ்விலும் சிக்கலானவனாக இருந்தான். வந்து நின்று புலம்பிய அவனுடைய அப்பாவிடம், "நீங்க விதைச்சதை இப்ப அறுவடை பண்றீங்கண்ணே" என்றேன். ஆமாம் எனக் கூர்மையாகச் சொன்னார்.

பிள்ளைகளின் வளர்ப்பில், இந்தப் பெற்றோர்களின் வெறித்தனத்தைப் பற்றியெல்லாம் பக்கம் பக்கமாக எழுதலாம். ஒரே வரியில் சொல்வதென்றால், தங்க ஊசிதான், அதற்காகக் கண்ணில் வைத்துக் குத்திக் கொண்டே அலைய முடியுமா? நானெல்லாம் ஊரே அடித்து வளர்ந்த பிள்ளை. இப்போது வீட்டில்கூட அடி இல்லை. அடியாத மாடு திருந்தாது என்கிற பழைய கட்சி நான்.

என்னுடைய கேள்வி எல்லாம் இந்தக் கல்வி நிறுவனங்களை நோக்கித்தான். ஒரு விஷயத்தை ஏற்கனவே எழுதியிருக்கிறேன். பொதுவாகக் குடும்பங்களில் சாவு மற்றும் மருத்துவக்கடன், திருமணக்கடன், கல்விக்கடன் என முக்கடன்கள் உண்டு. எதற்காக அதிகக் கடன் வாங்குகிறார்கள்? கந்து வட்டியில் போய்ச் சிக்கிக் கொள்கிறார்கள்? சரஸ்வதிக்கு செலவழித்தேதான் பாதிப் பேர் பாடையில் போகிறார்கள்.

இதுவுமே ஏற்கனவே எழுதியதுதான். எனக்குத் தெரிந்த ஒருத்தருக்கு பதினாறு குழி நிலம் இருந்தது. திடீரென இரண்டு சிறுநீரகங்களும் பழுதாகி விட்டன. இத்தனைக்கும் அவருக்கு நாற்பது வயதுகள்தான். நிலத்தை விற்று மருத்துவம் பார்க்கலாம் என்று சொன்ன போது மறுத்து விட்டார். அந்நிலம் தன்னுடைய பிள்ளைகளின் கல்விச் செலவிற்கென்றார். கடைசி வரை ஒற்றைக்காலில் நின்ற அவர் தன்னுடைய பிள்ளைகளின் படிப்புச் செலவிற்காகத் தன்னை மாய்த்துக் கொண்டார்.

இப்படி உயிரை மாய்த்தும் கல்வி நிலையங்களுக்கு கைமுதல் அழுகிறார்கள். ஆனால் அங்கே என்ன நடக்கிறது? நகர்ப்புறம் சார்ந்த அதிபுத்திசாலியான மாணவர்களைப் பற்றி இங்கே பேசவேயில்லை. கிராமம் மற்றும் குறுநகராட்சி சார்ந்த மாணவர்கள் குறித்தே இங்கே பேசுகிறேன்.

அவர்களைத்தான் தினம்தோறும் பார்த்தும் கொண்டிருக்கிறேன். இதை ஒரு கணக்காகவே வைத்துக் கொள்வோம். பதினைந்து இலட்சம் செலவழித்து கல்வி அமைப்பிடம் ஒரு பொருளை ஒப்படைத்தார்கள். அதை மேம்படுத்தி சிறந்ததாக அனுப்பியிருக்க வேண்டுமா இல்லையா? அரைகுறையான எந்திரமாய்த் திருப்பி அனுப்பி இருக்கிறார்களே? அப்படியானால் போட்ட முதலீடு வீண்தானே?

பெரும்பாலும் கிராமப்புற பொறியியல், இன்ன பிற படிப்புகள் சார்ந்த மாணவர்கள், இப்படி அரைகுறையாகத்தான் ஊர்முனையில் கூடியிருக்கிறார்கள். அந்த எந்திரங்களுக்கு ஊர் தாண்டியே மதிப்பேயில்லை என்கிற போது உலகச் சந்தை குறித்துச் சொல்லவும் வேண்டுமா? அப்பாவியாய் சில்லியை மென்று கொண்டிருக்கும் இவர்களைத் தயாரிக்க எவ்வளவு கோடி ரூபாய் முதலீடாய்ப் போயிருக்கும்?

அவர்கள் படித்த கல்வி நிறுவனங்கள் இதற்கு பொறுப்பேற்காதா? மிக மட்டமான தனியார் கல்லூரிகள் பலவற்றைப் பார்த்திருக்கிறேன். ஆசிரியர்களுக்கு சம்பளம்கூடத் தர மாட்டார்கள். இணையத்தில் ஆசிரியர்கள் என நிறையப் பேருடைய பெயர்களைப் போட்டிருப்பார்கள். ஆனால் உண்மையில் மிகக் குறைந்த விலையில் அமர்த்தப்பட்ட கத்துக் குட்டியொன்று பாடம் எடுத்துக் கொண்டிருக்கும்.

அப்படியானால் வெளியில் வருவதும் பொம்மை எந்திரங்களாகத்தானே இருக்கும்? கல்வி நிலையங்களில் பெரும்பாலானவை முழு வணிக நிறுவனங்களாகத்தான் இருக்கின்றன என்பதைச் சொல்லியும் தெரிய வேண்டுமா?

இவர்கள் எல்லோரும் இணைந்து ஒரு பெருங்கூட்டத்திற்கு மிகப் பெரிய அநீதியை இழைத்திருக்கிறார்கள். காடுகரைகள் விற்ற பணத்தில் மஞ்சள் குளித்திருக்கின்றனர். இப்போது நானிருக்கிற இடத்தில் வெளியில் போய்ச் செலவழித்து படிக்கப் போன, சுமார் நூறு இளைஞர்களை அனுதினமும் பார்க்கிறேன். சந்தைக்கு உகந்த காயாகப் பத்து பேர்கூட தேற மாட்டார்கள்.

காடுகரை வசதி வாய்ப்பு என இருக்கும் பிள்ளைகள் கொஞ்சம் தப்பித்துக் கொள்வார்கள். கைக்கும் வாய்க்குமான குடும்பத்துப் பிள்ளைகள் பாடு கஷ்டம்தான் என்பதை நினைக்கையில்,

அவர்களுடைய பெற்றோர்களுடைய முகங்கள் கண் முன்னே வந்து போகின்றன. அவர்கள் எதை நம்பினார்கள்? கிடைத்தது என்ன?

அதிலும் இந்தப் பெருந்தொற்று காலத்திற்கு அப்புறமான தொழில் உலகம் எப்படி இருக்கப் போகிறது? மிகச் சிறந்த எந்திரங்களுக்கே வாய்ப்பில்லாத சூழலில், இந்த அரைகுறை எந்திரங்களின் சந்தை மதிப்பென்ன? எந்தவித குற்றவுணர்வும் இல்லாமல், இவர்களைத் தயாரித்தவர்கள் உலவிக் கொண்டிருக்கின்றனர். அதைப் பார்க்கும் போதுதான் வெறுப்பாக இருக்கிறது.

ஒரு டிராக்டர் மட்டுமே போக வாய்ப்பிருக்கிற ஒற்றைப் பாதைச் சாலைக்கு வலதுபுறம் பெரிய கட்டுமானப் பணிகள் நடந்து கொண்டிருந்தன. நான்கூட ஏதோ சினிமாவிற்கு செட் போடுகிறார்கள் என்று நினைத்தேன். அப்புறம் கல்லூரி ஒன்று வருகிறது என்றார்கள்.

ஒருநாள் காலையில் அங்கே தட்டி ஒன்று வைக்கப்பட்டிருந்தது. இண்டர்நேஷனல் ரெஸிடன்ஸி ஸ்கூலாம். எனக்கு சட்டெனச் சிரிப்பு வந்து விட்டது. கூடவே வெறுப்பும் எழுந்தது. தட்டி போர்டை கிழித்து எறிய உந்தியது அது. ரௌடிப் பயல்களோடு எதற்கு வம்பு எனத் திரும்பி விட்டேன்.

எனக்குத் தெரிந்து இந்த ஊரில் மூன்று நான்கு பேர் மட்டுமே, அதில் படிக்க வசதி படைத்தவர்கள். அந்தப் பிரம்மாண்டமான ரெசிடென்ஸியில் யாரைக் கொண்டு நிரப்புவார்கள்? ஏதோ ஆசையில் கந்துவட்டி வாங்கிய ஈசல்களும் வரத்தானே செய்யும்? கருமை உருகித் தகிக்கிற நடுச்சாலையில் ஒரு குட்டி யானையைப் போல அரைகுறை எந்திரமொன்று கவிழ்ந்து கிடக்கிற காட்சி கண்முன்னே எழுந்தது.

15

மனமெனும் விளையாட்டு மைதானம்!

சென்னை சூப்பர் கிங்ஸ் அணியின் ஷேன் வாட்சன், அவர் தாண்டவம் ஆடிய போட்டிக்கு முதல் நாளே, "நாளைக்கு வச்சுக்கிறேன் கச்சேரியை" என முன்கூட்டியே சொல்லி விட்டதாக வந்த செய்திகளைப் படித்தேன். உற்சாகமாக இருந்தது.

இதுபற்றிப் பொதுவான நண்பனொருவனுடன் பேசிக்கொண்டிருந்த போது, காக்கா உட்காரப் பனம் பழம் விழுந்தது போல இது. அன்றைய நாள் அதிர்ஷ்டப்படி அவருக்கு நல்ல நாளாக அமைந்து விட்டது என்றான். இந்த அதிர்ஷ்டம் என்பதை விளையாட்டில் கிட்டவே சேர்க்க மாட்டேன். இரும்படிக்கிற இடத்தில் ஈக்கு என்ன வேலை?

மைதானத்தில் எல்லாமே கணிதம்தான். அந்தக் கணிதத்தை நிகழ்த்திப் பார்க்கவே பயிற்சிகள் அளிக்கப்படுகின்றன. ஆனால் எல்லா பயிற்சிகளையும் தாண்டி ஒருவன் இயல்பாய் ஒன்றைத் தனதாக்கிக் கொள்ள வேண்டும். அது முழுக்கவே மனமும் உடலும் இணைந்து முடிவெடுக்கிற புள்ளி. ஒன்று சுணங்கினாலும் அந்தப் புள்ளியைத் தொடவே இயலாது. தன்பலத்தை இரண்டும் நம்புகிற இடம் அது. மைதானத்திற்குள் கண்ணுக்குத் தெரியாத, ஒரு விசை சுழலும். இரண்டறக் கலந்த ஒத்திசைவு என்பது அதற்குப் பெயர். அந்த விசையோடு ஒட்டி ஒட்டுமொத்தமாய் தன்னையே அந்த

விசையாய் ஆக்கிக் கொள்கிறவன், அன்றைய நாளின் நாயகன்.

அந்த விசையை மனதளவில் தொடவில்லை என்பதை முதலில் உணர்கிறவன் அந்த தனிப்பட்ட வீரனே. பார்வையாளர்கள், விமர்சகர்கள் சொல்வதெல்லாம் இரண்டாம் பட்சம்தான். அதை மீட்க அவன் தன் உடலையும் உள்ளத்தையும் ஒரு கச்சிதமான நேர்கோட்டில் உணர வேண்டும். ஒன்றையொன்று மசிந்து கட்டித் தழுவுகிற போது அந்த விசை முணுக்கென்று முட்டிக் கொண்டு வந்து நின்று விடும்.

அப்போது ஒரு பேரூக்கம் உள்ளுக்குள் உருவாகும். தன்னை அவன் மீட்டெடுத்த தருணம் அது. அந்த தருணத்தை சிலர் அரைமணி நேரம் பொத்திப் பாதுகாப்பார்கள். நாள்முழுதும் அதைப் பேணிக் காக்கிறவன், அந்த செயலைச் செய்து முடித்து விடுகிறான். அதை முடித்து விடுவேன் என்கிற நம்பிக்கை கொண்டு உச்சியில் அமர்ந்திருக்கும் போது உதிர்க்கிற சவால்கள் அவை. செயலைச் செய்ய நினைப்பதுதான் முதலில். பின்னர் அதுவாகவே அதைச் செய்து முடித்து விடும்.

விளையாட்டு வீரர்களின் வாழ்வில் இது அடிக்கடி நடப்பதுதான். பாதாளத்தில் வீழ்ந்து தன்னை மீண்டும் மீட்டெடுக்கிற மரணக்கிணறு போராட்டம் போல. நாங்கள் தொடர்ச்சியாக போட்டிகள் சிலவற்றில் தோற்றுக் கொண்டிருந்தோம். விரக்தியின் உச்சத்தில் அன்றைக்கு எல்லோரும்கூடி ஒரு முடிவு செய்தோம்.

முதல் பதினைந்து நிமிடங்களுக்கு எங்களிடம் உள்ள பந்தை எதிராளி தொடவே கூடாது. வெறிகொண்டாற் போல அன்றைக்கு எல்லோருடைய மனமும் ஒத்திசைந்து ஒரே புள்ளியில் விசையாய்ச் சுழன்றது. ஒட்டுமொத்த விசையின் மையத்தை எல்லா மனமும் தொட்டிருந்தது. இதுவொரு அபூர்வமான தருணம். அன்றைக்கு சொன்ன மாதிரியே பந்தை அவர்கள் தொடவே இல்லை.

விளையாட்டு வீரர்களின் வாழ்வில் இப்படி கூட்டுமனத்தை ஒரே புள்ளியை நோக்கிச் செலுத்துவதைத்தான் பயிற்சியாக அளித்துக் கொண்டிருக்கின்றனர். ராணுவ அகாடமிகளில் உடலையும் மனதையும் தனித்துப் பிரித்து, உள்ளும் புறமும் அலசிக் காயப்போடுகிற பயிற்சி உண்டு. முதல் தர விளையாட்டு வீரர்களுக்கும் இப்படியான பயிற்சிகள் அளிக்கப்படுகின்றன.

மனம் சொல்வதை உடல் கேட்க வேண்டும். கேட்கத் தகுதியானதாக இருக்க வேண்டும். அதைப் போல உடலும்கூட மனதை மீறிச் சிலதை நிகழ்த்திப் பார்க்கச் சொல்லும். இரண்டிற்குமான நூல் பிசகாத ஒத்திசைவைக் கொண்டு வருவதுதான் எல்லா வகைப் பயிற்சிகளின் நோக்கமும்.

இடையில் ஒரு வீடியோ பார்த்தேன். பல்வேறு மூங்கில் குச்சிகளை ஒன்றின் மேல் ஒன்றாய் அடுக்கி, அதனுள் உருவங்கள் செய்தபடி, மெல்லிய இசைக்கு அஸ்ஸாமியப் பெண் ஒருத்தர் நடனமாடுகிறார். தலைக்கு மேல் காற்றில் படபடத்தபடி தொங்குகிற, மெல்லிய குச்சிகள் கீழே விழாதவாறு தாங்கிப் பிடிப்பது எது? எனப் பக்கத்தில் இருந்தவரிடம் கேட்டேன். மனம் என்பதுதான் அதற்கான பதில்.

நுணுக்கமாக மனம், எண்ணங்கள் எதையும் சிறகடிக்காமல் அந்த விசையில் குவிந்திருக்கிறது. ஒருநொடி மனம் அவ்விசையிலிருந்து விலகினாலும் அக்குச்சிகள் சரிந்து விடும். மனம்தான் எல்லாமும் என்பதை நெருக்கத்தில் பார்த்த போது சிலிர்ப்பாக இருந்தது. என் மனமுமே அந்த மூங்கில் குச்சிகளின் மீது குவிந்திருந்தது அப்போது.

இதுமுழுக்கவும் பயிற்சியின் அடிப்படையில் அமைந்தாலும், அந்த ஒட்டுமொத்த விசையின் மையத்தை மனம் தொடுகிற அபூர்வ தருணங்களை விரட்டித்தான் எல்லோரும் ஓடிக் கொண்டிருப்பதாகப்படுகிறது. மனமெனும் அவ்விளையாட்டு மைதானத்தில் கண்ணுக்குத் தெரியாத அவ்விசையாய் மாறிச் சுழல்கிறவன் அன்றைய நாளின் நாயகன் ஆகிறான். அதன் ஒத்திசை வசப்பட்டவன். இது விளையாட்டிற்கு மட்டும் பொருந்துவதில்லை. எல்லாவற்றிற்கும் ஆனதுதான்!

16
பெஞ்சும் காஞ்சும்!

நீண்ட நாட்களாகவே இதுகுறித்து எழுத வேண்டும் என நினைத்துக் கொண்டிருந்தேன். இன்று அதிகாலைச் சூரியன் எழுவதற்குள்ளாகவே எழுந்து அதுகுறித்து தொகுத்து யோசித்தேன். இதில் பல முடிச்சுக்கள் இருந்தாலும், ஒரு இழையை மட்டுமே எடுத்துப் பிரித்துத் தொகுக்க விரும்புகிறேன். ஏனெனில் இது அள்ளிக் குடிக்க இயலாத, பெருஞ்சமுத்திரத்தின் கதை.

நேற்று புதிய தலைமுறை தொலைக்காட்சியில், கடல் வெப்பமாவது குறித்து ஒரு சிறப்புக் கலந்துரையாடல் நடக்கப் போவதற்கான முன்னோட்டத்தைப் பார்த்தேன். மின்சாரம் இல்லாததால் நிகழ்ச்சியைப் பார்க்க இயலவில்லை. தொலைக்காட்சிகளில் பருவ நிலை மாற்றம் குறித்தெல்லாம் பேசத் துவங்கியிருப்பது நல்ல சகுனம்தான். அத்துறை சார்ந்தவனாய் மனதார இதை வரவேற்கிறேன்.

அதே தொலைக்காட்சியில் கடந்த சில தினங்களாக இன்னொரு தரப்புச் செய்திகளையும் கேட்டேன். டெல்டாவில் திடீரெனப் பெய்த மழையால் அறுவடை வயல்கள் நீரில் மூழ்கியதால் பல கோடி ரூபாய் இழப்பு. அரசுக் கொள்முதல் நிலையத்தில் பாதுகாப்பற்ற முறையில் வைக்கப் பட்டிருந்த நெல் மூட்டைகள் மழையில் நனைந்ததால், ஆயிரக்கணக்கான மூட்டைகள் சேதம். இப்படியான செய்திகள்.

அதுபற்றி இன்றைக்கு காய்ந்த சோளக்கதிர்களைப் பார்த்தபடி நடைபோன போது, சந்திரபோஸ் அண்ணனிடம் சொன்னேன். பழுப்பு நிறத்திலான சோளக்கதிரொன்றை குனிந்து வேரோடு பிடுங்கி, காய்ந்த அதன் வேரை முகத்திற்கு நேராக வைத்துக் காட்டியபடி, "என்னத்த சொல்ல? ஒண்ணு பெஞ்சு கெடுக்கும். இல்லாட்டி பெய்யாம கெடுக்கும். ஆடில வந்த மழை இப்ப வந்திருந்தா மனசு குளிர்ந்திருக்கும்" என்றார் விரக்தியாக. அவருக்கு மட்டும் காய்ந்ததன் வழியாக நாற்பதாயிரம் நட்டம்.

இங்கே பாரம்பரிய மழை அறிவு என்றோ பொய்த்து விட்டது. பங்குனியில் மழை பெய்தால் பாழ் என்று சொல்லி வாயை மூடவில்லை, பெய்து விட்டது. அவர்களின் மழைக்கணக்குகளை எல்லாம் கடலில் இருந்து புறப்படும் காற்று வந்து கலைத்துப் போட்டு விடுகிறது. ஏதோ உந்துதல் ஏற்பட்டு ஓடிப் போய், முகநூல் மெமரியை எடுத்துப் பார்த்தேன்.

"பச்சையையும் மஞ்சளையும் மசித்துப் பெய்கிறது வெள்ளை மாமழை" எனப் போன வருடம் இதே தினத்தில் உருகியிருக்கிறேன். ஆனால் இன்றைய தேதியில் எல்லாமும் மாறியிருக்கின்றன. இன்னும் பத்து தினங்களுக்கு மழைக்கூறு இல்லை எங்களுக்கு. மழைப் பட்டத்தை எதிர்பார்த்து விதைத்த சோளம் எல்லாம் காய்ந்து விட்டன. எப்போதும் காயாது எனச் சொல்கிற பொங்கு கரிசலும் காயத் துவங்கி விட்டது.

ஆனால் திண்டுக்கல் மாவட்டத்தில் பெய்தது உண்மை. எங்கே? கொடைக்கானல் கிழக்குப் பகுதியில் பெய்தது. மேற்கே எங்களுக்குப் பெய்யவில்லை. இந்தயிடத்தில் இன்னொரு விஷயத்தையும் சொல்ல விரும்புகிறேன். பொதுவாக மழையை இரண்டாகப் பிரிக்கலாம். மிக எளிமையாக விளக்குகிறேன். நான் வானிலை ஆய்வாளன் இல்லை என்பதால் சிறு புரிதல் பிழைகளும் இருக்கலாம்.

வெப்பச்சலன மழை, பருவ மழை. வடகிழக்குப் பருவமழை. தென்மேற்குப் பருவமழை. இதில் தென் மேற்குப் பருவமழை தமிழகத்திற்கு இல்லை. தமிழக நிலப்பரப்பில் கேரளாவை ஒட்டிய பகுதிகளுக்கு மட்டுமே தென்மேற்குப் பருவமழை. மற்ற இடங்களுக்கு அந்த மாதங்களில் கிடைப்பது வெப்பச்சலன மழை.

முன்பெல்லாம் நானும் மழை என்றாலே காலையில் இருந்து மாலை வரை பெய்கிற மழையையே கற்பனையில் வைத்திருந்தேன். ஆனால்

வெப்பச்சலன மழை என்பது மாலை இரவு நேரங்களில் மட்டும் தோராயமாக இரண்டு மணி நேரங்களுக்கு மட்டுமே பெய்யக் கூடியது என்கிற புரிதலுக்கு இப்போதுதான் வந்து சேர்ந்திருக்கிறேன். அது இருக்கட்டும் ஒருபக்கம்.

வானம் மேகமூட்டமின்றி மதியம் வரை வெயில் வாட்டியெடுக்கும். திடீரென கருமேகங்கள் சூழ்ந்து அடித்துப் பெய்து விடும். பக்கத்து ஊருக்கு அடித்துப் பெய்திருக்கும், இங்கே ஒருதுளிகூட விழுந்திருக்காது. வெப்பச்சலன மழையைச் சட்டென கணிக்க முடியாது, மழையறிவு இல்லாதவர்களால். மருந்தடித்த கையோடு மழை வந்து எல்லாவற்றையும் கழுவிக்கொண்டு போயிருக்கும். இங்கேதான் அந்த முக்கியமான சிக்கல் எழுகிறது.

இதில் இந்திய வானிலை மையத்தின் பங்கு என்ன? மேக்ரோ அளவிலான அறிவிப்புகளை அவை வெளியிடுகின்றன. அதுவும் வேண்டும்தான். மைக்ரோ அளவிலான அறிவிப்புகளைக் குறித்தே இங்கே கேள்வி எழுப்புகிறேன். உதாரணத்திற்கு தென்மாவட்டங்களில் பரவலாக மழை என்பார்கள். அந்த நேரத்தில் தூத்துக்குடிக்காரர்களுக்குத் தொலைபேசி செய்து பாருங்கள். வண்டை வண்டையாக ஏம்லேவைத் துப்பி விடுவார்கள்.

இப்படி பகுதிவாரியாகப் பிரித்து முன்கூட்டியே வானிலையை அறிவிக்க முடியுமா? நிச்சயம் முடியும். என் வானிலை ஆசிரியராக தகட்டூர் ந.செல்வக்குமாரை நினைக்கிறேன். அவர் எங்களுக்கு எப்போது மழை வாய்ப்பு என்பதை முன்கூட்டியே சொல்லி விட்டார். களை ஓட்டுகிற வண்டிக்கும் தோராயமாக நான் சொல்லி வைத்து விட்டேன். அவர் குரல் மட்டுமே எனக்குப் பரிட்சயம். நேரில் பார்த்ததில்லை. அவரைப் பற்றிச் சில வரிகள். இப்போது ஆசிரியராகப் பணிபுரியும் அவர் தனது பதின்மவயதுகளில் இருந்தே வானிலையைக் கற்கிறார்.

எது எதற்கோ விருது கொடுக்கிறோம். அவர் என்ன செய்திருக்கிறார் என்று பாருங்கள். முதலில் தேநீர்க் கடைகளில் போர்டு வைத்து வானிலையை எழுதிப் போட்டிருக்கிறார். அப்புறம் செல்போன் வந்த பிறகு நூற்றுக்கணக்கான சிம்கார்டுகளை வாங்கி, அனுமதிக்கப்பட்ட குறுஞ்செய்திகள் வழியாக வானிலைத் தகவல்களை அவர் வாழ்கிற தஞ்சை சுற்றுவட்டார விவசாயிகளுக்கு முன்கூட்டியே வழங்கியிருக்கிறார். இப்போது எல்லா நாடுகளுக்குமே சொல்வதற்கு

அவரிடம் செய்திகள் இருக்கின்றன. பாலகனாய் இருந்ததில் இருந்து இப்போது வரை அவர் இந்த பூமிப்பந்தை எல்லா காலமும் உற்றுப் பார்த்துக் கொண்டிருக்கிறார் என்பதை நினைக்கும் போது சிலிர்ப்பாக இருந்தது.

வானிலை ஆய்வுதான் அவருடைய வாழ்க்கை என்பதால், அத்தனையும் அவருடைய சொந்தக்காசு. அவரிடம் போய் பேட்டியெடுங்கள், கதை கதையாய் அந்தப் பாடுகளைச் சொல்வார். விருது தரும் அமைப்புகளில் செல்வாக்குள்ள நண்பர்களிடம் கோரிக்கையாகவே வைக்கிறேன். இதுமாதிரியான மக்கள் சேவகர்களுக்கு விருது கொடுங்கள் முதலில்.

இப்போது தனிப்பட்ட விவசாயியாக என்னையே எடுத்துக்கொண்டால், இந்திய வானிலை மையத்து அறிக்கை சற்றும் பயனில்லாதது எனக்கு. இன்னும் மூன்று தினங்களில் உடுமலைக்கு உறுதியான மழை. உரம் போடும் பணிகளுக்கு தயாராகிக் கொள்ளுங்கள். அடுத்த ஐந்தாம் தேதி வரை டெல்டாவிற்கு மழை இல்லை. அறுவடை விவசாயிகள் தாராளமாக வேலைகளைப் பாருங்கள். ஆனால் ஏழாம் தேதி மாலைக்குள் செய்து முடித்து விடுங்கள். அறுவடை செய்ததைப் பாதுகாப்பாக வைத்திருங்கள்என்பது போன்ற மைக்ரோ அளவிலான வானிலை அறிவிப்புகளே எங்களுக்குத் தேவை. அதைத்தான் செல்வக்குமார் போன்றோர் தனித்த முயற்சிகளின் வழியாகச் செய்து கொண்டிருக்கின்றனர். அனுபவத்தின் அடிப்படையில் சொல்ல வேண்டுமெனில், அவர்களே உண்மையில் விவசாயிகளுக்கு உபயோகமானவர்களாக இருக்கின்றனர்.

இவர் போன்ற பலரது வானிலை அறிவிப்புகளைக் கேட்டிருக்கிறேன். அதிகாரப்பூர்வ அறிவிப்பிற்கு இந்திய வானிலைத்துறை அறிக்கையைப் பார்க்கவும் என எல்லா நேரங்களிலும் சொல்லி அஞ்சுகிறார்கள். அப்படியானால் ஏதோ அழுத்தம் இருக்கிறது என்றுதானே அர்த்தம்?

மிகப் பெரிய அளவிலான கட்டமைப்புகளைக் கொண்டிருக்கும் இந்திய வானிலை அமைப்பின் பணி அல்லவா அது? நான் நின்று கொண்டிருக்கும் இந்த நிலத்திற்கு எப்போது, எந்த நாளில் மழை பெய்யும் என தோராயமான அறிவிப்பை தருவது அதன் பொறுப்பு இல்லையா? பெய்யாவிட்டால் கேறி வந்து சட்டையையா கவ்வப் போகிறோம்? அப்படிக் கவ்வ முடியுமா என்ன?

முன்கூட்டியே அனுமானமாகத் தெரிந்தால், மாட்டுக்கு அரும்பாடுபட்டு வாங்கி வைத்திருக்கும் வைக்கோல் போரை மூடியாவது வைப்போம் இல்லையா? அதைத்தான் செல்வக்குமார் போன்றோர் செய்கிறார்கள் எங்களுக்கு. தகுதிவாய்ந்த வானிலை அமைப்பு செய்யத் தவறிய பணியது.

பத்திரிகைகள், தொலைக்காட்சிகளின் பார்வை இந்த விவகாரத்தில் சற்றேயிப்போது மாறியிருப்பதை வரவேற்கிறேன். இதுபோன்ற தனியார் வானிலை கணிப்பாளர்களையும் அவை ஊக்குவிக்க வேண்டும். வாரத்தில் பத்து நிமிடங்களாவது அவர்களுக்கு வாய்ப்பளிக்க வேண்டும். தவறில்லை, பார்ப்பதற்கு எங்களைப் போன்றோர் தயாராகவே இருக்கிறோம்.

தமிழ் இந்து நாளிதழில் இருந்து நண்பர் ஒருத்தர் அழைத்து, யோசனைகள் ஏதாவது இருக்கின்றனவா என ஆத்மார்த்தமாக ஒருதடவை கேட்டார். மழை பற்றி தினத்தொடர் எழுதுங்கள் என்றேன். சிந்துபாத் தொடரைப் போல காலம் கடந்தும் அதுகுறித்துச் சொல்ல செய்திகள் இருந்தபடியே இருக்கின்றன. அதை வாசிப்பதற்காக நிச்சயம் தேநீர்க் கடைகளில் அமர்ந்து வடையைக் கடித்தபடி, "தெக்க கரிசலுக்கு வருமான்னு படிச்சுச் சொல்லு தம்பி" என ஒருகூட்டம் தயாராகவே இருக்கும்.

"ஆமா பத்து பதிமூணு வாக்கில நமக்கு மழை இருக்காம். முன்னகூட வரலாமாம்" என அவர்களுக்கு ஒரு வானிலை முன்னறிவிப்பைக் கொடுத்து விடவும் முடியும். இந்திய வானிலை மையம், இதுபோன்ற தனியார் வானிலை செயல்பாட்டாளர்களை முதலில் அங்கீகரிக்க வேண்டும்.

நாளும் மாறிக் கொண்டிருக்கிற வானிலையில் தவறு ஏற்பட்டு விடக் கூடாது என்கிற அவர்களது கவனமும் புரிகிறது. ஆனால் மழைப் பேறெல்லாம் மகேசன் பேறு என்பது எங்களுக்குத் தெரியாதா? பழைய கட்டுப்பட்டித்தனங்களை உதறித் துணிந்து எல்லோரையும் கணிப்புகளைச் சொல்ல அனுமதியுங்கள்.

வானிலை மற்றும் பருவநிலை மாற்றம் குறித்து இந்த ஒட்டுமொத்தமும் தன் பார்வையை மாற்றிக் கொள்கிற காலம் இது. அதுபற்றியெல்லாம் தனியாக விரிவாக இன்னொரு சந்தர்ப்பத்தில் எழுதுகிறேன். இறுதியாய்ச் சொல்வதெல்லாம் இதுதான்.

பருவ நிலை சார்ந்த அழுத்தங்கள் நம்மை நோக்கி நடை போடத்

துவங்கி விட்டன. புயலையே பார்த்திராத தலைமுறையும் இங்கே இருக்கிறது. ஆண்டுக்கொரு புயலைப் பார்க்கிற தலைமுறையும் உருவாகி விட்டது. பரந்து விரிந்திருக்கிற வானையும் நிலத்தையும் கடலையும் உற்றுப் பார்க்கிற காலம் உருத் திரண்டு விட்டது.

அறிவுரையாக எல்லாம் சொல்லவில்லை. அடியாழத்தில் இருந்து இயற்கையை நோக்கி மாற வாய்ப்புக் கிடைத்தவனாகச் சொல்கிறேன். இதற்கு முன்னர் நானுமே இதுகுறித்த கவனம் இல்லாதவனாகவே இருந்தேன். அந்த அடிப்படையில், முதலில் நாம் வாழும் நிலத்தில் அன்றாடம் நடைபெறும் மாற்றங்கள் குறித்துப் பயில்வோம் என்கிற புள்ளிக்கு வந்து சேர்ந்திருக்கிறேன். தலைக்கு மேலே இருக்கிற கூரையும் காணாமல் போய் விட்டால், என்ன செய்வோம்? கடல் மீது கவனத்தைக் குவிக்கிற கட்டாயம் அமைந்து விட்டது. கடல்தான் எல்லாமும் என்பதைக் காலம் ஒருநாள் கற்றும் கொடுக்கும்.

யார் தவறு இதில்? இந்தயிடத்தில்தான் அந்த இன்னொரு இழையை மட்டும் உருவி வேறொரு தடத்திற்கு நகர்கிறேன். இந்திய வானிலை மையம் என்கிற அமைப்பு கவனத்தில் கொள்ள வேண்டிய விஷயம் குறித்துச் சொல்கிறேன். அறிஞர்களிடம் எளிய விவசாயிகள் சார்பிலான கோரிக்கை இது என்ற வகையில் எடுத்துக் கொள்ளுங்கள். திண்டுக்கல், விருதுநகர் மதுரை உள்ளிட்ட தென் மாவட்டங்களில் பல இடங்களில் மிதமான மழை முதல் சற்று கனமழை என்பது போல அறிவிப்பார்கள். அப்புறம் போய்ப் பதுங்கிக் கொள்வார்கள்.

வானிலையின் கூர்மையான, ஒட்டுமொத்த சித்திரத்தைமட்டும் அறிவித்து விட்டு, அமைதியாகி விடுவார்கள். பொதுவாய் தாழ்வு மண்டலம், காற்று மேலடுக்கு சுழற்சி, புயல் உருவாதல், அப்புறம் எப்போதாவது என்கிற ரீதியிலேயே அதன் அறிவிப்புகள் இருக்கும்.

அதனால் தனிப்பட்ட விவசாயியான எங்களைப் போன்றோருக்கு என்ன பயன்? திண்டுக்கல் மாவட்டத்தில் கனமழை என தொலைக்காட்சி செய்தியைப் பார்த்துவிட்டு நண்பனொருவன் அழைத்து, "ஒனக்கென்னப்பா கனமழை. புல் மஜாவா இருப்ப" என்றான். வெறுப்பின் உச்சத்தில் இருந்த நான், "இப்பைக்கு எங்களுக்கு மழையில்லை. செடியெல்லாம் காயுது. ஓடிரு. பேரிட்சை முள்ள வச்சி மூக்கில குத்திருவேன்" என்றேன்.

17

காவிநிறச் சுண்டல்!

எதையும் கூட்டிக் குறைத்துச் சொல்லாமல், கடந்த நான்காண்டுகளாக கிராமத்தில் வசிப்பதன் வழியாகக் கிடைத்த அனுபவங்களினூடாகத் திரண்ட இன்னொரு தரப்பு சித்திரம் ஒன்றை விரித்து வைக்கிறேன். தமிழகம் முழுமைக்குமான சித்திரமா அது என எனக்கு உறுதியாகத் தெரியவில்லை. பிறகு விரிவாய் எழுதலாமென பிறவற்றை ஒதுக்கி, இரு தரப்பை மட்டும் இந்தயிடத்தில் பொருத்தியும் பார்க்கிறேன்.

ஐயாயிரம் ஓட்டுக்கள் கொண்டது நான் வசிக்கிற இந்தகிராமம். கிட்டத்தட்ட எல்லா சாதிகளைச் சேர்ந்தவர்களும் இங்கே இருக்கிறார்கள். திமுக பல ஆண்டுகளாகச் செல்வாக்கு செலுத்துகிற பகுதி இது. இரண்டாண்டுகளுக்கு முன்பு திடீரென வீர சிவாஜி படம் பொறித்துக் காவிக் கொடிகள் ஊர்முனையில் பறந்து கொண்டிருந்தன. போய் நின்று ஆற அமரப் பார்த்து, புகைப்படம் எடுத்தேன். சும்மா சொல்லக் கூடாது. மிச்ச கட்சிகளுக்குக் குறை வைக்காமல் பா.ஜ.கவும் கொடிகளின் எண்ணிக்கையில் கவனம் செலுத்தி இருந்தது.

இன்னொரு கட்சி அண்ணனிடம் கேட்ட போது, "ஆமா அவங்களும் இப்ப கணிசமா இருக்காங்க. இருநூறு ஓட்டு இருக்கும். நம்ம சகலை பையந்தான் எடுத்து செய்றான். பூராம் வள்ளுப் பயல்க. ரெம்ப போர்ஸா இருக்காங்க" என்றார். ஒருநாள் இரவு பழம்

வாங்கப் போன கடையில், ஒரு வள்ளுப் பையன் சரக்கடித்து விட்டு, "இருங்கடா உங்க எல்லாத்துக்கும் ஆப்பு வைக்கத்தான் என் தலைவன் மோடி வந்திருக்கான்" என இன்னொருத்தரிடம் சலம்பிக் கொண்டிருந்தான்.

அது சம்பந்தமாக அவனோடு உரையாடுகையில், அவன் இரண்டு கண்களிலும் குதிரைக்குக் கட்டுவதைப் போல, ஆரஞ்சு நிறத் துணிப்பட்டை கட்டியிருப்பதை உணர்ந்தேன். காதே இல்லை என்கிற மாதிரி மூர்க்கம். அவன் சொன்ன எல்லாவற்றையும் பொறுமையாகக் கேட்டேன். அவன் அந்தக் கூட்டத்தில் வேறு ஒரு ஆளாக மாறிப் போயிருந்தான். உண்மையிலேயே அவனுடைய முகத்தில் ஒரு உற்சாகத்தைப் பார்த்தேன். அவனைப் பொருத்தவரை அதுவும் பொன் குஞ்சுதானே? நல்லா செய்ங்கடா தம்பி எனத் தட்டிக் கொடுத்து விட்டு நகர்ந்தேன்.

அவனுமே சிவாஜி படம் பொறித்த கொடி அணிவகுப்பிற்குப் பின்னால் இருந்தான். இன்னும் சில இளைஞர்கள் அவனுக்குப் பின்னால் கேள்விகள் இன்றி தொடர்வதையும் கண்டேன். இளைஞர்கள் மட்டுமா? காட்டிற்குக் கொய்யா எடுக்க வரும் அண்ணன் ஒருத்தர் தனது பைக்கின் முன்பக்கத்தில் தாமரை உருவம் பொருத்தி முழுக்க காவி பெயிண்ட் அடித்திருந்தார்.

"நமக்கு என்னவோ இதுமேல இஸ்டம் சரவணா. கொஞ்சம் கவுரதையா இருக்கு. காலம்பூரா இப்டீத்தான் இருக்கோம். மாத்தி ஓட்டுப் போடுவோம்ணு என் தம்பி குடும்பத்திட்டயும் சொல்லிருக்கேன்" என்றார். இவர் என்ன சொன்னாலும் அவரது தம்பி குடும்பம் கேட்டுக் கொள்ளும். இன்னும் கொஞ்சம் பெரிய தாமரையைப் பொறித்தால் நன்றாக இருக்கும் என அவருக்கு யோசனை சொன்னேன். இருவரும் அமர்ந்து அந்தப் பணிக்காக வாகனத்தின் மூஞ்சூறு மூக்கை அளவெடுத்தோம். நேரில் வந்தால் அந்த வண்டியைக் காட்டுகிறேன்.

என்னுடைய விவசாய ஆலோசகர் ஒரு அப்புராணி. சின்னதாய் விவசாய இடுபொருட்கள் கடையும் வைத்திருக்கிறார். ஆயக்குடியைத் தாண்டும் போது, "பூராப் பேரும் தப்ளிக் போயிட்டு வந்து கொரானாவ பரப்பி விட்டுட்டாங்க" என்றார் வழக்கத்திற்கு மாறான குரலில். பிற இடங்களின் வழியாக வந்த பரவல் செய்திகளை அவர் காதிலேயே போட்டுக் கொள்ளவில்லை.

ஒரு நுணுக்கமான மாற்றம் நடந்தேறுவதைக் கண்கூடாகப் பார்க்கிறேன். எனக்கு எதிர்த் தோட்டத்தில் இருப்பவர், திமுகவில் பொறுப்பில் இருக்கிறார். பஞ்சாயத்தில் பதவியிலும் இருக்கிறார். "கீழ நம்ம கட்சிங்க. மத்தியில நமக்கு மோடி இருக்கறதுதான் விருப்பம்" என்றார். அந்தக் கூட்டணி விநோதமாக இருந்தது எனக்கு. அவர் பா.ஜ.கவின் பெரும்பாலான நடவடிக்கைகளை ஆதரிக்கிறார். அவர் அதைத் தனது மதத்தின் தூதுவராக மனதளவில் வரித்துக் கொண்டார். "எங்களுக்கு யார்ங்க சவுண்டா பேசறாங்க" என்றார்.

கடந்த சில வருடங்களில் வெவ்வேறு தட்டு வகையான நண்பர்களின் வழியாக எனக்கு ஒரு கோரிக்கை வந்தது. கோவையைச் சேர்ந்த கிறித்துவர், கோவில்பட்டியைச் சேர்ந்த அதிக கூட்டமாக இருக்கும் சாதிக்காரர், சென்னையில் இருக்கிற பட்டியலின சாதிக்காரர் எனக் கலந்து கட்டி வந்த கோரிக்கை அது. பா.ஜ.கவில் ஏதாவது பொறுப்பு வாங்கித் தர இயலுமா?

எண்ணிக்கையில் சிறிய கூட்டம்தான். உடனடியாக வெற்றிக் கோப்பையை ஏந்தி விட மாட்டார்கள்தான். ஆனால் அதற்குப் பின்னால் இருக்கிற, மத ரீதியிலான சமூக அணி வகுத்தல்களை ஆழமாகப் பார்க்கிறேன். சிறுகச் சிறுகப் பெருகுவதுதானே கூட்டத்தின் இயல்பும்? போன வருடம் கிருஷ்ண ஜெயந்தி விழாவில் கொட்டுகிற மழையில் நின்ற கூட்டத்தை எண்ணுகிறேன். வழியெங்கும் ஆங்காங்கே தென்படுகிற காவி நிறத்தை உற்றுப் பார்க்கிறேன்.

நல்ல அடிப்படையில் சொல்கிறேன் இதை. பழனி நகரத்தில் சமீபத்தில் பா.ஜ.க சார்பில் நடந்த பல கூட்டங்கள் கண்ணில் தட்டுப்பட்டன. திமுக சார்பில் நடந்த கூட்டங்கள் அதிகமாகத் தட்டுப்படவில்லை. தரைக் களச் செயல்பாட்டில் திமுகவில் சின்னதாய் சுணக்கம் தெரிகிறது. மஞ்சள் காமாலைக் கண் குறைபாடு என விமர்சித்தாலும் பரவாயில்லை. எதை எடுக்கிறோம், எதை விடுக்கிறோம் என்பதில்தான் எதனுடைய வளர்ச்சியும் அடங்கியிருக்கிறது.

பா.ஜ.க தரப்பில் ஏதோ வேலைகள் தரைமட்ட அளவில் ஊக்கமாக நடப்பதைக் கண்கூடாகவே பார்க்கிறேன். ஓட்டரசியல் என்பதைத்தாண்டி இஸ்லாமியர்களைத் தனித்து நிறுத்தும் போக்கிற்கு ஒரு பெரிய கூட்டம் மனதளவில் நகர்வதையும் காண்கிறேன்.

என்னுடைய நண்பர் இன்னொரு கட்சியில் பொறுப்பில் இருக்கிறார். இஸ்லாமியர்களைச் சும்மா விடக்கூடாது என முகம் சிவக்கப் பேசிக் கொண்டிருந்தார்.

மதம் என்கிற ஒற்றைப் புள்ளியில் ஒரு பெருங்கூட்டம் ஏற்கனவே குவியத் துவங்கி விட்டது. இந்த இடத்தில்தான் இதற்கு நேரெதிர் அரசியல் செய்யும் திமுகவின் பங்கு குறித்துக் கேள்வி எழுப்ப விரும்புகிறேன். அதிகமாகக் கிராமச் சூழலை நெருங்கிப் பார்க்கிறேன் என்கிற வகையில் சொல்கிறேன்.

எண்ணிக்கையில் சிறிதாக இருக்கும் பா.ஜ.க இளைஞர்களிடையே தென்படும் உற்சாகத்தை திமுக இளைஞர்களிடம் காண முடியவில்லை. சில இடங்களில் திமுகவில் இளைஞர்கள் களத்தில் இல்லவும் இல்லை. புதிய இளைஞர்கள் எந்தெந்த பக்கமெல்லாம் அதிகமாக அணி பிரிகிறார்கள் என்பதும் ஆய்வுக்குரியது. புதிதாக ஒன்றை ஆழமாக நிறுவும் முனைப்பில் இருப்பவர்களிடம் இயல்பாகவே வேகம் அதிகம் இருக்கும். மறுபடி சொல்கிறேன், முகநூலில் இருக்கும் யதார்த்தத்தை இந்த இடத்தில் சுட்டவே இல்லை. நான் பேசும் யதார்த்தம் அதற்கு நேர் மாறானது.

முற்றிலும் கள அடிப்படையிலான ஒரு சிறு கிராமத்தை மட்டுமே உள்ளடக்கிய சித்திரம் இது. தமிழகத்தில் எல்லா இடங்களிலும் கிராமங்கள் ஒரேமாதிரியாகத்தானே இருக்கின்றன? இப்போது உடனடியாகத் தேர்தல் வைத்தால், திமுகதான் பெரும்பான்மை பெறும் என்பதை எல்லோரையும் போலவே நானும் நம்புகிறேன். நாடாளுமன்ற தேர்தல் முடிவுகளை அறிவியல் ரீதியிலாக இதனோடு ஒப்பிட்டும் பார்க்கிறேன். அதேசமயம் எதிர்காலத்தைக் கணிக்கிற விளையாட்டிலும்நான் இல்லை. மற்ற கட்சி நண்பர்களும் தங்களுக்கான அரசியல் பிரதிநிதித்துவத்தைப் பெற வேண்டவும் செய்கிறேன். நிறைய நிறங்கள் இருப்பதுதானே தோப்பிற்கும் அழகு?

இன்றைக்கு திமுக ஒருவேளை உடனடியாக ஆட்சியைப் பிடித்து விடலாம். ஆனால் எதிர்காலத்தில், தமிழகத்தில் நடைபெறப் போகும் தரைவழி கலாசார, மத ரீதியிலான மாற்றங்கள் குறித்து திமுக இப்போதே சிந்திக்கத் துவங்க வேண்டிய கட்டாயத்தில் இருக்கிறது. அமைப்பிற்குள் மதம் சார்ந்த மெல்லிய உடைவிற்கான வெளி திறந்தே கிடக்கிறது. இந்து மதம் மற்றும் வழிபாடுகள் சம்பந்தமான விஷயங்களில் திமுக இன்னமும் அதிகக் கவனம் கொள்ள வேண்டும்

என எத்தனைமுறை எடுத்துச் சொல்வது? கேரம் விளையாட்டில் எதிர்ப் பக்கம் போய் விழவும் காய்கள் தயாராகவே இருக்கின்றன.

விடுமுறை தினம், பிள்ளையார் பொம்மை போன்ற சிறுபிள்ளைத்தனமான விளையாட்டுகளை அது நிறுத்த வேண்டும். இங்கே திமுக கார அண்ணன்கள்தான் பக்தியில் மற்றவர்களைக் காட்டிலும் துடியாக இருக்கிறார்கள். அப்புறம் எதற்காக இந்தக் கண்ணாமூச்சி விளையாட்டு?

ஆமாம், பிரியாணியையும் கேக்கையும் போல, சுண்டலையும் கொடு, வாங்கித் தின்று விட்டு, வாழ்த்துகிறேன் என வெளிப்படையாகச் சொல்வதில் என்ன சிக்கல்? ஏன் இங்கே தரையில் அந்த மூன்றுமே இன்னமும் ஒன்றாகத்தானே இருக்கின்றன? மூன்றும் பிரிவதற்குண்டான வாய்ப்பை ஏன் வாரி வழங்க வேண்டும்?

ஒருவகையில் திமுகவை, பா.ஜ.க வலைக்குள் இழுத்து விட்டது என்றே சொல்லலாம். இந்துக்களுக்கு விரோதி என்கிற குரலோடு அது பின்னாலேயே துரத்தவும் செய்கிறது. இந்த நேரத்தில் திமுக, உண்மையான அறைகூவலோடுதான் மக்களைச் சந்திக்க வேண்டுமே தவிர, இது போன்ற ஒளிந்து விளையாடும் கள்ளன் போலீஸ் ஆட்டம் வழியாக அல்ல. இனி பா.ஜ.க வீசும் அரசியல் அஸ்திரங்களைச் சமாளிக்க வேண்டிய இக்கட்டும் திமுகவிற்கு இருக்கிறது.

தவிர, திமுக இப்போது இணைய வெளியில் செல்வாக்கு திரட்டும் முனைப்பில் இருக்கிறது. தரைக் களத்தில் இறங்கி ஆதரவு திரட்டும் முயற்சியிலும் அது தனது கவனத்தைத் திருப்ப வேண்டும். ஒரு பெருங்கூட்டம் இணையத்திற்கு வெளியே உலவுகிறது. எழுதி வைத்ததைப் படித்து விட்டுப் போக இதுவொன்றும் கேளிக்கை வெளி அல்ல. பல ஆண்டுகள் தொடரப் போகிற அரசியல் யுத்தம்.

இங்கே எல்லா தரப்பும் அதனதன் பலங்களோடு களத்தில் இறங்கி வேலை செய்யத் துவங்கி விட்டன. மக்களுமே கூர்மைப்பட்டு விட்டனர். இன்றைக்குச் செய்வதல்ல, எதிர்காலத்திற்கும் சேர்த்துச் செய்வதுதான் அரசியல் என்பதை திமுகவின் புதிய முகங்கள் உணர வேண்டும். அதன் தலைமை தலையைத் தாழ்த்தித் தரையை உற்று நோக்க வேண்டும். அங்கேயும் கொத்தப்படாத சுண்டல் தானியம் சுதந்திர வெளியில் விரவிக் கிடக்கிறது. அது அதன் நிறத்தில் இயல்பாகக் கிடக்கிறது. வண்ணம் பூச நடக்கிற ஓட்டத்தில், நொண்டியடித்தால் அதற்கு யார் பொறுப்பு?

18

தாமிரபரணிக்கரை நாணல்!

பவளவிழா என்பதைப் படித்துவிட்டு, வண்ணதாசன் அண்ணாச்சியைக் குறித்து நேற்றிரவு முழுக்கத் தொகுத்து யோசித்துக் கொண்டிருந்தேன். ஒருவகையில் எங்களது வாழ்வையே தொகுத்துக் கொள்வதைப் போலத்தான் அதுவும். எங்களுடைய காலமும் அவருடையதில் ஒருபகுதியாக இருந்ததை உணர்ந்த போது பிச்சிப் பூ மலர்ந்தது உள்ளுக்குள். சட்டென மகேஸ்வரி அக்கா நிலைவாசல் படியை மறித்தமர்ந்து அதைச் சரம் கட்டுகிற காட்சி எழுந்தது.

மருதாணியிட்ட விரல்களில் மஞ்சளும் அப்பிக் கிடக்கும். தெருவிளக்கினடியில் கும்பலாக அமர்ந்து தீப்பெட்டிக் கட்டுகளை நாங்கள் ஒட்டுகிற காட்சியும் கூடவே. பசை வாடையோடு இணைந்தடிக்கிறது பால்கொழுக்கட்டை மணம். துத்தநாகம் குடித்த அக்காக்களின் அடிவயிற்று முனகல் சத்தமும் மெல்லக் கேட்டது. அதையும் மீறிச் சிரிப்பாள்கள்.

அண்ணாச்சி என்பது எங்களூர்ப் பக்கத்தில் மிக மரியாதையான விளிப்பு. இதேமாதிரி இன்னொரு மரியாதை விளிப்பான நைனா என்பதைப் போல, சாதி ரீதியிலாக அல்லாமல், எங்களது பக்கத்தில் எல்லோருக்குமான பொதுவிளிப்பு அண்ணாச்சி என்பது. வாய்நிறைய ஒருத்தருக்கு ஒருத்தர் அண்ணாச்சி என அழைத்துக் கொண்டு அலைவார்கள். மஞ்சள் பூத்த வேட்டியில்கூட மண்ணொட்ட

விடாத வித்தை தெரிந்தவர்கள். கோவில்பட்டி நாராயணசாமி தியேட்டர் வாசலில் எங்களுக்கும் ஒரு கடை இருந்தது. அதன் கல்லாவில் அமர்ந்தபடி, பலநூறு அண்ணாச்சிகள் குறுக்கும் மறுக்காக நடைபோவதை வேடிக்கை பார்த்திருக்கிறேன்.

நான் பிறந்தது மதுரை என்றாலும், சொந்த ஊர் தேனி என்றாலும், அதிகம் வாழ்ந்தது என்னவோ கோவில்பட்டியில்தான். அது முழுக்கவுமே வானம் பார்த்த பூமி. எப்போதாவது தேனிக்கு சித்தி வீட்டிற்குப் பள்ளி விடுமுறையில் போகையில், வைகையைக் கண்கொட்டாமல் பார்த்துவிட்டு வருவேன். பேருந்தில் இருந்து இறங்கி கால்நனைக்கத் தோன்றியதே இல்லை.

வைகை மடிதான் அடிமடி என்றாலும் ஏனோ அது எனக்குள் அதிகமும் ஒட்டவே இல்லை. வைகை எனக்குக் கசப்பான நினைவுகளைத் தந்ததுகூட ஒரு காரணமாக இருக்கலாம். அந்த வைகையைச் சாட்சியாய் வைத்து நிறைய இறப்புகளைச் சிறுவயதிலேயே பார்த்து விட்டேன். சொந்தங்கள் இருந்தாலும் ஏனோ தேனிக்கோ, மதுரைக்கோ திரும்பிப் போகப் பிரியப்படவில்லை. கோவில்பட்டியிலேயே நிலைகொண்டது வாழ்வு.

ஆற்றின் தடமே இல்லாத கந்தக பூமி எங்களூர். கோவில்பட்டியில் இருந்து திருநெல்வேலிக்கு விளையாட்டு விடுதியில் சேர்வதற்காகப் போன பயணத்தில்தான் முதன்முறையாக தாமிரபரணி ஆற்றைப் பேருந்தில் அமர்ந்தபடி பார்த்தேன்.

பின்னொருநாளில் கோவில்பட்டியில் இருந்து சைக்கிளின் பின்னால் இரும்புப் பெட்டியைக் கட்டிக் கொண்டு, பாலத்தை மிதித்துக் கடந்த போது தாமிரபரணியை நெருக்கத்தில் பார்த்தேன். அதற்கப்புறம் ஆறு என்றால் எனக்கு தாமிரபரணி மட்டுமே. அங்கேதான் ஆற்றைக் கடப்பது குறித்து அறிந்தேன்.

திருநெல்வேலி அண்ணா விளையாட்டரங்க விடுதியில் படித்த காலத்தில்தான் என்னளவில் முழுக்கப் பூத்துக் குலுங்கினேன். இப்போதுவரை மண்ணில் ஆழமாக ஊன்றி நிற்பதற்கு உரம் போட்ட செம்மண் மைதானம் அது. குருவிடம் தாழ்பணிவதை முழுக்க உணர்ந்த காலம். இன்றைக்கும் என்னுடைய குமார் கோச் உள்ளே, நாற்காலி போட்டமர்ந்து வழிநடத்துகிறார். ஒருவகையில் குமார் கோச்சின் சாயலைத்தான் வெவ்வேறு முகங்களில் இன்னமும் தேடிக் கொண்டிருக்கிறேன் என்று தோன்றுகிறது.

விளையாட்டில் இருந்த போது எனக்கு இலக்கியப் பரிச்சயம் அறவே கிடையாது. தெரிந்ததைக் காகிதத்தில் கிறுக்குகிற ஆர்வம் மட்டும் இருந்தது அப்போது. கல்லூரியில் சேர்வதற்குத் தயாராகிக் கொண்டிருந்த போதுதான் சோ.தர்மன் அண்ணனின் தூர்வை நாவலை முதன்முறையாகப் படித்தேன். அப்புறம் அந்த உலகம் என்னை உள்ளே வாரியணைத்துக் கொண்டது.

சென்னை கிறித்துவக் கல்லூரி தமிழிலக்கியத் துறையில் பயின்ற போது, கடந்து வந்த காலத்தைத் திரும்பிப் பார்க்க வைத்தவர் வண்ணதாசன் அண்ணாச்சி. வெக்கை கள்ளிப்பூவைப் போலப் பூக்கும் நிலத்துக்காரனுக்கு தாமிரபரணி மீது ஒரு கண் எப்போதும் இருக்கும் என்பார்கள். பத்தமடைப் பாயை உதறி விரிப்பதைப் போல எனக்குள் பச்சை வயல்களைக் கிடத்தினார் அண்ணாச்சி. காளிமார்க்கில் எனக்கு தில்கோஸ் வாங்கித் தந்தார் அவரது கதைகளினூடாக. அத்தனையும் நான் உருண்டு புரண்டு விளையாடிய களம். அண்ணாச்சியின் கதைகளின் மடியில் படுத்துக் கொண்டு, நான் பூத்துக் குலுங்கிய காலத்தை மீட்டெடுத்தேன். படிக்க படிக்க ஆச்சரியமாக இருந்தது அப்போது.

செல்வி அத்தாச்சிதானே அது? ஈஸ்வரன் மாமாதானே அது? என எனக்குத் தெரிந்த மனிதர்களை அவருடைய கதைகளின் வழியாக மீட்டுப் பார்த்துக் கொண்டே இருப்பேன். அக்கதைகள் ஒவ்வொன்றும் முடிகிற போது ’அட’ போட்டது இப்போதுகூட நினைவில் வருகிறது. தாமஸ் ஹால் அறை எண் மூன்றில் படுத்தபடி, அவரது கதையொன்றை படித்துவிட்டு அழுததை எப்படி மறப்பேன்? அந்தக் காலத்தில் அண்ணாச்சியின் உலகம் எனக்கு உவப்பானதாகவும் தேவையானதாகவும் இருந்தது. கோவில்பட்டியில் இருந்து சைக்கிளை மிதித்துக் கொண்டு சாராள் தக்கர் பள்ளிச் சாலையில் உதிர்ந்து கிடக்கிற பூக்களினூடாக சறுக்கிக் கொண்டு போவதைப் போல. ஏ.ஆர்.லைன் சர்ச்சில் மண்டியிட்டு ஆர்ப்பரிப்பதைப் போல.

கல்லூரி, வேலை என மூச்சு முட்டிக் கொண்டிருந்த காலம் அது. அந்தக் காலத்தில் அண்ணாச்சியின் கதைகள் எனக்கு கதகதப்பாக அமைந்தன. கரிசல் எனக்கு அடியாதாரம் என்றாலும், கனவுகளில் தாமிரபரணி வருவதை தவிர்க்கவே இயலாது. தாமிரபரணி என்பது என்னளவில் அடைய நினைக்கிற கனவு. சில ஆண்டுகளுக்கு முன்பு வளத்தம்மா ஆச்சியின் அஸ்தியை அந்த நதியில் கரைத்த

போதும் இதையே நினைத்துக் கொண்டேன்.

வைகையை வெறுத்து கரிசல்பூமிக்கு நகர்ந்து வந்த அவளுக்குமே, துயரமில்லாமல் ஓடுகிற நதியொன்றுதான் கனவும். அப்படியான கனவுகளை, ஒரு நதிக்குள் அடைத்து எனக்குள்ளே அதுவாய் மாறி எங்களுடைய பகுதி காலமொன்றில், உருண்டு ஓடியவர் அண்ணாச்சி. என்னையறியாமல் எனக்குள் இருக்கிற குமார் கோச்சின் இன்னொரு சாயலும் அவர்.

ஐம்பது அறுபது மரங்கள், சில நாய்கள், பூனைகள், மாடுகள், தலைக்கு மேல் சிறிய கூரையும் வானமும் எனவொரு பட்டுப்புழுவாய்ச் சுருக்கிக் கொண்ட பிறகு, இதுவரை கற்ற அனைத்தையும் மறுபரிசீலனை செய்கிறேன். அவற்றைப் பிரயோகிக்க வழியில்லாத வெளியில் இப்போது அவை எனக்கு மெல்ல மறக்கவும் துவங்கி விட்டன. இப்போது எல்லாவற்றையும் காட்சிகளாக, மணங்களாக, உணர்வாகக் குறுக்கிக் கொண்டு அகன்ற வானத்தைப் பார்த்தபடி, வெறுமையான வெளியில் அமர்ந்து ஆழமாக, அமைதியாகச் சுழற்றி யோசிக்கிறேன். அமர்ந்திருக்கிற நிலத்திலிருந்து ஒவ்வொன்றாய்த் தோண்டி காலியாக இருக்கும் கோப்பையில் இட்டு நிரப்புகிறேன்.

அண்ணாச்சி எனக்குள் எதுவாக இருக்கிறார்? மெல்லுணர்வாய். செண்பகப்பூ மணமாய். என்னை அச்சுறுத்தாமல் வாரியணைத்த நதியாக. அதிலாடும் நாணலாக!

19
வாழ்த்தும் உரையாடலும்!

விடுதலைச்சிறுத்தைகள் கட்சியின் தலைவர் தொல். திருமாவளவனுக்கு இன்று பிறந்தநாள். அதை முன்னிட்டு சிலதை உரையாடலாம் என்று தோன்றுகிறது. இந்தியாடுடே பத்திரிகையில் இருந்த போது அவரோடு கொஞ்சம் நெருக்கமாக இருந்தேன். அது முற்றிலும் தொழில்முறை உறவு.

விடுதலைச்சிறுத்தைகள் கட்சியினர் அப்போது எல்லா பத்திரிகை யாளர்களுடனும் நட்புணர்வைப் பேணிக் கொண்டிருந்தனர். அந்த வகையிலேயே என்னுடையதும். இப்போது அவரே அதை மறந்திருப்பார் என நினைக்கிறேன். பத்திரிகைத் துறையில் இருந்து விலகும் போது அப்படித்தான் நடக்கும். அது முற்றிலும் இயல்பானதே.

அவரை நிறையப் பேட்டி எடுத்திருக்கிறேன். ஆனால் ஒருதடவைகூட அவர் சமநிலை குலைந்து பேசியதில்லை. இந்த இடத்தில் பிற தலைவர்களைச் சுட்டுவது நாகரீகமல்ல. அவர் எதுகுறித்தும் அழுத்தமாக, ஆழமாக எங்களோடு உரையாடிக் கொண்டிருந்தார். கவர் ஸ்டோரி என்றால் மட்டுமே பேட்டி தருவேன் என்கிறவர்களுக்கு மத்தியில் இரண்டு வரிகளுக்காகவும் பேசுவார்.

அந்த இரண்டு வரி என்கிற சிறு வாய்ப்பையும் அவர் வீணடித்ததே

இல்லை. கிடைக்கிற எதன் வழியாகவும் உரையாடுகிறவராக இருந்தார் என்பதுதான் பத்திரிகையாளன் என்கிற அடிப்படையில் என் மனப்பதிவு.

முதன்முறையாக அதிமுக சார்பில் அவருக்கு எட்டோ பத்தோ தொகுதிகள் கிடைத்த போது, அகம்மகிழ்ந்து முதல் மரியாதை என இந்தியாடுடேயில் முழுப்பக்க விளம்பரம் கொடுத்த நிகழ்ச்சி நினைவிற்கு வருகிறது. தொகுதி எண்ணிக்கை மறந்து விட்டது. அதிக பிரதிநிதித்துவம் கிடைத்து விட்டது என்கிற குதூகலம் இருந்தது அதில்.

திமுகவுடனான அவருடைய நல்லுறவுகளையும் நேரில் பார்த்திருக்கிறேன். இதற்கு நேர் எதிரான சித்திரங்களையும் கண்டிருக்கிறேன். தலைமை மட்டத்தில் ஆப் தி ரெகார்டாக உதிர்க்கப்பட்ட கசப்பான வார்த்தைகளும் இன்னமும் காதில் ஒலிக்கின்றன. எல்லா கட்சிகளிலும் எனக்கு நண்பர்கள் இருக்கிறார்கள் என்பதால், அவர்களோடு பல தேர்தல் பிரச்சாரங்களுக்குப் போய்தூர நின்று பார்த்திருக்கிறேன்.

பிரச்சாரத்திற்கு விரும்பி வருகிற அவரை, பிற சாதி ஏரியாவிற்குள் அழைத்துப் போக முடியாது என மறுத்ததையும் பார்த்திருக்கிறேன். தேர்தல் பணிமனை இரவுப் பேச்சுக்களில் அவரது பிரச்சார வருகை எப்படியெல்லாம் விவரிக்கப்படும் என்பதையும் கேட்டிருக்கிறேன். அப்படித்தான் நடக்கும் என்கிற யதார்த்தத்தை அவரும் உணர்ந்திருக்கிறார்.

அதையெல்லாம் உணர்ந்து பார்த்தால்தான் தெரியும். இங்கே கிராமத்தில் நிதமும் பார்க்கிறேன். இனிக்க இனிக்கப் பேசுவார்கள். ஆனால் சொம்பில் தண்ணீர் தர மாட்டார்கள். குடிக்கத் தகுதியற்ற போர் தண்ணீரை ’குடி போவென’ விரட்டி விடுவார்கள். இவர்களின் ஊடாகத்தான் நாமும் இளித்துக் கொண்டு உரையாட வேண்டியிருக்கிறது. வெட்டிச் சாய்க்கிற காலமா இது? வேறு என்னதான் வழி?

அப்படி இளிக்கிற இடத்தில் போய் அறவீழ்ச்சி என்றெல்லாம் பேசிக் கொண்டிருக்கக் கூடாது. வேறு என்னதான் செய்யச் சொல்கிறீர்கள்? தனியாக நின்றால் நாற்காலியைக் கொடுத்து விடுவீர்களா என்ன? மெல்ல மெல்லத்தான் அதை நோக்கி நகர முடியும் என்பதை அவர் உணர்ந்திருக்கிறார்.

உரையாடல்களால் மட்டுமே எதையும் பெற முடியும் என்கிற காலமிது. உரையாடல்களை உற்று நோக்குகிற செவிகளும் திறந்தே இருக்கின்றன. மெல்லிய மாற்றம் ஒன்று நிகழ்வதைக் களத்தில் இருந்து பார்க்கிறேன்.

தொண்ணூறுகளில் நடந்த தென் மாவட்ட சாதிக் கலவரத்தின் சாட்சிகள் நாங்கள். அதைப் பற்றி விரிவாக பார்பி நாவலில்கூட எழுதியிருக்கிறேன். எல்லா தரப்பும் எப்படி வெட்டிக் கொள்ளும் என்பதைக் கண்ணால் கண்டிருக்கிறேன். காலடியில் உருண்ட தலைகளைத் தாண்டிக் குதித்து ஓடியிருக்கிறோம்.

இப்போது நான் வாழும் கிராமத்தில் திருமா படம் போட்டு பேனர்கள் எழுந்திருக்கின்றன. சுவர்களில் அவர் பெயர் பொறிக்கப்படுகின்றன. இதெல்லாம் எங்கே? அவர்களுக்கு ஒதுக்கப்பட்ட இடங்களில் என்பதைக் கவனமாகப் புரிந்து கொள்ளுங்கள்.

உன்னுடைய இடத்தில் என்னவோ செய்து கொள். இங்கே வராதே எனப் பொருள் அதற்கு. டீக்கடைகள் தனியாகப் போட்டுக் கொள்ளலாம். ஆனால் ஊருக்குள் எங்களது கடைக்கு வராதே என்கிற ஏற்பாடு. மீறினாலும் உனக்கும் சில்வர் க்ளாஸ் வேண்டாம், எனக்கும் வேண்டாம். இருவருமே பேப்பர் கப்பில் குடித்துக் கொள்ளலாம். எவ்வளவு நுட்பமாக இருக்கிறது.

சில்வர் க்ளாஸே கிடையாது. இதில் எந்த இலட்சணத்தில் அன்னம் தண்ணீர் புழங்குவது? இதுதான் தமிழக யதார்த்தம். இதில் ஆங்காங்கே எல்லை மீறிய கொலைகளும் உண்டு. மலம் போன்ற வக்கிர அத்துமீறல்களும் உண்டு. இந்த யதார்த்தத்தின் ஊடாகத்தான் அவர் தனது தேர்தல் வெற்றி என்கிற குதிரையையும் ஓட்டிப் போக வேண்டும்.

அமைதியாய் யோசித்தால், தலை சுற்றுகிறது. ஒருதனி மனிதனாய், அந்த குதிரையோட்டியைப் பார்த்து வியக்கிறேன். அகத்தில் இருந்து அவரைப் பார்க்கையில் மரியாதை எழுகிறது. இவர் உரையாடத் தகுந்த மனிதர் என்கிற கதகதப்பு கிடைக்கிறது.

கிராமம் சார்ந்த அனைத்துச் சித்திரங்களையும் பார்க்கிறவன் என்கிற முறையில் அவரோடு அடியாழத்தில் இருந்து எளியவனாக உரையாட விரும்புகிறேன். அடங்க மறுக்கிற, அத்துமீறுகிற காலம் இதுவில்லை என்பதை எல்லோரையும் போலவே உணர்கிறேன்.

இருவேறு காட்சிகளைச் சொல்லத் தோன்றுகிறது.

இங்கே நானிருக்கிற கிராமத்தில் இருக்கிற பாரம்பரிய கோவிலில், தலித் இளைஞர்கள் சிலர், சில ஆண்டுகளுக்கு முன்பு நுழைந்து விட்டார்கள். ஊர்க் கூட்டம் போட்டு, தலித் தரப்பிற்கு எந்த வேலையும் தர மாட்டோம் என அறிவித்து விட்டனர். மறுபடி வந்து மன்னிப்புக் கேட்க வைத்து அந்தத் தீர்மானத்தை ரத்து செய்ய வைத்தனர். இப்போது முறைத்துக் கொண்டெல்லாம் திரியவில்லை. வரையப்பட்ட அந்தக் கோட்டோடு வாழப் பழகிக் கொண்டனர் பழைய மாதிரியே.

நுட்பமான கத்தி அம்மக்களின் பாதையில் கிடத்தப்பட்டிருப்பதை அனுதினமும் பார்க்கிறேன். காட்டு வேலைக்கு வருகிறவர்களால் நாற்காலியில் அமர முடியாது. இங்கேதான் இன்னொரு காட்சியையும் சுட்டிக் காட்ட வேண்டியிருக்கிறது.

பெரும்பான்மை சமூகம் விளைவிக்கிற பழத்தை விற்றுக் கொடுக்கிற சந்தையைத் தலித் தரப்பு கையில் வைத்திருக்கிறது. அந்த வணிகத்தில் அது செல்வாக்கு செலுத்துகிறது. அங்கே பெரும்பான்மை சமூகம் ஸ்நேகமான உடல் மொழியில் நிற்பதைக் கவனித்திருக்கிறேன். சந்தையில் மட்டும் எல்லோருக்கும் ஒரே டீக்கடை. சந்தையைக் கையில் வைத்திருக்கிற வியாபாரிகள் பளீர் வெண்மை நிறத்தோடு வருகையில் நாற்காலி கிடைக்கிறது. இழுத்துப் போட்டு அமர்கிற தன்னம்பிக்கையையும் அதில் பார்க்கிறேன். வணிகம் தருகிற தன்னம்பிக்கைதான் அது.

இந்தப் பிறந்தநாளில் அவரிடம் கோருவது இதுதான். இங்கே காட்டிற்கு வரும் தம்பிகளிடமும் அதையே கோருகிறேன். இரு செவிகளும் ஒன்றுதான் அல்லவா? வணிகம் செய்யுங்கள் என்பதும் அறைகூவல்களில் ஒன்றாக இருக்க வேண்டுமென. வரலாற்றில் வணிகத்தைக் கையில் தூக்கி முன்னேறிய முன்னுதாரணம் ஒன்றும் இருக்கிறதுதான் அல்லவா?

சந்தையைப் பழிக்காதீர்கள். சரியாக அணுகினால் அது சுதந்திரமானதே. இருகைகளையும் விரிக்கும் அதை இறுகப் பற்றிக் கொள்ளுங்கள் என அந்தத் தம்பிகளிடம் அடிக்கடி சொல்வேன். அவர்களும் அதை உகந்ததாகப் பார்க்கிறார்கள்.

அந்தத் தம்பிகளுக்கு மட்டுமல்லாமல், உரையாடலில் ஆர்வம்

கொண்ட பிறருக்குமான தலைவரான அவரிடமும் இரண்டு கோரிக்கைகளை வைக்கிறேன். விடுதலைச் சிறுத்தைகளின் பெயரில் கல்வி நிறுவனங்களையும் வணிகத்தையும் முன்னெடுங்கள். அந்தப்பொருளாதார வலிமையும் உங்களுக்கு உண்டென உணர்கிறேன்.

நெஞ்சார்ந்த உணர்வு ரீதியிலானது இது. கே.கே.நகரில், சமீபத்தில் மறைந்த அவருடைய அக்கா கையால் ஒருநாள் இரவு ரசம் சாதம் சாப்பிட்டுக் கைநனைத்தவன் என்கிற வகையில் அவருடைய எல்லா முயற்சிகளிலும் ஒரு இளைய சகோதரனாக உடன் நிற்க அடியாழத்தில் இருந்து விரும்புகிறேன். செஞ்சோற்றுப் பதிலாய், மானசீகமாக என் வீட்டில் தலைவாழை விரித்து அவருக்குப் பிறந்தநாள் விருந்து வைக்கிறேன்!

20

அக்கரைக்கு நகர!

அரசியலில் நீங்கள் ஒன்றை நம்புகிறீர்கள். நான் ஒன்றை நம்புகிறேன். இன்னொருத்தருக்கு வேறு ஒரு பிடிமானம். ஆனால் நல்வாழ்வு என்பதுதான் எவர் ஒருவரின் நம்பிக்கையும் எதிர்பார்ப்பும். எல்லா திசைகளின் இறுதிப் பாதையும் ஒன்றுதான். அந்தத் திசை நோக்கிப் போகத்தான் ஒவ்வொரு நம்பிக்கையும் முயல்கிறது. தனிமனிதன் ஒருவனை எட்டுவதற்குத்தான் எல்லாப் பாதைகளும். இந்த அடிப்படையைப் புரிந்து கொண்டால், மேற்கொண்டு ஜனநாயகக் குதிரையைச் சண்டித்தனம் இல்லாமல் ஓட்டிக் கொண்டு போய் விடலாம்.

காலம் முழுக்க இதில் மீறல்கள் நடந்தபடியேதான் இருந்திருக்கின்றன. ஒரு சிந்தனைப் போக்கு இன்னொன்றை கொன்று போட்டிருக்கிறது. மற்றொன்று பதிலடி கொடுக்க கோரக் கரங்களைப் பட்டைதீட்டியிருக்கிறது. வரலாறுகளைத் தோண்டினால் எல்லா பக்க வண்டவாளங்களும் தண்டவாளங்கள் ஏறி விடும். எந்த சமூகம் மீறலை நிகழ்த்தவில்லை என்று சொல்லுங்கள்?

மேலேயிருந்து கீழே வரை மீறல்கள் நடந்தபடியேதான் இருக்கின்றன. ஒவ்வொரு நம்பிக்கைக்குமே சொல்வதற்கென்று அதற்கான காரணகாரியங்கள் இருக்கின்றன. முற்றிலும் மேம்பட்டதாகக்

கருதப்படும் சமூகத்தில் எது குறித்தும் ஆழமான உரையாடல் நிகழ்ந்து கொண்டேதான் இருக்க வேண்டும். இல்லாவிட்டால் உடலில் ஏதோவொரு பாகம் வீங்கிப் பெருத்து விடும்.

எல்லா வகையான உரையாடல்களையும் இதனுள் பொருத்திக் கொள்ளுங்கள். தனித்தனியாகவெல்லாம் எதற்காகப் பிரிக்க வேண்டும்? இந்த ஒட்டுமொத்தமும் அப்படித்தானே சமீபகாலமாக இருக்கிறது? இதை ஆழமான தளத்தில் வைத்து உரையாட விரும்புகிறேன்.

நீ உன் தரப்பு உரையாடலை நிகழ்த்து. என் தரப்பை நான் சொல்கிறேன். சமதளத்தில் நின்று நடக்கிற உரையாடல்தானே இது? ஆனால் அதில் பா.ஜ.க தரப்பு, தன்னோடு காவல்துறை, சட்டம் ஆகியவற்றை வைத்துக் கொண்டு அடக்குமுறையில் ஈடுபடுவது தவறு என்றே சொல்கிறேன்.

அவர்கள் தரப்புமே இந்த உரையாடலைக் கொஞ்சம் திறந்த மனதோடு கேளுங்கள். இப்போது அதிகாரம் கையிலிருப்பதால், ஆண்டாண்டுகளாகத் தேக்கி வைத்திருந்த கோபத்தை வெளிக்காட்ட மூர்க்கமாக முயல்கிறீர்கள் என்கிற அடிப்படையைப் புரிந்து கொள்கிறேன். ஒன்று திரட்டல்களுக்கான செயலாகவும் இதை உணர்கிறேன்.

ஆனால் எந்தவொரு விஷயத்தின் அடிப்படையையும் தயவு செய்து புரிந்து கொள்ளுங்கள். மேலே இருந்து எதையும் உருட்டி மிரட்டித் திணித்து விட முடியாது. அது இன்னொரு பக்கத்தில் வெடித்துப் பீறிட்டுக் கொண்டேதான் இருக்கும். அடக்குமுறைகளை வைத்தெல்லாம் அவற்றைக் கட்டிப் போட முடியாது.

இரு தரப்பு உரையாடல்களுக்கு வெளியே இருக்கிற மக்கள் மனதில், வெறுப்பையே இவ்வாறான செயல்கள் உருவாக்கும். இன்னொன்றிற்கு மாற்று என்று சொல்லித்தானே வருகிறீர்கள்? மாற்றத்தின் பாதையில் குண்டுகளையா முழங்கிக் கொண்டு வர வேண்டும்?

இந்த ஜனநாயகம் போட்டுத் தந்த பாதையில், பலவாறான சோதனைகளைக் கடந்து, தனிப்பட்ட வாழ்வு சார்ந்த உரிமை என்கிற புள்ளிக்கு வந்து சேர்ந்திருக்கிறோம். என்னுடைய தனிப்பட்ட வாழ்வு என் உரிமை. அதைக் குலைப்பதற்கு எந்த அரசிற்கும்

உரிமை இல்லை.

இப்போது என்னுடைய தனிப்பட்ட வாழ்வு கடுமையான சிக்கலில் இருக்கிறது. கண்ணுக்குத் தெரியாத வைரஸோடு போராடும் அது, இன்ன பிற புறக்காரணிகளாலும் பதற்றத்திற்கு உள்ளாகி இருக்கிறது. என்னுடைய தனிப்பட்ட வாழ்வு அமைதியான சூழலை நாடவே விழைகிறது. இந்தப் பெருந்தொற்று காலத்தில் இருந்து விடுபட்டு, அமைதியான கூடொன்றை கட்ட முயலும் சிறு குருவிகளைப் போலத் தத்தளிக்கிறது கூட்டுமனம். தற்போது நடக்கிற அரசியல் உரையாடலில் அல்லாத பெருங்கூட்டு மனம் அது.

ஆனால் அரசுகள் ஏதோவொரு வகையில், அப்பெருங்கூட்டத்தின் வாழ்வை நெருக்கடிக்கு உள்ளாக்கிக் கொண்டிருந்தால் என்ன செய்ய? நான் வாழும் பூமியே நெருக்கடியில் இருப்பதாக உணர்கிறேன். இந்த நேரத்தில் என்ன மாதிரியான உரையாடல்கள் நடக்க வேண்டும்?

என் அன்றாட வாழ்வு சார்ந்த உரையாடல்களா? அல்லது எனக்கு இப்போது தேவையே இல்லாத கலாச்சாரம் சார்ந்த உரையாடல்களா? ஒரு பெரும் தரப்பு இந்தக் கேள்விகளோடு, இப்போது நடந்து கொண்டிருக்கும் மிகத் தீவிர உரையாடல் என்கிற ஒட்டுமொத்தத்திற்கு வெளியே நின்று கண்காணித்துக் கொண்டிருக்கிறது.

அந்த தரப்பின் அரசியல் நம்பிக்கையைப் பெற வேண்டும் என நினைப்பவர்கள் கையில், பூங்கொத்துடன்தான் வர வேண்டுமே தவிர தடிகளோடு அல்ல. இது குறித்து எல்லா தரப்பும் ஆழமாக யோசிக்க வேண்டும். அங்குள்ள நேர்மையாளர்கள் அதை வலியுறுத்தவும் வேண்டும்.

இந்த ஒட்டுமொத்த செயல்பாட்டின் பார்வையாளனாக வெளியில் நின்று பார்த்துச் சொல்கிறேன். இரண்டு தரப்பும் இன்னும் மூர்க்கமாகக் கூட உரையாடுங்கள். மைதானத்தில் நடப்பவைகளை மேலே கேலரியில் அமர்ந்து ஒரு பெரும்தரப்பு பார்த்துக் கொண்டிருக்கிறது என்பதை மட்டும் நினைவில் வைத்துக் கொள்ளுங்கள். ஆட்டத்தின் ஜனநாயக விதிகள் எல்லோருக்குமே தெரியும் இங்கே.

அதில் அதிகாரத்தைக் கையில் வைத்துக் கொண்டு, முறையற்ற ஆட்டத்தை மேற்கொள்கிறவர்கள் எவரையும் அந்தப் பெருந்தரப்பு

உற்றுப் பார்த்துக் கொண்டிருக்கிறது. அக்கரையில் அக்கண்கள் சுடர்விடுகின்றன. அவற்றின் நன்னம்பிக்கையைப் பெறுகிற ஆட்டம் எது என்பதைத் தேர்ந்தெடுக்கிற பொறுப்பை ஒவ்வொரு கையிலும் கடத்துகிறேன். இந்த ஒட்டுமொத்தமும் மேலே நின்று நம்மை வேடிக்கை பார்க்கிறது. ஒருவகையில் அதுவுமே பெருந்தொற்று என்கிற காலமொன்றை நம் மீது சுருட்டி எறிந்து, இன்னொன்றை உணர்த்துகிற உரையாடலை நிகழ்த்தித்தான் கொண்டிருக்கிறது!

21
களைக் கொல்லி!

விவசாயம் குறித்து ஆழமாகத் துயரமடைவதற்கு ஆயிரம் காரணிகள் இருக்கின்றன இங்கே. அதன் அத்தனை கோணங்களையும் உண்மையான கதைகளினூடாக அடுக்கித் தந்தால், அதுவொரு முழுமையான துன்பியல் கட்டுரையாகத்தான் அமையும். தவிர, பலர் பல கோணங்களில் இதைப் பற்றி விலாவரியாக எழுதி விட்டதால், ஒரேயொரு கோணத்தில் மட்டும் இங்கே விவரிக்க விரும்புகிறேன்.

கண்களில் ஒரு பழச் சந்தையைக் கற்பனையாகக் கொண்டு வந்து கொள்ளுங்கள். எல்லா ஊர்களிலும் இப்படியான சந்தைகள் இருக்கின்றனதானே? அப்படியானால் அங்கேயும் இப்படியொரு சோகக் கதை இருக்கும். இடங்கள் மாறலாம், பழங்கள் மாறலாம். ஆனால் வணிக அறவீழ்ச்சி அங்கே நாற்காலி போட்டு அமர்ந்திருக்கும். சந்தையில் அந்தக் குறிப்பிட்ட பழம் ஏல முறையிலும் கமிஷன் மண்டி அடிப்படையிலும் விற்பனை செய்யப்படுகிறது. சின்ன அளவுகளில் விவசாயிகளும் நேரிடையாக விற்பனை செய்வார்கள்.

உழவர் சந்தை போன்ற அமைப்புகளையெல்லாம் இதில் போட்டுக் குழப்பிக் கொள்ளாதீர்கள். வணிகர்கள் தீர்மானிக்கும் சந்தை வணிகம் இது. பெரும்பான்மை என்பது, விவசாயிகளிடம் இருந்து தோட்டத்திற்கே வந்து எடுத்து குறுவியாபாரிகள், ஏலத்திற்கு

வந்து நிற்கும் பெரிய வியாபாரிகளிடமோ கமிஷன் கடைகளிலோ போட்டுக் கொள்வார்கள்.

அவர்களுக்குள் ஒருத்தரை ஒருத்தர் கைவிடாமல் பார்த்துக் கொள்வார்கள். இந்தச் சங்கிலியில் பெரும்பாலும் விவசாயிகளை சேர்த்துக் கொள்வதில்லை. மீறிப் போனாலும் சிறு விவசாயிகள், சிறுவியாபாரிகள் என எங்கேனும் ஒரு சிறு கூட்டு கிடைக்கும். ஆனால் பெரிய வியாபாரிகள் விவாசாயிகளைப் பெரும்பாலும் பக்கத்தில் வைத்துக் கொள்வதில்லை. இடைத்தரகர்களை துண்டித்து விட்டு விவசாயிகள் நேரே போய் நின்றால், ஏதாவது காரணம் சொல்லி அப்பழங்களை வாங்குவதில்லை.

இடைத்தரகர்கள் வழியாக மட்டுமே அவர்கள் அப்பழத்தை எடுத்துக் கொள்கிறார்கள். இதுவொரு சிறு, குறு, பெரு வணிகர்களின் வலிமையான சங்கிலி. வணிக மதம் பிடித்த யானையொன்று அச்சங்கிலியில் கட்டப்பட்டிருக்கிறது. அதன் பசிக்கு எல்லாமுமே சோளப் பொறிதான். அது ஒருபக்கம் இருக்கட்டும்.

இந்த அடிப்படையில் விவசாயி ஒருத்தரின் தோட்டத்தில் இடைத்தரகர் ஒருத்தர் இரண்டு நாட்கள் பழம் எடுக்கிறார். முதல் நாள் ஏழுபெட்டி, அடுத்த நாள் ஏழு பெட்டி எனக் கணக்கு வருகிறது. இங்கேதான் சங்கிலியில் கட்டப்பட்டிருக்கிற அது எப்படி தன் காலைத் தூக்கி நசுக்க வருகிறது என்பதைப் புரிந்து கொள்ள வேண்டும்.

முதல்நாள் எடுத்த ஏழு பெட்டி, ஒரு பெட்டி நானூறு ரூபாய்க்கு விற்றிருக்கிறது. மொத்தம் இரண்டாயிரத்து எண்ணூறு ரூபாய். வண்டிக் கூலி நானூறு. ஏழு கூலியாள் ஆயிரத்து நானூறு. ஆக மொத்தம் லாபம் ஆயிரம் ரூபாய். அடுத்த நாள் பெட்டி இருநூறு ரூபாய்க்குத்தான் விற்றது. ஆனால் செலவு அதே ஆயிரத்து எண்ணூறுதான். ஆக நட்டம் நானூறு. கழித்தால் எனக்கு அறுநூறு ரூபாய் மட்டுமே லாபம். அதுகூட இல்லாவிட்டால் எப்படி? எனச் சொல்லி அந்த இடைத்தரகு வியாபாரி விவசாயிக்குப் பணம் தர மறுத்து விட்டார்.

பதினான்கு பெட்டிகள் ஒரு நிலத்தில் எடுக்கப்பட்டிருக்கின்றன. அதை ஒருத்தர் எடுத்ததன் வழியாக இன்னொருத்தருக்குப் போட்டு, அது நுகர்வோர் கையில் சேர்கிற வரை இதில் எல்லோருக்குமே பணம் இருக்கிறது. வண்டிக்காரர் துவங்கி பறிப்புக் கூலி உட்பட

இந்தச் சங்கிலியில் எல்லோருக்குமே பணம் இருக்கிறது. ஆனால் அந்தப் பதினான்கு பெட்டி பழங்களை உற்பத்தி செய்த விவசாயிக்குப் பணமில்லை.

இதுமாதிரியான விலை குறைவதை யார் தீர்மானிக்கிறார்கள்? இருபது கிலோ பழங்கள் கொண்ட பெட்டி இருநூறு என்றுகூட வைத்துக் கொள்ளுங்கள். அப்படியானால் ஒரு கிலோ பழத்தின் விலை பத்து ரூபாய். ஆனால் சந்தையில் எண்பது ரூபாய்க்கு விற்கிறது. “உங்கட்ட இருநூறு ரூபாய்க்கு எடுத்தாலும் அவங்க வெளி ஊர்களுக்கு பெட்டி வழக்கம் போல ரேட்லதான் அனுப்புவாங்க. என்ன முன்ன பின்ன கொஞ்சம் கொறையலாம். கூடலாம். விலை இப்படி எங்கயாச்சும் தடுமாறுற நேரத்திலதான் ஏவாரிகள் சம்பாரிப்போம். பெட்டி வெலையை விவசாயிகளுக்கு ஏத்த விடாம பாத்துப்போம்” என்கிறார் அந்த கமிஷன் கடையில் இருக்கும் ஒருத்தர்.

இந்தயிடத்தில்தான் நான் கூர்மையாக இன்னொன்றை யோசித்துப் பார்த்தேன். வேறு எந்தத் தொழிலிலாவது இப்படி உற்பத்தியாளனுக்கு ஒருபைசாகூட கிடைக்காத நிலை இருக்கிறதா? அந்தத் தொழிலில் இருக்கிற லாப நட்டங்கள் வேறு கதை. ஆனால் விளைவித்த அந்த பதினான்கு பெட்டி பழங்களுக்கு நயாபைசா கிடையாது என்கிற நிலையைப் பற்றி இந்தயிடத்தில் சொல்கிறேன். சாப்ட்வேர் உற்பத்தி, மோட்டார் வாகன உற்பத்தி, ஹோட்டல் துறை என எந்தத் துறையை எடுத்துக் கொண்டாலும், பைசா தராமல் சிறுதுளியாவது வெளியேற முடியுமா?

தங்களது பொருட்களுக்கான அடிப்படை விலையை நிர்ணயிக்கிற உரிமை இல்லாத, ஒரே துறை விவசாயம் மட்டுமே. சந்தையின் கட்டுப்பாட்டில் ஆகக் கடைசியாக இருக்கும் ஒரு உற்பத்தியாளனை முழுக்கவும் ஏமாற்றுவது இந்தத் துறையில் மட்டுமே. மீன் விற்பனையாளனாகவும் இருக்கிறேன் என்கிற முறையில் சொல்கிறேன். விலை குறைவோ, கூடுதலோ மீன் பேர ஏலத்தில் மீனவர்களின் கையே ஓங்கியிருக்கிறது. அதை வாங்கிக் கொண்டு போய் விற்று நஷ்டமடைந்ததால் உனக்கு காசில்லை என்றெல்லாம் அங்கே போய்ச் சொல்லவே முடியாது. மீன் வெட்டுகிற கத்தி கழுத்தைத் தடவிக் கொடுத்து விடும்.

ஆனால் இங்கே விவசாயிகளால் இந்தச் சந்தையை எதிர்த்துக்

களமாடவே முடியாது. ஒரு சந்தை வணிகம் எந்தவித குற்றவுணர்வுகளுமின்றி அதன் உற்பத்தியாளரை வஞ்சிக்கும் போக்கு வேறு எங்கேயாவது இருக்கிறதா? நீரூற்றி வளர்த்து அப்பழத்தை திரட்டியவனுக்கு எதுவுமில்லை. அந்தப் பழத்தை உங்களது உதடுகளில் வைக்கும் போது இதை யோசித்து விட்டு, சொல்லுங்கள். ஏதாவது சொல்வதற்கு இருக்கிறதா? ஆனால் அதை உங்கள் கைகளுக்குக் கடத்திய எல்லோருக்குமே அதில் லாபமிருக்கிறது.

இதை எப்படிச் சரிசெய்வது என்பதற்கான யோசனைகளெல்லாம் நிறைய இருக்கின்றன. காலம் காலமாக அதை எதிர்த்து அந்தத் துறையின் உற்பத்தியாளன் போராடிக் கொண்டுதான் இருக்கின்றான். அதில்லை விஷயம். எந்தக் குற்றவுணர்வுகளும் இல்லாமல் நடக்கும் இந்தச் சுரண்டல் குறித்தே இங்கே பதிவு செய்கிறேன். இடைத்தரகர்கள், சிறுவியாபாரிகள் அவர்களுக்குரிய சங்கடங்களை சொல்லலாம். ஆனால் உற்பத்தியாளனுக்கு ஒன்றுமே இல்லாத வணிகம் என்பது முரணாக இல்லையா? உலகத்தில் வேறு எங்காவது இப்படி வணிகம் நடந்து பார்த்திருக்கிறீர்களா?

நானுமே இன்னொரு துறையில் ஒரு வணிகன் தானே என்பதை நினைத்து இக்கணத்தில் துயரமடைகிறேன். உண்மையில் விவசாயிகள் நிலத்திலும் சந்தையிலும் ஒருசேர களைகளோடு போராடுகிறார்கள். இடைநிலை வணிகச் சங்கிலி என்பது ஒரு பார்த்தீனியச் செடி. அதன் மூக்கிற்குள் விட்டு களைக்கொல்லியை அடித்தால்கூட மகிழவே செய்வேன். அதற்கான அத்தனை நியாயங்களும் இருக்கின்றன என ஒரு விவசாயியாய் சொல்வேன்.

22
சிரிக்கும் கொய்யா!

எல்லா இயந்திரங்களும் ஓய்வெடுத்துக் கொண்டிருக்கிற வேளையில், ஒரு மனிதனின் கதை வழியாக சூட்சுமம் ஒன்றை அணுகிப் பார்க்கலாம், தப்பில்லை. எங்கள் தோட்டத்திற்கு கொய்யா எடுத்து விற்க வருகிற கருப்பசாமிக்கு அண்ணன்கள் சிலர் உண்டு. அண்ணன், அண்ணி, அம்மா, அண்ணன் மகள் எனக் குடும்பத்தோடு கொய்யா பறிக்க, அதிகாலை ஐந்து மணிக்கு வருவார்கள்.

எங்களிடம் பெட்டிக்கணக்கில் எடுத்து, அதை அருகில் இருக்கும் சந்தையில் போய் கைமாற்றி விடுவார்கள். விலை விஷயத்தில் கொஞ்சம் ஏமாற்றுத்தனங்கள் எல்லாம் உண்டுதான். பெட்டி எழுநூறு ரூபாய்க்கு சந்தையில் போனால், "அது லக்ணோ காயிண்ணே. நம்மது நானூறுக்குத்தான் போகுது" என்பார். வணிகத்தில் அனுமதிக்கப்பட்ட பொய்களே அது.

இறுக்கிப் பிடிக்கிற கயிறு இன்னொரு முனையிலும் இருக்கிறது அல்லவா? அடித்துப் பிடித்து விலையைக் கூட்டி வாங்க வேண்டும் அவரிடம். அதுவொரு தொடர் செயல்பாடு வணிகத்தில்.

கருப்பசாமியின் அந்தச் சிறு வணிக செயல்பாடுகள் வழியாக வேறொன்றைக் கண்டு கொண்டேன். கருப்பசாமி இதுமாதிரி நாலைந்து தோப்புகளை காய் குத்தகை அடிப்படையில்

வளைத்து தன் ஆளுகைக்குள் வைத்திருக்கிறார். அத்தனை உரிமையாளர்களிடமும் நல்லுறவு பேணுகிறார். கொய்யாச்செடிகள் மீது அதன் உரிமையாளர்களைவிட அதிக அக்கறை வைத்திருக்கிறார். ஏனெனில் அது அவர் கொய்யக் காத்திருக்கும் கனி அல்லவா?

அந்தத் தோப்புகளில் தனது அண்ணன்கள் மற்றும் உறவினர்களைத் தனித்தனியாகப் பொறுப்பாக நியமித்திருக்கிறார். சராசரியாக ஐந்து, பத்து பெட்டிகள் வரும் போது, கருப்பசாமியால் நியமிக்கப்பட்டவர்கள் வந்தெடுப்பார்கள்.

அதிகப் பெட்டிகள் விழும், பெரும் போகம் வரும் போது, தலையில் துண்டைக் கட்டிக்கொண்டு செடிகளின் நடுவே குதித்து விடுவார் கருப்பசாமி. கடந்த சில வருடங்களாகவே அவர் இந்த ஒழுங்கை மீறாததை நுணுக்கிப் பார்த்துக் கொண்டிருந்தேன். சிறு போகம் வரும் காலத்தில் அவர் எதிலும் தலையிடுவதில்லை.

அந்த சமயங்களில் பெட்டி ஆயிரம் ரூபாய்க்குப் போய் தட்டுப்பாடு ஏற்படுகிற போதுகூட இந்தப் பக்கம் எட்டிப் பார்ப்பதே இல்லை. ஒருதடவை இது குறித்துக் கேட்டபோது, "நூறு ரூபாய்க்கு பெட்டி வித்தப்பயும் ஓடியாடி ஒண்ணு ரெண்டுன்னு எடுத்தாங்கண்ணே. விலை வர்றப்ப கொஞ்சம் ருசியையும் பார்க்கட்டும்" என்பார். சிறு போகங்களுக்கான ருசிகளையும் விட்டுக் கொடுக்கிறவராக இருந்தார்.

தலைகாட்டுவதில்லையே தவிர, அடிக்கடி ஏதாவது சிக்கல் இருக்கிறதா? பணம் முறையாக வருகிறதா? ஆட்கள் ஒழுங்காகப் பேசுகிறார்களா? என்பதையெல்லாம் விசாரித்துக் கொள்வார். அதே சமயம் அந்த தரப்பினருக்கான அக்கறையையும் கவனத்தில் வைத்திருப்பார். "அண்ணே கொடுக்கல் வாங்கல்ல சின்ன பிசிறு இருந்தா எண்ட்ட சொல்லுங்க. சரி பண்ணி விட்டறேன். அவர்ட்ட சத்தம் போடாதீங்க. அவருக்கு கொஞ்சம் பிரஸரு. மயக்கமாயிடுவார்" என்பார்.

இந்த ஒட்டுமொத்த இயந்திரத்தினுடைய கயிற்றின் நுனியை அவர் வைத்திருப்பதை அறிந்து கொண்டேன். அவருடைய அந்த சிறு வணிக மாடல் குறித்து அவர் எப்படிப் புரிந்து வைத்திருக்கிறார் என்பதை அவர் வாயால் சொல்லக் கேட்டு, அறிய விரும்பினேன்.

அவரோடு அது சம்பந்தமாக உரையாடினேன். அவர் எளிய

முறையில் அதை எனக்கு விளக்கிக் காட்டித் தந்தார். "இது மாதிரியான பெரிய காடுகள்ள வர்ற பிரச்சினையே, ரெண்டு பெட்டி வர்றப்ப எடுக்க வர மாட்டேங்கிறீங்கன்னு சொல்றதுதான். நாமளும் நறுக்குன்னு ஐம்பது நூறு பெட்டின்னு எடுக்கிற ஏவாரத்தில இருக்கோம். சின்னதுக்குள்ளாம் போய் நிக்க முடியாது. இது பெரிய பிரச்சினையாவே இருந்துச்சு" என்ற அவர் தன் தலையில் இருந்த கொய்யாச்சுமையை இறக்கி விட்டுத் தொடர்ந்தார்.

"இவங்க ஒவ்வொருத்தர் சத்துக்கும் தக்க மாதிரி நானே சின்ன வியாபாரம் பிடிச்சுக் குடுத்திருக்கேன். லேசு பாஸா அதை கண்காணிச்சுக்கிட்டும் இருக்கேன். நம்ம நோக்கமெல்லாம் பெரும்போகம்தான். சின்னதிலயும் போய் கைவச்சா அவனோட ஊக்கம் அடிபட்டு போயிரும். அவனும் பொறுப்பை உணரனும்ல. அதை தள்ளி நின்னு வேடிக்கை பார்க்கணும். என்னோட ஒட்டுமொத்த நோக்கம் இந்தக் காடு கைவிட்டு போயிரக் கூடாதுங்கறதுதான்" என்றார்.

ஒரு இயந்திரம் ஒட்டுமொத்த நோக்கத்தை நோக்கி விசை கொண்டு சுற்றுகையில், அதனோடு இணைந்து இது மாதிரியான சிறு சிறு நோக்கங்களும் சுற்றுகின்றன. சிறியதோ பெரியதோ எந்தவொரு வியாபாரமும் இப்படித்தான் சுழல்கிறது.

இந்த ஒட்டுமொத்த நோக்கத்தை செலுத்துகிறவனின் பங்கை கருப்பசாமி மிகச் சரியாகப் புரிந்து வைத்திருந்தார். "அவனோட ஊக்கம் அடிபட்டிரும்ல" என்கிற வரியின் அடர்த்தியை நன்றாக உள்வாங்கி இருந்தார். வணிகத்தின் அடிப்படைகளைப் பாடமாகப் படித்தவர்களே விரைவில் வந்து சேரத் தடுமாறுகிற, எளிய வழிகள் கொண்ட புள்ளி அது.

எனக்குத் தெரிந்த உயரதிகாரி ஒருத்தர் இருக்கிறார். எல்லா வேலைகளிலும் மிக மோசமாக, எந்தவித நுண்ணுணர்வுகளும் இன்றித் தலையிடுவார். இத்தனைக்கும் அவர் மேம்பட்ட வணிக மேலாண்மை தெரிந்தவராகத் தன்னை அடையாளம் காட்டுகிறவர். தன் துறைக்கு வெளியே இருக்கிற நுணுக்கங்களில்கூட, தன் மேலாண்மையை நிலைநிறுத்த, கைவைப்பார்.

அது தவறு என்கிற சுரணையற்று அதிகாரத்தின் கைகளை விரித்து, சிறு சிறு நோக்கங்களையும் வதைத்தபடியே இருப்பார். அந்தச் சிறிய நோக்கங்களின் சிறு வெற்றிகளையும் தன் தலையில் சூட முயன்றபடி

இருப்பார். அவரது இதுமாதிரியான ஒழுங்கு மீறல்களால் துவழும், சிறு நோக்கங்களை முன்னெடுத்துச் செல்கிறவர்களும், தங்களுடைய பொறுப்புணர்வை ஏற்கத் தயங்குவார்கள். பொறுப்பை அவர் மீது தூக்கிப் போட்டு, வெறுப்பில், தலையீடுகளின் குப்பைகள் நிறைந்த, அவ்வேலையைச் செய்து முடிப்பார்கள். அது பூரணமற்ற சதைத் துண்டமாய்த்தான் எப்போதும் வெளிவந்து விழும். மகிழ்ச்சியும் ஒளியும் இல்லாத பாழுங் கட்டிடம் ஒன்றினுள், அத்தனை வசதிகளும் இருந்தும், அவர்களால் கைகொள்ள முடியாத ஒன்றோடு முட்டி மோதிக் கொண்டிருக்கிறார்கள்.

நிறுவனத்தின் ஒட்டுமொத்த நோக்கம் என்கிற எந்திரத்தை ஓட்ட வேண்டிய ஓட்டுனர், வழியில் போகிற சைக்கிள்களை எல்லாம் மறித்துக் கைப்பற்றி ஓட்டினால் நன்றாகவா இருக்கும், சொல்லுங்கள்? இப்படி இருந்தால் அந்நிறுவனம் சைக்கிள் வேகத்தை விட நொண்டியடிக்கத்தானே செய்யும்?

ஆனால் கொய்யா பெட்டியைத் தலையில் சுமக்கும் கருப்பசாமி, ஒட்டுமொத்த நோக்கம், சிறு நோக்கங்களின் சுழற்சி, ஒவ்வொன்றிற்குமான பொறுப்புணர்வு, ஒவ்வொன்றின் ஊக்கம் என்கிற மேலாண்மை தந்திரங்களைத் தன்னுடைய அனுபவங்கள் வழி பெருக்கிக் கொண்டிருக்கிறார்.

என்னைக் கேட்டால், என்னுடைய உயரதிகாரியை விட, உயரமான இடத்தை கருப்பசாமிக்கே அளிப்பேன். ஏனெனில் அவரே வணிக தர்மத்தை மிகச் சரியாகப் புரிந்து வைத்திருக்கிறார். அதைச் சிறப்பாகத் தனக்கு கிடைத்த எல்லையில் பரிபாலனமும் செய்கிறார். எல்லோருக்குமான தொழிற்சக்கரத்தை விசையுடனும் பொறுப்புணர்வுடனும் சுற்றுகிறார். தோற்றுப் போய்க் கொண்டிருக்கிற பெரிய பல நிறுவனங்களுக்கு, முன்னோடியான, சின்ன ரோல் மாடல் அவர். ஏனெனில், சிறியதோ பெரியதோ, அவர் ஒரு முழுமை கொண்ட, மகிழ்ச்சியான வணிகத்தை முன்னெடுத்துச் செலுத்துகிறார்.

நான் அடிக்கடி இந்த விஷயத்தைப் பல இடங்களில் குறிப்பிட்டிருக்கிறேன் என்றாலும், இங்கேயும் அது பொருந்திப் போகிறது. விடுதலைப்புலிகள் அமைப்பின் தலைவர் பிரபாகரன் சொன்னதாக ஒரு பேட்டியில் எப்போதோ படித்தது இது. வரிகளை மாற்றிப் போட்டு, அதை இப்படித் தொகுத்துப் புரிந்து கொண்டேன்.

"ஒரு தலைவனின் பணி என்பது அன்றாடங்களில் தலையிடுவது இல்லை. நோக்கம் என்ற ஒன்றை உருவாக்குவது. அது தடம் புரளாமல் செல்கிறதா என்பதைக் கண்காணிப்பதே அவனுடைய பொறுப்பு" என்பதாக இருந்தது. கருப்பசாமி அச்சூட்சுமத்தைக் கைக்கொண்டு பிரயோகிக்கத் தெரிந்திருந்தார்.

அதனாலேயே அவருடைய தலைச்சுமை கொய்யாக்கனிகள் இனிக்கின்றன. தடுமாறுகிற பல பெரிய இயந்திரங்களுக்கு முன்னால், நெஞ்சை உயர்த்தி நின்று, மலர்ச்சியாய்ச் சிரிக்கிறது ஒரு சிறு கொய்யாக் கனி!

23

காக்கிநிற காகிதப் பூ!

சாத்தான்குளம் சம்பவம் குறித்து எதுவும் எழுதவில்லையா என சிலர், நண்பர்கள் உட்படக் கேட்டிருந்தார்கள். இதை ஏன் இந்தயிடத்தில் அழுத்திச் சொல்கிறேனென்றால், ஏற்கனவே இதுமாதிரியான மீறல்களுக்கான எதிர்வினைகள், நிறைய முறை பலரால் பல சமயங்களில் எழுதப்பட்டிருக்கின்றன என்பதை உணர்த்துவதற்காகத்தான். நானேகூட மூன்று மாதங்களுக்கு முன்னர் "ஆலமரத்தின் கண்ணீர்" என காவல்துறை குறித்த முழு சித்திரமளிக்கும்படியான ஒருகட்டுரையை எழுதி அதை இங்கே பதிவுடவும் செய்திருந்தேன்.

அதில் சம்பவங்களும் மனிதர்களும் மாறியிருந்தார்களே தவிர, அந்தக் கட்டுரையிலும் குண்டும் லத்தியும் துளைத்த காயங்கள் இருந்தன. அதே சமயம் காவல் அமைப்பின் உள்ளே உழலும் மனிதர்களின் பிரச்சினைகள், அவர்களது அன்றாடம் குறித்த சிக்கல்கள், அவர்களுக்குள்ளேயே நிகழ்த்தப்படும் மனித உரிமை மீறல்கள், சங்கம் வைத்துக் கொள்ள அவர்களுக்கு இருக்கும் தடை, மனக் கொந்தளிப்புகளால் அங்கே நிகழும் மரணங்கள், அவ்வமைப்புக்கு தேவையான உடனடி சீர்திருத்தம் எனப் பலதையும் உள்ளடக்கி அந்தக் கட்டுரை எழுதப்பட்டிருந்தது.

அதனால் இப்போது அந்த வகையான கோணங்களில் விரித்து எழுத

விரும்பவில்லை. காவல் துறை சார்ந்த நண்பர்கள் அவர்களின் நலனிற்காக உரத்துப் பேசிய அந்தக் கட்டுரையைப் படிக்கக் கோருகிறேன். இங்கே அவ்வமைப்பினுள் புரையோடியிருக்கிற சிலந்திவலை ஒன்றைப் பற்றியே குறிப்பிட விரும்புகிறேன். அதனுள் இருக்கும் நேர்மையாளர்கள் இதை விரும்பக்கூடச் செய்யலாம்.

சாத்தான்குளம் பிரச்சினையில், ஒரே வரியில் சொல்வதென்றால் இதுமாதிரியான லாக் அப் மரணங்கள் தமிழகத்திற்குப் புதிதல்ல. இங்கே மனிதஉரிமைசார் நிறுவனங்கள், நீதி அமைப்புகள், காவல்துறை ஆகியோருக்கு இடையில், அவர்களால் தடுக்கவியலாத கண்ணுக்குத் தெரியாத திமிங்கலம் ஒன்று நீந்திச் செல்கிறது. கடல் மேல் அது புரண்டு போவது, எல்லோருக்கும் வெளிப்படையாகத் தெரியும். ஆனால் வகுத்திருக்கிற விதிகளுக்குள் நின்று கைகோர்த்து அதைக் காணதது போல ஒரு ஆட்டம் தொடர்கிறது.

அது நீதி வழங்குவதாய்க் காட்டுவதெல்லாம் ஒரு மாதிரியான பாவனைதான். சுடச்சுட என்கவுண்டர் முடித்துவிட்டு வந்து அமர்ந்த காவல்துறை உயரதிகாரி ஒருத்தரிடம், கொல்லப்பட்டவனால் ஏற்பட்ட காயம் என்று காட்டியதைச் சுட்டிக்காட்டிக் கேட்டேன். “என்ன சார் பேட்டி கொடுக்கறப்ப வலது கைல கட்டு போட்டிருந்தீங்க. ஆனால் முன்னாடி கொடுத்த போட்டாவில இடது கைல கட்டு போட்டிருந்தீங்க” என்றதும், “ஏங்க அதெல்லாம் எல்லாத்துக்கும் தெரியும்ங்க. இது சும்மா ஒரு பார்மாலிட்டிஸ்க்கு” என்றார் சிரித்துக்கொண்டு.

அந்தக் காயம் பலகைகளைக் கடந்து வந்தது என்பதைச் சொல்லியும் தெரிய வேண்டுமா? அரசு மருத்துவர் துவங்கி, கடைசி விசாரணை அமைப்பு வரை எல்லோருக்கும் அது போலி கைக்கட்டு என்பது தெரியும். தெரிந்தே ஏதோவொன்றினை பரிபாலனம் செய்வதாய் மக்களின் பார்வைக்கு ஒரு போக்கு காட்டிக் கொண்டிருக்கின்றனர். மக்களால் உள்நுழைந்து தட்டிக் கேட்க முடியாத சுவர்களுக்குள் நடக்கிற கண்ணாமூச்சி ஆட்டம். சாத்தான்குளம் சம்பவம் போன்ற பெருவாரியான மக்கள் கவனம் கோரும் பிரச்சினைகளில் மட்டும் கொஞ்சம் விழித்துக் கொள்கிறார்கள். மற்றபடி கேட்க நாதியற்ற லாக்அப் மரணங்கள் நாள்தோறும் நடைபெற்றே வருகின்றன.

அரசியல் களத்தைப் பொறுத்தவரை, இது ஒன்றும் தமிழகத்திற்குப் புதிதே அல்ல. இந்தியஅளவில் லாக் அப் மரணங்கள் என்கிற

புள்ளிக் கணக்கீட்டில் தமிழகம் இரண்டாம் இடத்தில் இருப்பதாகச் செய்தி ஒன்றைக் கேட்டேன். இதைவைத்து தமிழக அரசியல் அரங்கில் நடத்தப்படும் அரசியலைப் பார்க்கையில், ஏமாற்றமாக இருந்தது. எல்லா அரசுகளின் காலத்திலும் எடுத்துக்காட்ட இங்கே உதாரணங்கள் குவிந்து கிடக்கின்றன.

இப்போது சாத்தான்குளம் காவல் ஆய்வாளர், அமைச்சர் ஒருத்தரின் ஆதரவில் அங்கே கோலோச்சுவதாக ஒரு செய்தி தட்டுப்பட்டது.. சேலத்தில்அங்காளம்மன் நில விவகாரம் போன்றவை தீப்பிடித்து எரிந்த காலத்தில் அங்கே உள்ள காவல்நிலையத்தில் பணியாற்றிய ஆய்வாளர் ஒருத்தர் இப்போது இவ்விவகாரத்தில் களத்திற்கு வந்திருக்கும் எதிர்க்கட்சி ஆட்சியில் முக்கிய மூத்த அமைச்சர் ஒருத்தரின் தயவில் இருந்தவர் என்பது எல்லோருக்கும் தெரிந்ததே.

இதுமாதிரியான விஷயங்கள், எளிய மரணங்களின் உயிரிழப்புகள் என எல்லா ஆட்சிக்காலங்களில் இருந்தும் ஒருநூறாயிரம் சம்பவங்களை எடுத்துக்காட்டி விடலாம். இப்போது நடப்பது முழுவீச்சிலான ஒரு அடையாள அரசியல். எல்லோருக்கும் தெரிந்ததை, ஒரு பாவனை போல திருப்பிச் செய்து காட்டுகிறார்கள். அவர்களுடைய உள்ளங்கைகளில் படர்ந்திருக்கும் ரத்தத்தைச் சுட்டிக்காட்டவும் இங்கே ஆட்கள் இருக்கிறார்கள்தானே? நாளை ஆளும்கட்சி எதிர்கட்சியானால் இதையேதான் செய்யும். அப்போது சாத்தான்குளம் சம்பவம் மறக்கப்பட்டு, இன்னொன்று புதிதாய் முளைத்திருக்கும்.

உண்மையில் இந்த அமைப்பு இத்தனை சீரழிவின் உச்சத்திற்குப் போனதே இவர்களால்தான். அந்த துறையில் இருப்பவர்களைக் கேளுங்கள். தி.நகர் பாண்டிபஜார் காவல்நிலையத்திற்கு ஆய்வாளர் பொறுப்பிற்கு வர எவ்வளவு கோடி தர வேண்டியிருக்கிறது என்பதைச் சொல்வார்கள். அத்தனை கோடி ரூபாய் கொடுத்து இங்கே வந்து அமர்கிறவரின் முதல் நோக்கம் எதிலிருக்கும்? அந்தந்த பதவிகளுக்கு ஏற்ப அதைக் கூறுபோட்டு விற்கிற கையொன்று அந்த அமைப்பினுள் ஏற்கனவே அழுத்தமாக ஊடுருவி விட்டது. அதை ஊழல் என்கிற அடிப்படையில் புரையோடிய அமைப்பாக முழு உருமாற்றம் செய்து விட்டனர்.

ஒவ்வொரு ஆட்சியிலுமே அந்தந்த அமைச்சர்கள் தங்களுடைய தொகுதிகளில் தங்களது சாதியை சேர்ந்தவர்களையே அழைத்து

வைத்துக் கொள்வார்கள் என்றால் அது எதனைக் காட்டுகிறது? காவல் அமைப்பு முழுக்கவே சாதியாலும் துண்டாடப்பட்டிருக்கிறது என்பதைத்தானே? அதைப் பலசமயங்களில் கண்கூடாகப் பார்த்திருக்கிறேன். சாதி சம்பந்தமான உள்ளமைப்பு மோதலில் அங்கேயும் பல உயிர்கள் பறிக்கப்பட்டிருக்கின்றன என்பதே விந்தையான முரண் இல்லையா?

இப்படி இந்த ஒட்டுமொத்த அமைப்பும் கூட்டுச்சேர்ந்து தனது கிளையான காவல் அமைப்பை எல்லா வகைகளிலும் சிறுகச்சிறுக சிதைத்திருக்கிறது. எதற்கெடுத்தாலும் அமெரிக்காவைப் பார் என உதாரணம் காட்டுவோமே? அங்கே காவல்துறை தலைவர் பொறுப்பில் இருக்கும் ஒருவர், அந்த நாட்டின் அதிபரை, “பிரச்சினையின் தீவிரம் தெரியாமல் பேசாதீர்கள். கொஞ்சம் வாயை மூடிக்கொண்டு இருங்கள்” எனச் சொல்ல முடிகிறது. இங்கே எவரால் அப்படிச் சொல்லி விட முடியும்?

அப்படியானால் அது யார் கட்டுப்பாட்டில் இருக்கிறது? சுதந்திரமாகச் செயல்பட வேண்டிய ஒரு அமைப்பை இப்போது முழு மூடுண்ட அமைப்பாக மாற்றி வைத்திருக்கிறார்கள். துறைசார்ந்த அவர்களது குரலிற்குக் கூட மதிப்பில்லை அங்கே என்பதே விநோதமானது. அந்த அமைப்பிற்கு இரண்டு முகங்கள் உண்டு. அந்த இரண்டையுமே வெகுஅருகில் இருந்து பார்த்திருக்கிறேன். தங்களைக் கட்டுப்படுத்துகிற கரங்களிடம் பணிந்து போகும் அது, தாங்கள் கட்டுப்படுத்துகிற ஒன்றின் மீது ரத்தவெறி கொண்டு பாயும்.

இப்போதுகூட ஒரு உதாரணத்தைப் பாருங்கள். காவல்துறை அதிகாரியை எட்டி உதைத்த முன்னாள் நாடாளுமன்ற உறுப்பினருக்கு என்ன தண்டனை கிடைத்துவிடும்? அங்கே மீறக் கூடாது என்பது அந்தக் கரங்களுக்கு நன்றாகத் தெரியும்.உண்மையைச் சொல்ல வேண்டுமெனில், அங்கே ஒட்டிக் கொண்டிருக்கும் ஒருசில நேர்மையாளர்களால்தான் இத்துறை இன்னமும் இவ்வளவு கட்டுக்கோப்புடன் இயங்கிக் கொண்டிருக்கிறது. இல்லாவிட்டால் அதை ஒட்டுமொத்தமாக இந்த அரசியல் கரங்கள் சீரழித்துக் குப்பையில் தூக்கி எறிந்திருக்கும். ஆனால் அவர்கள்தான் மாறி மாறி ”காவல்துறை ஏவல்துறை” என அடிக்கடி அறிக்கை விட்டுக் கொள்வார்கள்.

சீரழிந்து முற்றிலும் மக்களுக்கு எதிரானதாக, பகுதியளவில் மாறி

நிற்கும் இவ்வமைப்பு உடனடியாகத் தன்னை மறுபரிசீனைக்கு உட்படுத்திக் கொள்ள வேண்டிய காலம் இது. எல்லா அமைப்புகளை நோக்கியும் இங்கே இப்போது மக்களிடமிருந்து கேள்விகள் எழத் துவங்கி விட்டன. ஒட்டுமொத்த மக்கள் குரலும் ஒன்றாய்த் திரண்ட சாத்தான்குளம் சம்பவமே அதற்கு நல்ல உதாரணம்தான். இந்தக் கட்டுமானத்தின் கடைசிப் பயனாளர்கள் கொந்தளித்துக் கிளம்புவது எப்போதுமே நல்லதற்கில்லை.

எல்லோரையும் போலவே காவல்துறையும் தீவிர கண்காணிப்பின் எல்லைக்கு நகர்ந்து விட்டதை ஆழமாக உணர வேண்டும். நூறு ரூபாய் கொடுத்தால்தான் வண்டியை எடுக்க விடுவேன் எனச் சொன்ன காவலர் குறித்த காட்சி ஒன்றையும், பேருந்தை மறித்த காவலர் ஒருத்தரை பயணிகள் எல்லோரும் சேர்ந்து விரட்டிய காட்சியொன்றையும் பார்த்தேன். அவர்களின் மீறலை வெளிச்சம் போட்டுக் காட்டவும் சுதந்திரமான வெளியொன்று உருவாகி விட்டது. காவல்துறையும்கூட பதில் சொல்கிற கட்டாயத்தில்தான் செயல்படுகிறது என்பதை இதைவிட எப்படி விளக்க?

மக்களாகிய எல்லோருக்குமே இந்த ஒட்டுமொத்த அமைப்பையும் மாற்றக் கைகோர்க்க வேண்டிய கடப்பாடு இருக்கிறது. தனக்குத் தோதான நேரங்களில், "துப்பாக்கியை எடுத்துச் சுடு" என கூக்குரலிடுவது, மற்ற நேரங்களில் அதற்கு நேரெதிராகச் செயல்படுவது என உணர்வின் பாதையில் சட்டத்திற்கு உட்பட்ட ஒரு அமைப்பை பொதுப்பார்வையின் மூலம் நகர்த்துகின்றனர். சட்டம் பேச வேண்டிய நேரங்களில் தார்மீகத்தையும் தார்மீகத்தை வலியுறுத்த வேண்டிய இடங்களில் சட்டத்தையும் போட்டுக் குழப்பிக் கொள்வது என்பது மக்களின் வழமையாகவும் ஆகி விட்டது. ஒரு குற்றம் நிகழ்ந்தால் அதை எப்படி உள்வாங்கிக் கொள்வது என்பதை இந்தப் பொதுசமூகம் என்றைக்கு உணரும்? பொதுச் சமூகத்தின் கரங்களுமேகூட பல நேரங்களில் உணர்ச்சிகளின் விளிம்பில் இந்த அமைப்பைக் கட்டுப்படுத்தவும் செய்கின்றன என்பதையும் மறுப்பதற்கில்லை.

ஒட்டுமொத்தமாய் மக்களின் நம்பிக்கையை இழப்பது என்பது ஒரு அமைப்பின் அடித் தூணே சரிவதைப் போல. முக்கியமாய் காவல்துறையின் மீது ஒட்டுமொத்த மக்களின் வெறுப்பு என்பது பிற்பாடு வேறுசில விளைவுகளுக்கும் இட்டுச் சென்று விடும். காவல்துறை உயர்பீடம் தனது இளைய காவலர்களுக்கு உடனடியாக

நன்னடத்தையை ஆழமாகக் கற்றுக் கொடுக்க முயல வேண்டும். உயர்பீடமும் தன்னைத்தானே மறுபரிசீலனை செய்து கொள்ள வேண்டிய தேவையும் வந்து விட்டது.

அச்சம்தான் காவல் அமைப்பின் அடிப்படைக் கட்டுமானம் என்ற போதிலும், அது அணுகும் விதத்தில் வளர்ந்த நாடுகளின் கூறுகள் சிலவற்றை உள்வாங்கிக் கொள்ள வேண்டும்.

காவல்துறையின் இளைய 'சிங்கங்கள்' தங்களது அதிகாரத்தைப் பிரயோகித்து எளிய மனிதர்களின் மேல் பாய்ந்து ரத்தம் குடிக்கிறார்கள் என்பதைப் பல நேரங்களில் கண்கூடாகப் பார்க்க முடிகிறது. இன்னொரு கோணத்தில் சொல்வதென்றால், இதுபோன்ற ரத்த ருசி கண்ட சிங்கங்கள் எல்லோரும் நம்மிடமிருந்து புறப்பட்டுப் போனவர்களே என்பதை எப்படி விளங்கிக் கொள்ள? யாரோ ஒருத்தரின் புதல்வர்தானே அவர்களும்?

ஆக, இப்படியானவர்களை வளர்ப்பது இந்தச் சமூகம் அன்றி வேறென்ன? நடக்கிற கொலைகளில் தெறிக்கும் ரத்தம் இங்கே இச்சமூகத்தின் கைகளிலும் அழுத்தமாகப் படிந்திருக்கிறது. இரக்கமின்றி அதிகாரம் என்கிற கருப்பு வேட்டை நாயை ஒருத்தர் மீது ஏவுகிற அமைப்பை இச்சமூகம் ஏன் கேள்வியின்றி இன்னமும் பின் தொடர்கிறது? எல்லாவற்றின் மீதான மறதி என்பதும், நம்மை இன்னொரு துயரத்தின் எல்லையில் கொண்டு போய் நிறுத்தும்.

மூடுண்ட காவல் துறையின் இப்போதைய தேவை அதைச் சுதந்திரமாக இயங்க விடுவதுதான். சுதந்திரமாக இயங்கும் ஒன்றால் மட்டுமே பொறுப்புணர்வைக் கைகளில் ஏந்த முடியும். இன்னொரு உயிரைக் காப்பது என்கிற அரிய மலராகத்தான் அது நம்மிடம் ஒப்படைக்கப்பட்டது. அது மணக்காத காகித மலராக மாறியதற்கு யார் பொறுப்பேற்பது?

24

எல்லையில் பதற்றம்!

முன்பெல்லாம் இந்த வார்த்தையைப் பத்திரிகைகளில் படிக்கையில், வெகு சாதாரணமாகக் கடந்து போய் விடுவேன். இப்போது வானிலைப் படிப்புக்காய் உலக வரைபடத்தை நுணுக்கிப் பார்த்துக் கொண்டிருப்பதால், எல்லைகள் சம்பந்தமாக இந்த தேசங்கள் வைத்திருக்கிற அபத்தங்கள் உறைக்கின்றன. மனிதர்கள் கால்படாத எல்லைகளில், கண்ணுக்குத் தெரியாத ஒரு கோடு வரையப்பட்டிருக்கிறது. அத்தனையையும் மூடக்கூடிய வல்லமையுடைய கடல் அதை வேடிக்கை பார்க்கிறது. தத்துவார்த்த ரீதியில் அதைப் புரிந்து கொள்ள எந்த தேசமும் தயாராகவில்லை. இன்னொரு எல்லையில் பிரவேசிப்பது என்கிற ஆதி வேட்டைக்குணத்தை இழந்தால், அது தேசம் என்கிற பெயருடையதாகவும் இருக்காது.

ராஜாங்கரீதியில் இவையனைத்துமே எல்லைப்பாதுகாப்பு என்கிற வகையில் மிக முக்கியமானவை என்பதில் மாற்றுக் கருத்தில்லை. ஆனால் எந்த சமயத்தில் அது குடியாகிய என்மீது திணிக்கப்படுகிறது? பொதுவாகவே எல்லைகளில் கபடி விளையாடுவதைப் போல, இந்தப் பக்கமும் அந்தப் பக்கமும் முன்னேறி விளையாட்டுக் காட்டுவார்கள் அந்தந்த அரசியல் சூழலுக்கு ஏற்ப. அதனால் சிராய்ப்புகள் இருபக்கமும் இருக்கும். அரிதான உயிரிழப்புகளும் இருக்கும்.

ஆனால் இந்த முறை நடந்ததை ராணுவமொழியில் 'ப்ரவோக்கிங் நடவடிக்கை' என்கிறார்கள். சீனாவுமே தன்னுடைய குடிகளிடம் இந்தியாவின் ப்ரவோக்கிங் என்றுதான் சொல்லும். எல்லா தேசங்களுமே போர் என்று வருகையில் தகவல்களை மிகைப்படுத்தவே செய்யும்.

கொரோனா என்கிற கொள்ளை நோய் உலகை சுழற்றிக் கொண்டிருக்கிற சூழலில், நாடுகளுக்கிடையிலாக உருவாக்கப்படும் இது போன்ற பதற்றம் நிச்சயம் அச்சுறுத்தலானது. ஏற்கனவே வாழ்வாதாரம் கடுமையான பாதிப்பை அடைந்திருக்கிற சூழலில், தேசப் பெருமிதம் என்கிற கூவலுக்கு எத்தனை தலைகளை அடமானம் வைக்கப் போகிறோம் என்கிற ஆழமான கேள்வி எழுகிறது.

இந்த தேசத்தின் குடிமகனாய் இப்போது என்மீது திணிக்கிற போர் தேவையற்றதாய் உணர்கிறேன். அது என் இருப்பு சம்பந்தமான பதற்றங்களை அளிக்கிறது. இந்தக் கொள்ளை நோயை வெல்கிறவர்களையே வீரர்களாகக் கருதும் எல்லையில் நிற்கிறேன். ஒரு தடுப்பூசிக்காக இந்த உலகம் கையேந்தி பரிதவிக்கப் போகிறது விரைவில்.

பணம் உள்ளவர்களை முதலில் எட்டும் அது. பணமில்லாதவர்கள் கை நீட்டி இரக்கத்தைக் கோரி அதனைக் கேட்டலைவார்கள். ஒட்டுமொத்த உலகத்தின் மனசாட்சியையும் அது உலுக்கப் போகிறதா? இல்லையா? என்பதைப் பார்க்கத்தான் போகிறோம். கொள்ளை நோயொன்றின் பின்னால் வரும் உபவிளைவுகளுக்கு எதிராக மட்டுமே போரிடும் காலம் இது. ஒரு குடியாய் இதை அழுத்தமாக உணர்கிறேன்.

இன்னொரு கோணத்தில் சொல்வதென்றால், ஏதோவொன்றின் காரணமாக, திணிக்கப்படும் அது பொருளாதாரரீதியிலும் கடுமையான பாதிப்புகளைத் தந்து விடும். நான் பொருளாதார அறிஞன் கிடையாது. எனக்குத் தெரிந்த வரையில் சொல்கிறேன். சீனப் பொருட்களைப் புறக்கணிப்போம் என்கிற ஸ்டிக்கரைக்கூட சீனாதான் ஒட்டுமொத்தமாக உற்பத்தி செய்து தரப் போகிறது?

எனக்குத் தெரிந்த தொழிலதிபர்கள் கதையைச் சொல்கிறேன் கேளுங்கள். அதை ஒரு கம்ப்ரஸர் கருவி என்று வைத்துக் கொள்ளுங்கள். அந்த தொழிலதிபர் ஒரு இலட்சம் கருவிகளுக்கான

ஆர்டரை ஐரோப்பிய நாடுகளில் எடுக்கிறார். கிளம்பிப் போய் சீனாவில் அமர்ந்து அவற்றைத் தயாரித்து, தன்னுடைய லோகோவை ஒட்டி அதை அங்கிருந்தபடியே ஏற்றுமதி செய்து விடுகிறார்.

அவுட்சோர்ஸிங் முறையில் அங்கே தொழிற்சாலைகளே இருக்கின்றன என்றார். விநாயகர் பூஜைக்குத் தேவையான சிலைகள் அங்கே ஒட்டுமொத்தமாக உற்பத்தி செய்யப்படுகின்றன. நம்முடைய வீட்டில் உள்ள அத்தனை பொருட்களையும் தரையில் பரப்பி, எவையெவை சீனத் தயாரிப்புகள் எனக் கணக்கிட்டுப் பாருங்கள்.

நம்மை அறியாமலேயே தொண்ணூறு சதவீத பொருட்கள் நமக்குள் இரண்டறக் கலந்து விட்டன. சிவகாசியில் ஆர்டர் எடுத்து சீனாவில் பட்டாசுகளை தயாரிக்கத் துவங்கி விட்டனர். சீனத் தயாரிப்புகளைக் குறை சொல்கிற காலமொன்றும் இருந்தது. ஆனால் எது இதில் சீனப் பொருள் என்கிற கட்டத்தில் இப்போது உழன்று கொண்டிருக்கிறோம்.

இதைச் சீனாவும் அறிந்தே இருக்கிறது. விவசாயத் தொழிலில் களையெடுக்கிற ப்ரஸ் கட்டர் இயந்திரத்தின் கடைசி இரும்பு வட்டமே சீனாவில் இருந்துதான் இறக்குமதி ஆகிறது. அந்த வயர் கோர்க்கிற சாதாரண இரும்பு வளையத்தை பிரத்யேகமாக தயாரிப்பதில், உண்மையிலேயே போதாமைகளே இந்தியச் சந்தையில் இருக்கின்றன. அவ்வளையத்திற்கு இருக்கிற சந்தையைத் துல்லியமாக அறிந்து வைத்திருக்கிறது சீனா.

நகமும் சதையும் போல இவற்றை இங்கே ஊடுருவ விட்டது யார்? ஒட்டி உறவாடிக் கொண்டிருப்பதைப் போல இருக்கும் பாவனையே இப்போதைய காலத்தின் தேவை. உலகமெல்லாம் கொள்ளை நோயைப் பரப்பியதாக உருவான அவப்பெயரில் இருந்து தன்னை விலக்கிக் கொள்ள முயலாத சீனா, உலகின் கவனத்தை வேறொரு திக்கில் அடாவடியாகக் குவிக்க நினைக்கிறதா? உலகின் அதிகார மையங்கள் சேர்ந்து கொண்டு நடத்தும் பகடையாட்டத்தில் எதற்காக நம்முடைய தலையை உருட்டுகிறார்கள்?

ஏற்கனவே வெந்து நொந்த ஜனங்களின் மீது தேவையற்றதை திணிக்கும் எந்தவொரு நடவடிக்கையையும் ஒரு குடியாய் எதிர்க்கிறேன். ஒரு சின்ன உதாரணம் சொல்கிறேன் கேளுங்கள். நாம் வாங்கும் காரை போரின் போது, எந்தக் கேள்வியும் இல்லாமல் அரசால் எடுத்துக்கொள்ள முடியும். அதற்கான ஒப்பந்தத்தில் நம்மை

அறியாமலேயே கையெழுத்திட்டிருக்கிறோம்.

ஏற்கனவே இந்தக் கொள்ளைநோய் காலத்தால் பொருளாதாரம் கடுமையாக அடிவாங்கியிருக்கிற நிலையில், இருப்பதையும் உருவிக்கொண்டு போக தேசம் முயன்று விடக்கூடாது. காலமறிந்து அமைதி காப்பதும்கூட போரியல் உத்திதான். போரைத் திணிக்க வேண்டும் என்று சொல்கிற குரல்களிடமிருந்து விலகியிருக்கவே விரும்புகிறேன். எனக்கான போர் என்பது கடைசி மனிதனுக்கும் அந்த தடுப்பூசியைப் பெற்றுக் கொடுப்பதுதான். அதை வென்று காட்டுகிற தேசமே வீரன் எனப் போற்றப்படும்.

25
பவுன்சர்!

நேற்று தோனி படத்தில் வருகிற வசனமொன்றை நிலைத்தகவலாக இட்ட போது, நான் மதிக்கும் மூத்தவர் ஒருத்தர், அது சொல்ல வரும் உட்கருத்தைப் புரிந்து கொள்ளாமல், வேறு மாதிரியாக மேலோட்டமாக வினையாற்றி இருந்தார்.

அந்தப் படத்தில் பயிற்சியாளர், தோனியிடம் எதிர்பாராத பவுன்சர் வந்தால் என்ன செய்வாய்? எனக் கேட்பார். விளையாட்டு வீரனைப் பொறுத்தவரை இதுவொரு நுட்பமான கேள்வி. ஹாக்கி விளையாட்டில் கோல் கீப்பர் தேர்வுக்கு வருகிறவனுக்கு ஒரு சோதனை வைப்பார்கள்.

பந்தை அவனது முகத்திற்கு நேராக வீசும் போது அவன் என்ன செய்கிறான் என்பதைக் கவனிப்பார்கள். தலையை பந்துக்கு தாழ்த்திக் காட்டாமல், முகத்துக்கு நேரே கையைக் கொண்டு வந்து தடுக்க முயற்சித்தால், அவன் அந்த விளையாட்டுக்குரியவன்.

அந்த மாதிரி எல்லா விஷயங்களிலும் விளையாட்டுக்குரியவனின் எதிர்வினை என்பதும் நுட்பமானதுதான். அந்தப் பயிற்சியாளருக்கு தோனி இப்படிப் பதில் சொல்வார். "அடிக்க முயற்சிக்க மாட்டேன். குனிந்து கொள்வேன்". இந்த ஒரு வரியைத்தான் நான் வேறொரு தளத்தில் இருந்து புரிந்து கொள்ள விரும்பினேன்.

எல்லா பந்துகளையும் அடிக்கத் துடிக்கிற மனநிலை என்பது ஒரு பருவத்தில் இருக்கும். தேவையற்ற பந்துகளை அடித்து இடத்தை இழக்கக் கூடாது என்கிற மனநிலை அதற்கு நேர் எதிராகவும் இருக்கிறது. எகிறி அடிப்பதைப் போல எந்நேரமும் நினைத்துக் கொள்வது ஒரு காலகட்டத்தின் மனநிலை.

ஒரு விஷயத்திற்கு எளிமையான தீர்வொன்றிருக்கும் போது, எதற்காக கண்ணுக்குத் தெரியாத ஒன்றுடன் கட்டி உருள வேண்டும்? குனிந்து கொள்வேன் என்கிற பதிலில்தான் அடர்த்தி அடங்கியிருக்கிறது.

இதை வேறொரு வடிவத்தில் விரித்துப் புரிந்து கொள்ள விரும்புகிறேன். எல்லோருமே இப்போது பவுன்சர்களுக்கு குனிந்து கொடுக்கிற காலத்திலேயே வாழ்கிறோம். எகிறி அடிக்கிற மாதிரி பாவனை கொள்கிற காலமெல்லாம் மலையேறி விட்டது. யதார்த்தத்தில் கால் பரப்பி நம்முடைய எல்லையை மறு பரிசீலனை பண்ணுகிற காலம் இது.

கடந்த சில நாட்களாகவே மனம் சோர்ந்த நண்பர்களின் வார்த்தைகள் என்னை வந்தபடியே இருந்தன. சலிப்பும், நம்பிக்கையற்ற வார்த்தைகளும் அவர்களின் பேச்சில் இருந்தன. இனம்புரியாத அச்சம் அவ்வார்த்தைகளைச் சூழ்ந்திருந்தது.

எல்லோருக்கும் இப்படிப் பதில் சொன்னேன். " நாம் உள்ளும் புறமும் பாடம் கற்கிற காலம். அதற்கு ஒப்புக் கொடுங்கள்" என்றேன். கொள்ளை நோயொன்றின் வழியாக இயற்கை இப்போது நமக்குப் பாடம் எடுக்கிறது.

நாம் இதுவரை நம் எல்லை என நினைத்துக் கொண்டிருந்த ஒன்றிற்குள் இன்னொன்று புகுந்து விட்டது. அலுவலகம், தனிவெளி இவற்றிலுமே மறுபரிசீலனைகள் நடந்து கொண்டிருக்கின்றன. எதுவுமே நிச்சயமற்ற நிலைதான். ஆனால் அதன் வழியாக காலம் நுட்பமாகப் பாடம் படிப்பித்து வருகிறது.

எல்லா பந்துகளையும் எகிறி அடிக்கிற பலசாலிகள் இல்லை நாம் என்பதை அது நினைவுறுத்துகிறது. அது அதை உணர்த்தும் வகையில் சில பவுன்சர்களை வீசிப் பார்க்கிறது. யதார்த்தம் உணர்ந்து குனிந்து கொள்வதைத்தவிர வேறு வழியே இல்லை.

புறவெளியில் இப்படியான அச்சுறுத்தல் என்றால், அக வழியிலும் இப்போது அழுத்தங்கள். இயற்கையின் முன்னால், இப்போது

திடீரென தோன்றியிருக்கிற அச்சவுணர்வின் முன்னால் துவண்டு நிற்கும் பலரைப் பார்க்கிறேன். உறவுகளுக்குள்ளும் இனம் புரியாத இறுக்கம் இறுக்கிப் படர்கிறது.

என்னடா வாழ்க்கை இது என்ற தோழி ஒருத்தரிடம், "மனிதர்கள் சோற்றுக்கே வழியில்லாமல் வெளியே தகித்துக் கொண்டிருக்கின்றனர். நீங்கள் இருக்கும் இடம் எதனைக் காட்டிலும் மேலானது" எனப் பதில் அளித்தேன்.

இங்கு எல்லாவற்றையும் ஒரு பூசணிக்கொடியைப் போல நிச்சயமின்மை சூழ்ந்து விட்டது. மனிதனால் ஆகாத காரியமும் இப்புவியில் உண்டு என்பதைக் காலம் உணர்த்தி விட்டது. நீங்கள் அமர்ந்திருக்கும் நாற்காலி மட்டுமல்ல, பறிக்க ஆள் இல்லாமல் செடியிலேயே பழுத்துப் பாழான கனிகளுமே காற்றில் ஆடிக் கொண்டிருக்கின்றன.

எல்லோருமே இன்னொன்றின் முன்னர் மண்டியிட்டிருக்கிறோம். அலுவலகச்சூழலை உள்ளடக்கி, புற உலகச்சூழலுமே அப்படித்தான் நம்மை இப்போது இருக்கவும் கோருகிறது. இவற்றிற்குத் தோதாய் வளைந்து கொடுத்து நம்மை உயிர்ப்பித்து வைத்துக் கொள்ள வேண்டியதே இப்போது முதன்மையானது.

அதற்கு அடிப்படையாக அமைய வேண்டிய ஒரு மனநிலை இப்போது அவசியம். இந்தப் பூமியில் என்னால் கூடாத காரியமும் உண்டு எனப் புரிந்து கொள்வது. பவுன்சருக்கு குனிந்து நம்மைக் காப்பாற்றிக் கொள்கிற பக்குவத்தைப் பெறுதல். காலம் இனி உள்ளும் புறமும் நிறைய பவுன்சர்களை வீசிப் பார்க்கும்.

விக்கெட்டை இழக்காமல் அடுத்த பந்திற்கு தாக்குப் பிடிக்கலாம் எனக் கருதி, எல்லா தளங்களிலும் குனிந்து கொடுக்கிற காலம். நம்மின் உள்ளும் புறத்தையும் அலசிக் காயப் போடுகிறது இன்னொரு கை. நாம் யார் என்கிற தெளிவான புரிதல் கொண்டு அந்தக் கையின் முன்னால் குனிந்து மண்டியிட்டால், அது நம்மைத் தூக்கி இன்னொரு வட்டத்தினுள் போட்டு விடும். உயிர்ப்போடு பிழைத்திருத்தல் மட்டுமே அந்த மைதானத்தின் விதி. நாமே ஒரு பந்தாய் இவ்வட்டத்தினுள் சுழல ஒப்புக் கொடுத்து விட்டால், எகிறிக் குதிக்கலாம்.

எங்களுக்கு காற்றடி பருவம் துவங்கி விட்டது. நானுமே காற்றடி

காலமான ஆனி மாதத்தில் பிறந்தவன்தான். ஆனாலும் முரண் என்னவென்றால், காற்றடி காலம் என்றைக்குமே எனக்கு உவப்பானதில்லை. இந்தப் பரந்த வெளியில் எல்லாப் பருவங்களையும் அதன் உச்சத்தில் பார்த்தவன்.

நீர்த்திவலையைக் கூரையில் வழிய விடும் பனி. பனிக்கட்டியைப் போல தொண்டையில் இறங்கும் செம்புத் தண்ணீர். வடக்குப் பார்த்த சாலை வீட்டின் கதவைக் கேட்காமலே தட்டிக்கொண்டு நுழையும் வடகிழக்குப் பருவ மழை. நாள் முழுக்க நசநசவென நனைந்தபடியே அலைவேன்.

வெயில் உக்கிரத்தையெல்லாம் விவரிக்க வார்த்தையில்லை. கோவக்காய் வற்றலைப் போல, வதங்கி விடுவேன் என்ற போதிலும், மனதளவில் அது எதுவுமே செய்ததில்லை எனக்கு. பொதுவாகவே வெயில் பார்த்த வீதியில் அரைஞாண் கயிற்றில் டவுசரை சொருகிக் கொண்டு பம்பரம் விட்டவர்கள் நாங்கள்.

ஒருதடவை மூத்த எழுத்தாளர் எஸ்.ராமகிருஷ்ணன் அவர்களுடன் பேசிக் கொண்டிருந்த போது, "எனக்கு மலை வாசஸ்தலங்களின் குளிர் பிடிப்பதே இல்லை. பனைமரக் காடுகளில் பரவும் வெயில்தான் பிடித்திருக்கிறது" என்றார். நானுமே அந்தப் பிராந்தியத்தில் இருந்து வந்தவன்தானே?

விருதுநகரில் கத்தரி வெயிலில், லோடுமேன்கள் கொதிக்கிற எண்ணைச்சட்டிக்கு அருகில் நின்று வடையைக் கடித்துக் கொண்டிருக்கும் போது, அவர்களின் கழுத்தின் ஓரங்களில் உப்பரிந்த தடம் இருக்கும். அத்தனை பேரிடமும் அத்தடத்தில் சேகரித்தால், அரை மூட்டை உப்பு கிடைத்து விடும். அப்படியான வெயிலில் நீந்தி வளர்ந்த கருவேலஞ்செடி நான். அதனால் வெயில் ஒரு பொருட்டே இல்லை.

கறுத்து விடுவோம் என்கிற கவலைகூட இப்போதுதான் எழுகிறது. மற்றபடி எச்சிக்கலும் எனக்கில்லை அதனால். ஆனால் காற்றடி காலம் அப்படியில்லை. என் தலைமுடியை யாராவது கலைத்தால் சின்ன வயதிலிருந்தே பிடிக்காது. மூக்கிற்கு மேல் கோபம் வந்து விடும் எனக்கு. வேண்டுமென்றே இழுத்துப் பிடித்து மடியில் போட்டுத் தலையைக் கலைத்துச் சிரிப்பாள் பசுபதி அத்தை.

அவளுக்கும் இன்னொருத்திக்கும் மட்டுமே இந்த உரிமையை

இதுவரை தந்திருக்கிறேன். ஆனால் தலை கோதும் சேட்டையை இப்போது காற்றும் சேர்த்து எடுத்துக்கொண்டு விட்டது. தலை கோதும் காற்று மட்டுமா இது? போன வருடம் இரும்புத் தூணில் கட்டியிருந்த கட்டில் பிய்த்துக்கொண்டு வந்து வயிற்றில் அதன் கூர்முனை குத்தி விட்டது.

இந்த வருடத் துவக்கமே அமர்க்களமாகத் துவங்கி, ஒரு நாற்காலியைத் தூக்கிப்போட்டு உடைத்து விட்டது. தலைவலி வருகிற அளவிற்கு வெக்கையோடு இணைந்த காற்று. ஏதோ அலுவலகத்திற்கு வேலைக்கு வருவதைப் போல காலை ஒன்பது மணிக்குத் துவங்கி மாலை ஆறு மணி வரை வேப்பமரத்தின் தலைமுடியைக் கொத்தாகப் பிடித்தாட்டும் சூறைக்காற்று.

அதை உணர்ந்தவர்களுக்கே அதன் அர்த்தம் புரியும். அதனிடமிருந்து தப்பித்து அறைக்குள் ஒரு எலியைப் போலப் பதுங்கிக் கொள்வேன். இன்று அடித்த காற்றில் என் குட்டி நாய் ஒரு பந்தைப் போலச் சுழன்று விழுந்ததைப் பார்த்தேன். எழுந்து நின்று என்ன நடந்தது என்பதை அறியாமல் மலங்க விழித்து, தள்ளாடி நடந்து வைக்கோல் புதருக்குள் போய் என்னைப் போலவே போய் பதுங்கிக் கொண்டது.

எங்களுக்கு மேற்கே இருக்கிற அரபிக்கடலில் ஏதாவது நடக்க வேண்டும். அப்போதுதான் மழையும் உண்டு. இக்காற்றும் கொஞ்சம் இடைவெளி விடும். இப்போதெல்லாம் என்னைச் சுற்றிய வெளிகளில் நடக்கும் மாற்றங்களை நுட்பமாக உணரக் கற்றுக் கொண்டேன்.

இன்னும் இரண்டரை மாதம் ஒரு சிறு குருவியைப் போல அதை எதிர்த்துப் போரிட வேண்டும். சோர்ந்து போகிற தருணங்கள் வாய்க்கிற இப்பருவத்தைக் கடந்தால், வடகிழக்கு வானம் இருட்டிக்கொண்டு வரும். நீர்மட்டம் குறைகிற, நீர்த்தாரை உலர்கிற இப்பருவத்தில் என் செடிகளைப் போல நானுமே தலையைக் குனிந்து கொடுத்தாக வேண்டியிருக்கிறது.

சகோதரி கஸல் மூலமாக ஒரு இரவல் லேப்டாப்,பத்து நாட்களுக்குக் கிடைத்திருக்கிறது. இனி அசோகர் நாவலை அலங்காரம் செய்யத் துவங்க வேண்டும். வடகிழக்குப் பருவமழை காலத்திற்குள் அசோகர் நாவலை வானில் விசிறியடிக்க வேண்டும். இப்போதைக்கு மாலையில் வானம் வரையும் ஓவியங்களே வழித்துணை. இக்காற்று என்ன செய்து விடும் இந்த வெயிலானை?

26
தனித்திரு, விழித்திரு!

சீனாவின் வூஹான் மாகாணத்தில் கொரோனா வைரஸ் உருவானது துவங்கி, படிப்படியான அதன் பரவலாக்கம் குறித்து தொடர்ந்து படித்து வந்தேன். அதன் ஆரம்பகட்ட அலையின் போது, தம்பி ரகு அதுபற்றி எதுவும் எழுதவில்லையா எனக் கேட்டார். "இல்லை எழுதுவதற்கான நேரம் ஜூன் மாதம்தான்" என பதிலளித்திருந்தேன்.

இரண்டு காரணங்கள் அதற்குப் பின்னணியில் உண்டு. இந்த மாதிரியான பெருந்தொற்று காலங்களில், துறைசார்ந்த வல்லுனர்களே அதுகுறித்துப் பேச முன்வர வேண்டுமென்பது முதன்மையான காரணம். இரண்டாவது காரணம், கொரோனா கொண்டாட்டம் நடந்து கொண்டிருந்த நேரத்தில், எதையாவது சொல்கையில் அது அச்சமூட்டுவதற்காக சொல்லப்படுவது எனப் புரிந்து கொள்வதற்கான வாய்ப்புகளை உள்ளடக்கியிருந்தது.

சமீபகாலமாகவே கொரோனா குறித்த விவாத நிகழ்ச்சிகளைப் பார்த்து வருகையில், அதில் பேசும் மருத்துவர்களை மாயக்கரமொன்று கட்டுப்படுத்துவதை வெளிப்படையாகவே அறிய முடிகிறது. தங்களை ஏதோவொரு அச்சத்திற்கு உட்படுத்தித் தயங்கியே முன்வைத்தார்கள். முகத்தில் அடிக்கிற மாதிரி சொன்னவர்கள் வெகு சிலரே. கொரோனோ பரிசோதனைக்குப் பரிந்துரைத்த தனியார் மருத்துவமனை பெண் மருத்துவர் ஒருத்தரைப் பணியிலிருந்து

நீக்கிய கொடுமையெல்லாம் நடந்ததை செய்தியில் படித்திருப்பீர்கள். இதையெல்லாம் தாக்குப்பிடிக்கிற அவர்களாலும் என்ன செய்து விட முடியும்?

இந்த ஒட்டுமொத்த பெருந்தொற்று காலத்தையும் அரசும், மக்களும் மிக மோசமாக எதிர்கொண்டார்கள். முதலில் அரசுதரப்பைச் சொல்ல வேண்டுமெனில், சீனாவின் மோசமான வெளிப்படைத்தன்மையற்ற செயலுக்கு சற்றும் சளைத்ததில்லை, இந்தியத்தன்மை.

ரக்பீ விளையாட்டுக்கு நிகராகவே, பாத்திரங்களையெல்லாம் தட்டச் சொல்லி, இதைக் கையாண்டார்கள். இன்றைய தேதி வரை, கொரோனா சமூகப் பரவலாக்கத்தின் உச்சியில் நிற்கிறது என்பதை அரசுத் தரப்பு ஒத்துக் கொள்ளவேயில்லை. வழக்கமாக மறைந்து ஒளிந்து விளையாடும் கள்ளன்-போலீஸ் விளையாட்டை ஆடுவதிலேயே கவனத்தைக் குவிக்கிறது.

இந்திய அளவில் என்பதை விட்டுவிட்டு, தமிழக அளவில் மட்டுமே எடுத்துக் கொள்ளலாம். ஆரம்பத்தில் இருந்தே தரணி காத்த தலைவர்கள் எனப் பெயர் எடுப்பதிலேயே ஆர்வம் காட்டினார்கள். அனைத்துக் கட்சிக் கூட்டத்தைக் கூட்ட வேண்டுமென எதிர்கட்சி கோரிக்கை எழுப்பிய போது, ஆளும் கட்சியைச் சேர்ந்த ஒருத்தரிடம் பேசிக் கொண்டிருந்தேன். "கொரானவ ஜெயிச்சதில எடப்பாட்டியார்க்கு எல்லா பேரும் போய்ச் சேர்ந்திடும்ங்கறதால ஸ்டாலின் அனைத்துக் கட்சி கூட்டம்னு பேரைப் பங்கு போடப் பார்க்கிறாரு" என்றார். அந்தளவிற்கே இருந்தது அவர்களின் புரிதல்.

ஆளும் கட்சிக்குள்ளேயே தங்களை முன்னிறுத்திக் கொள்வதில் போட்டி நடந்ததையும் வெளிப்படையாகப் பார்க்க முடிந்தது. தமிழ்நாட்டிற்கு பப்ளிக்-தப்ளிக் எனவொரு வார்த்தை விளையாட்டை அறிமுகப்படுத்தினார்கள். அடுத்ததாக கோயம்பேடு என்றார்கள். இப்போது கடைசியாக மஹாராஷ்டிரா என வந்து நின்றிருக்கிறார்கள். நாளை பத்தாம் வகுப்பு பரீட்சை ஹால் என வந்து நிற்பார்கள்.

இவர்களுக்கு சற்றும் சளைத்தவர்களில்லை மக்கள். நான் இருக்கிற இடத்தில் கொரானாவிற்கெல்லாம் கால்வலிக்குக் கொடுக்கிற மரியாதையைக் கூட கொடுக்கவில்லை. வயிற்றுப்பாட்டிற்கு வெளியே சுற்றியவர்களைவிட கொழுப்பிற்கு வெளியே சுற்றியவர்கள்தான் அதிகம். அவன்களுக்கு வயிற்றில் பசி, இவன்களுக்கு முட்டியில் பசி எனவொரு சொல்லாடல் உண்டு.

என்னுடைய பக்கத்தில் இருக்கும், மூத்த மருத்துவர் அமலோற்பவ நாதன் துவங்கி இளைய மருத்துவர் மயிலன் வரை இதன் தீவிரம் குறித்து தொடர்ச்சியாகப் பதிவுகள் இட்டுக் கொண்டிருந்தனர். அங்கேயும் போய் வடிவேலு மீம்ஸ் போட்டவர்களே அதிகம்.

இறுதியாக, சென்னையில் சமூகப்பரவல் துவங்கி விட்டது. அது ஜூலை இறுதியில் உச்சத்தை தொடும். இன்னுமொரு கடுமையான ஊரடங்கிற்கு தயாராவதைத் தவிர வேறு வழியே இல்லை என்பதையெல்லாம், தேடிப் படித்துப் பாருங்கள், புரியும். தவிர, இந்த வைரஸ் இங்குள்ள தட்ப வெப்ப, உடற் சூழலுக்கு தகுந்த மாதிரி எப்படி தன்னை தகவமைத்து வீரியம் அடைந்திருக்கிறது என்பதும் தெரியும்.

இன்றைய தேதியில் சென்னையில் தனியார் மருத்துவமனைகளில் படுக்கை இடமில்லை என்பதை அறிவீர்களா? தனியார் மருத்துவமனை கட்டணங்களை அரசு அவசரமாக அறிவித்ததில் இருந்தே, அதன் பின்னணியில் கைகழுவுகிற நோக்கமிருந்ததை அறிய முடியவில்லையா?

கொரோனா மரணங்களின் கணக்கு விகிதம் குறித்து இப்போது வரும் தகவல்களில் உண்மைத்தன்மை எவ்வளவு? சமூகநீதிக்கான மருத்துவர் சங்க மூத்த மருத்துவர் ரவீந்தரநாத் போன்றோர், மருத்துவர்களை தைரியமாக வெளிப்படைத்தன்மையோடு நடந்து கொள்ளக் கோருவது எதனால்? என்பது குறித்தெல்லாம் சிந்தித்துப் பாருங்கள். கொசுவலையைப் போல கொரோனா வலையொன்றை நம்மைச் சுற்றி, இவ்வியந்திரம் போர்த்துகிறது.

அறுபது வயதிற்கு மேல், பத்து வயதிற்குள் என்கிற கற்பனை பூச்சுக்களையெல்லாம் உடைத்து, அது சகல வயதினரையும் போட்டுத் தாக்க துவங்கி விட்டது. செத்துப் போனவருக்கு சுண்டு விரல் வலி இருந்ததே சாவிற்கான முதல் காரணம் என்கிற ரீதியில் இனி சொன்னாலும் சொல்வார்கள்.

இன்னொரு பக்கத்தில் அது அழுத்தமான அச்சத்தை மக்கள் மத்தியில் விதைக்கவும் செய்திருக்கிறது. தனக்கு மூச்சு விடுவதில் சிரமமிருப்பதாகச் சொன்ன இளம்பெண் ஒருத்தர், சீக்கிரம் தனக்கு கொரோனா வந்து விடும் என அச்சத்தில் அரற்றினார். உண்மையில் அவருக்கு எந்த பாதிப்பும் இல்லை.

இந்தயிடத்தில்தான் ஒரு விஷயத்தை ஆழமாகச் சொல்ல வேண்டியிருக்கிறது. அறிகுறியே இல்லாத ஒருத்தருக்கே இவ்வளவு அச்சம் இருக்கிற நிலையில், அறிகுறி உள்ளவருக்கு எவ்வளவு அச்சமிருக்கும்? கொரோனா காய்ச்சல் கொண்டவருக்கு தனியறையில் பத்தாம் வகுப்பு தேர்வு என்கிற அறிவிப்புக்குப் பின்னால் இருக்கிற அபத்தத்தை என்னவென்று சொல்ல?

வெறும் வாயில் வடை சுடாமல், அரசு, மக்கள் என எல்லோரும் ஒன்றிணைந்து நிற்க வேண்டிய தருணம். மூத்த மருத்துவர்களின் சொற்களுக்கு மதிப்பளிக்க வேண்டிய இக்கட்டை சூடிக்கொள்ள வேண்டிய அவசியம். அதனாலேயே அக்கிருமி குறித்து இந்தயிடத்தில் முந்திக்கொண்டு, மருத்துவரீதியில் பேசவில்லை. அதை அவர்களிடம் விட்டுவிட்டு, அவர்கள் சொல்வதை மட்டும் பின்பற்ற வேண்டிய தேவை எழுந்திருக்கிறது. மருத்துவ மூத்தோர் சொல் கேட்போம்.

இந்த தொற்றினால் நடந்த ஒரே நல்ல விஷயம் என்னவெனில், இது ஏழை பணக்காரன் பாகுபாடின்றி எல்லோரையும் தாக்குகிறது என்பதுதான். வெறும் ஏழைகள் மட்டும் என்றிருந்தால் என்றோ கையை விரித்திருப்பார்கள். நல்லவேளை கிருமி ஏழைகளின்பால் கரிசனம் வைத்து சகலரையும் தன் ஆளுகையின் கீழ் கொண்டு வந்திருக்கிறது.

பொறுப்பற்ற, விழி பிதுங்கி நிற்கிற அரசு எனச் சொல்லலாம். இந்த மாதிரியான பெருந்தொற்றின் போது, எல்லா அரசுகளுமே இந்த முனையில் நின்றே செயல்படும் என்கிற அடிப்படையையும் புரிந்தே வைத்திருக்கிறேன். ஊரடங்கு என்கிற வார்த்தையையே கேலிக்கூத்தாக்கிய இச்சமூகம், உண்மையான கட்டுப்பாடுடன்கூடிய ஊரடங்கு ஒன்றிற்கு தன்னை உட்படுத்திக் கொள்ளாவிட்டால், விளைவுகள் பாரதூரமாக இருப்பதைத் தவிர்க்க முடியாது.

ஒரு அடிப்படையைப் புரிந்து கொள்வோம். தடுப்பு மருந்தில்லாத, மருந்தில்லாத இந்த தொற்றின் பரவலாக்கத்திற்கு எதிராகத்தான் இதுவரை போராடிக் கொண்டிருக்கிறோம். எரிகிற கொள்ளியில் என செயல்பட்டால் நமக்கான மீட்பர்கள் எங்கிருந்தும் வரப்போவதில்லை. தனித்திரு, விழித்திரு என்பதே இப்பெருந்தொற்று காலத்திற்கான உயிர்ச்சொற்கள்.

27

குருவடி சரணம்!

“அவர் ஒரு பயிற்சியாளர்தான். பகவான் அல்ல” என முகத்திலடிக்கிற மாதிரி, நல்நோக்கத்தோடு கிளம்பி வந்த ஒரு மனிதனின் மீது வசையாக வீசப்பட்ட வசனம் இடம் பெற்ற, 'சக்தே இந்தியா' திரைப்படம், ஆகஸ்ட் 15, 2007 ஆம் ஆண்டு வெளியானது. ஒருவகையில் இன்றைக்கு திரையில் ஆதிக்கம் செலுத்தும் விளையாட்டு வகைமைப் படங்களின் முன்னத்தி ஏர் இந்த திரைப்படமே. ஏராளமான மதிக்கத்தகுந்த விருதுகள், புறக்கணிக்கப்படாத அங்கீகாரங்கள் பலவற்றைப் பெற்ற இத்திரைப்படத்தைப் பற்றி பல்வேறு விதமான எழுத்தாக்கங்கள் கொட்டிக்கிடக்கின்றன. நம்பகமான காட்சி அமைப்பு உட்பட, எல்லாவிதமாகவுமே மறுவிசாரணை செய்வதற்கான கூறுகள் பலவற்றைக் கொண்ட விளையாட்டு வகைமை சார்ந்த முழுமையான திரைப்படம் அது.

அரசு விளையாட்டு விடுதியில் பயின்ற முன்னாள் ஹாக்கி மாணவனான என்னளவில் இத்திரைப்படம் கறையெதுவும் படாத பெருமிதங்களையே விட்டுச் சென்றிருக்கிறது. இந்திய அணிக்காக அடர் ஊதாநிற ப்ளேஸரை அணிந்து நடைபோடும் போது கிடைக்கிற நிமிர்வாகவே அத்திரைப்படம் எனக்குள் இன்றளவும் தாக்கம் செலுத்துகிறது.

கிரிக்கெட் என்கிற விளையாட்டை மட்டுமே கொண்டாடுகிற ஒரு தேசத்தை ஹாக்கி விளையாட்டின் பக்கம் அது சந்தேகமறச் சற்றேனும் திருப்பியது. ஹிட்லர் வியந்து பார்த்த, ஜெர்மனியில் சிலை வைக்கப்பட்டிருக்கிற தயான்சந்த் என ஒருத்தர் இங்கேதான் வாழ்ந்து மடிந்தார் என்பது எத்தனை பேருக்குத் தெரியும்? அவரது ஹாக்கி வளைகோலில் மந்திரம் வைத்தார் என்றெல்லாம் அந்தக்காலத்தில் சொல்லி, வேறொன்றைக் கொடுத்து ஆடச் சொன்னதாக புராணத்தை ஒத்த கதைகள் நிலவுகின்றன. அதற்கடுத்தும் அவர் கோல் மழை பொழிந்ததை நிறுத்தவில்லை என்பார்கள்.

தயான்சந்த் பிறந்த நாள்தான் இந்தியாவின் விளையாட்டு நாளென ஒவ்வொரு முறையும் அழுத்தமாகக் கூவ வேண்டியிருக்கிறது. தேசியப் பறவையான மயிலையே சுட்டுத் தின்னும் நிலத்தில் தேசிய விளையாட்டான ஹாக்கியை யார் சீந்துவார்கள்? அவ்விளையாட்டை ஆடும் ஒவ்வொருத்தருக்குள்ளும் இந்த ஆதங்கம் மைதானத்தில் கிடக்கும் கால்களைக் கீறும் குறுங்கற்களைப் போலவே குவிந்து கிடக்கும்.

ஒவ்வொரு போட்டிக்கும் இலட்சக்கணக்காக ஊதியம் வாங்கும் பிற விளையாட்டுக்காரர்களைப் பார்த்து, ஐநூறு ரூபாய் தினப்படி வாங்கும் ஹாக்கி வீரர்கள் புழுங்கிக் கிடப்போம். அப்போதுதான் கிழக்கே தெரிகிற ஒளிமாதிரி கபீர்கான் என்கிற ஒரு பயிற்சியாளன் சக்தே இந்தியா என்கிற பெருஞ்சத்தத்துடன் கிளம்பி வந்தான்.

கபீர்கானை நாங்கள் எல்லோரும் ஷாருக்கானாகப் பார்க்கவில்லை. எங்களுடன் பயிற்சியெடுத்து இந்திய ஹாக்கி அணியில் ஆதிக்கம் செலுத்திய அண்ணன் முகமது ரியாஸாகத்தான் பார்த்தோம். அதைப் போலத்தான் சக்தே இந்தியா திரைப்படத்தில் வரும் கபீர்கானை எங்களில் ஒருவராகவே பார்த்தோம். திரையிலிருந்ததாலேயே அவரை நிஜத்தில் விலக்கி வைக்கவில்லை.

எங்களுக்கு முன்னால் இந்திய ஹாக்கி அணியில் விளையாடி, கேப்டனாகவும் இருந்தவர் கபீர்கான். பாகிஸ்தானுக்கு எதிரான போட்டியில் கிடைத்த அந்த பெனால்டி வாய்ப்பை அவர் கோலாக்கியிருக்க வேண்டும்தான். அந்தப் போட்டியைப் பார்த்த போது, எனக்கே எரிச்சலாகத்தான் இருந்தது.

ஆனால் எந்த ஒரு விளையாட்டு வீரனும் தெரிந்தே அந்த தவறைச் செய்யவே மாட்டான மேட்ச் ஃபிக்ஸிங் செய்கிறஅளவிற்குப் பணம்

கொழிக்கிற விளையாட்டா அது? பஞ்சப்பராரிகள் விளையாடி, போனால் போகிறதென்று ஆர்வம் கூடிய சிலவாயிரம் பேர் மட்டுமே பார்க்கிற விளையாட்டல்லவா அது?

அதற்காக அவர் தூற்றப்பட்டு, அவரது வீட்டில் கல் மழை பொழிய, தன் வயதான தாயாரோடு ஊரை விட்டே வெளியேற வேண்டியிருந்தது. கிரிக்கெட் விளையாட்டிலும்கூட கல் எறிகிறார்கள்தான். ஆனால் ஓங்கி உயர்ந்த பங்களா மதில் சுவரைத் தாண்டி அவை வீட்டினுள் விழுவதில்லை. ஒண்டுக் குடித்தன, ஓட்டு வீட்டில் வாழ விதிக்கப்பட்ட ஹாக்கி வீரனின் தலை மிக எளிமையானது. எங்குமே தாழ்ந்து போகப் பழக்கப்பட்ட அது, எத்தனையோ கல்லடிகளை இந்த விளையாட்டைத் தேர்ந்தெடுத்ததற்காகவே ஏந்தி வளர்ந்திருக்கிறது.

எனக்கு நன்றாக ஞாபகம் இருக்கிறது. பாளையம்கோட்டை அண்ணா விளையாட்டரங்கிற்கு, சாராள் தக்கர் பள்ளி மற்றும் கல்லூரியைச் சேர்ந்த பெண்கள் ஹாக்கி விளையாட வருவார்கள். வத்தலும் தொத்தலுமாய் தவ்விதவ்வி அவர்கள் சுண்டெலிகளைப் போல ஹாக்கி மைதானத்தில் ஓடுவதைப் பார்க்க வேடிக்கையாக இருக்கும். மற்ற நாட்டுப் பெண் வீரர்களெல்லாம் ஓங்கு தாங்காக இருப்பார்கள்.

"மூணு நேரமும் மாட்டுக்கறி சாப்பிடுவாங்க மாப்பிள்ளை" என்பான் நண்பனொருத்தன். ஆண் அணியே மற்ற நாட்டு வீரர்களை வீழ்த்த தவங்கிக் கொண்டிருக்கையில், வயல் எலிகளைப் போல கொழுத்திராமல், வீட்டுச் சுண்டெலிகளான அந்தப் பெண்களால் என்ன செய்து விட முடியும்?

எங்களைப் போல விளையாடுகிறவர்கள் மத்தியிலேயே இப்பார்வை இருக்கிறதென்றால், ஒட்டுமொத்த தேசத்தின் நம்பிக்கை எப்படி இருந்திருக்கும்? சக்தே இந்தியாவில் கபீர்கானை நம்பி ஒப்படைக்கப்பட்ட அணியுமே இத்தகையதுதான். அவர்கள் கபீர்கானை நம்பி ஒப்படைத்தார்களே தவிர, அவ்வணியை நம்பவில்லை. நம்புவதற்கான முகாந்திரங்களும் அப்போது இல்லை.

ஹாக்கி என்றில்லை, விளையாட வரும் பெண்கள் எப்போதுமே இரண்டாம் தரத்தினரே இங்கே. உடல் வலுவில்லாத, விளையாத சோளத்தட்டைகளைப் போலத்தான் ஒருகாலகட்டத்தில் பெண் விளையாட்டு வீரர்கள் கருதப்பட்டனர். பி.டி.உஷா போன்ற ஒருசில

விதிவிலக்குகள் மட்டுமே இருந்தன.

மைதானத்திற்குள் வருகிற தடைகளைவிட மைதானத்திற்கு வெளியே உருவாகும் பூதாகரத் தடைகள் பலவற்றை அவர்கள் தாண்ட வேண்டியிருந்தது. அவர்களைக் காத்து, புடம் போட்டு ஒளிர வைக்க எல்லா இடங்களிலும் பகவான்கள் வர வேண்டியிருக்கிறது. விளையாட்டைப் பொறுத்தவரை, நிஜமும் நிழலும் வெவ்வேறல்ல என்பதை அழுத்தமாகப் புரிந்து கொள்ள வேண்டும். இந்தப் புள்ளியில்தான் பயிற்சியாளன் என்பவன் எப்படி பகவானாக மாறுகிறான் என்பதை உணர வேண்டும்.

ஹாக்கி விளையாட்டைப் பின்புலமாகக் கொண்ட என்னுடைய பார்பி நாவலில் ஒரு வரி வரும். "பந்தைத் தொடுவதற்கு முன்பு பணிவைத்தான் கற்றுத் தருவார்கள். விளையாடத்தான் வந்திருக்கிறாயே தவிர, சிவப்பு அட்டை வாங்கி வெளியேறுவதற்கு அல்ல" எனப் பயிற்சியாளர் சொல்வதாய் வரும்.

சக்தே இந்தியா திரைப்படத்தில் மட்டுமல்ல, நிழலைப் போல நிஜத்திலும் பயிற்சியாளர்கள் இப்படித்தான் எங்களுடைய குமார் கோச்சைப் போல இருக்கிறார்கள். நிஜவாழ்வு, திரைவாழ்வு என எல்லாவற்றிலும் பயிற்சியாளர்கள் ஒரேமாதிரிதான் இருக்கிறார்கள். அவர்கள் உள்ளே வெளியே என மாறி மாறி நடிப்பதில்லை.

சம்மட்டியை வைத்துப் பழுக்கக் காய்ச்சிய இரும்பை ஓங்கியடித்தபடி முன்னேறுகிறார்கள். உதவாத இரும்பென்று எதையும் ஒதுக்காமல், கிடைத்த எதையும் ஒட்டுமொத்த இயந்திரத்திற்கான கச்சாப் பொருளாக மாற்றுகிறார்கள். அதைத்தான் சக்தே இந்தியாவில் கபீர்கான் செய்தார். அந்தப் பெண்கள் அணி, உலகையே மிரட்டுகிற ஆஸ்திரேலிய அணியை வீழ்த்தி, உலகக் கோப்பையை ஏந்திய கணத்தில், படத்தை தன்னுடைய அணி நண்பர்களோடு அமர்ந்து பார்த்துக் கொண்டிருந்த ஒரு முன்னாள் ஹாக்கி வீரன் பூர்த்தியடைந்தான்.

அந்த இறுதிக் காட்சிக் கணத்தில் எனக்குள் ஏற்பட்ட அகவெழுச்சியை எக்குறிப்பிட்ட வார்த்தைகளாலும் விவரித்து விட முடியாது. ஒட்டுமொத்த தேசத்தையும் இந்த ஒற்றைப் புள்ளியில் இணைத்த வகையில்தான் விளையாட்டு வகைமைப் படங்களின் உதாரண காவியமானது சக்தே இந்தியா. ஒட்டுமொத்த தேசமும் இணைந்து சக்தே இந்தியா எனப் பெருங்குரலெடுத்து பாடியது.

இன்றைக்கும் எங்களுடைய செல்ல எதிரிகளான கிரிக்கெட்காரர்கள்கூட, உலகக் கோப்பை ஜெயித்தால் சக்தே இந்தியா என்றே பாட வேண்டியிருக்கிறது. இந்தப் பெருமிதத்தை எங்களுக்குள் ஊன்றிய வகையில் கபீர்கானை படைத்த இயக்குனர் ஸ்மித் அமீனின் கரங்களை முத்தமிடத் தோன்றுகிறது. ஒற்றை மனிதன் கட்டியிழுத்து முன்செலுத்திய உணர்வெழுச்சி மிக்க அந்த தங்கத்தேர், தேய்மானங்கள் ஏதுமின்றி காலத்தைத் தாண்டியும் வெல்லும்.

விளையாட்டு மட்டுமல்ல, தான் சார்ந்த எந்தத் துறையிலும் குருவைப் பணிகிறவன் கோப்பையை ஏந்துவான். அதை ஆழமாகப் பார்வையாளனுக்கு கடத்திய வகையில், இந்திய விளையாட்டு வகைமைப் படங்களின் ஆணிவேராக தன்னை நிறுவிக் கொண்டது சக்தே இந்தியா. அதிலிருந்து இப்போது பூத்துக் குலுங்கும் கனிகளாக தங்கல், பாக் மில்கா பாக் எனப் பல்வேறு படங்கள், பல விளையாட்டு வீரர்களுக்குப் பொதுச் சமூகத்தில் மரியாதையைப் பெற்றுத் தந்தபடியே இருக்கின்றன. அந்த வகையில் அதைப் பெற்றுத் தந்த கபீர்கான் என்கிற பகவானின் முன்னால் தாழ்பணிந்து சொல்கிறேன் "குருவடி சரணம்"

28

வன்மம்!

ஈஸ்வரய்யாவும் சோலைச்சாமியும் மாமன் மைத்துனர் வகையறா. இருவருக்குமே முன்னே பின்னே எனத் தோராயமாக எழுபது வயது இருக்கும். ஆனால் கேட்டால், "இந்தப் புரட்டாசி வந்தா, அம்பத்தி மூணுன்னு நெனைக்குதேன். நாம் பெறந்து மூணு நாலு வயசில நேரு எங்கூருக்கு வந்திருந்தாரு" என்பார்கள்.

ஈஸ்வரய்யா ஒடிசலான தேகத்தில் காசநோய் தாக்கத்தை வாங்கி கூன் போட்டு நடப்பார். இரண்டு உளுந்த வடை, டீ மட்டும் இருந்தால், தக்கித் தடுமாறி ஒருநாளை தாக்குப்பிடித்து விடுவார். அவருடைய மகன்கள் கைவிட்டு விட்டனர். கைவிடத் தகுந்த செயல்பாடுகள்தான் அவருடையதும். அட்டைப் பூச்சி போல நாவை எல்லோர் மீதும் ஒட்டிக் கொள்வார்.

வாயைத் திறந்தாலே ஏதாவது வம்பை இழுக்காமல் ஓய மாட்டார். ஆனால் சோலைச்சாமி அதற்கு நேர் எதிரானவர். பண்ணுகிற அத்தனையும் குசும்பு சேட்டைகள். அந்த வயதிலும் தோள் மினுமினுக்கத் திரிகிறவர். "வேலை மேல எதாச்சும் அக்கறை இருக்கா பாருங்க. காளியம்மன் குதிர கெணக்கா எதையாச்சும் மென்னுக்கிட்டே" என்பார் ஈஸ்வரய்யா.

அவர்கள் இருவரிடமும் இருக்கிற வன்மத்தை அருகில் இருந்து

பார்த்திருக்கிறேன். மூணு உழவு பெய்த காட்டில், களைகள் முட்டிக்கொண்டு வருவதைப் போல, அந்த வன்மம் நாள்தோறும் பசுமை கொண்டு துளிர்வதைக் கண்கொட்டாமல் வேடிக்கை பார்த்துக் கொண்டிருந்தேன்.

ஈஸ்வரய்யாவிற்கு புளிச் சட்னி என்றால் ஆகாது. ஆமை வடையைக் கடிக்க முடியாது. ஆனால் சோலைச்சாமி அதைத்தான் வாங்கிக் கொண்டு வந்து கொடுப்பார். "வெறும் பயலுக்குன்னு நான் எதுக்கு தவங்கணும்" என்பார். "பார்த்தீங்கள்ள. ஒடம்பு சரியில்லாதவன்னு பார்க்கானா. நெஞ்சில ஈரம் இருக்கா. அம்புட்டும் வெசம்" என்பார் ஈஸ்வரய்யா.

ஒருதடவை ஈஸ்வரய்யாவின் ஒத்தைச் செருப்பை நாய் கவ்விக்கொண்டு போய் ஓடைக்கு அருகில் போட்டு விட்டது. ஆனால் சோலைதான் இக்காரியத்தைச் செய்தது என அவர் நம்ப விரும்பினார். அடிக்கடி சோலை மீது வேண்டுமென்றே ஏதாவது திருட்டுப்பட்டத்தைக் கிடத்தியபடி இருப்பார். "பிள்ளைகள் தொரத்தி ஊரெல்லாம் எடுப்பு சோறு திங்கறவன் அவன். எனக்கென்ன மூணு நேரமும் கன்னிமாரு கோவில் மணியடிச்ச மாதிரி சோறு. எனக்கெதுக்கு திருட்டு. நல்லவன் மாதிரி வேட்டிக்குள்ள சொருகிக்குவான்" என்பார் சோலைச்சாமி.

ஒருவரை ஒருவர் அடியாழத்தில் இருந்து வெறுப்பதைப் பார்த்திருக்கிறேன். வினை எதிர்வினை என இந்தப் பரந்த காட்டிற்குள் படை விலங்குகளைப் போல கொத்திக்கொண்டு திரிவார்கள். அவர்கள் இருவரையுமே தனித்தனியாக அழைத்து, அவர்களின் ஆழத்தில் படர்ந்திருக்கிற அருகுக்கிழங்கைத் தோண்டியளக்க முயற்சித்தேன். அடியாழத்தில் ஆழமான சிவந்த கிழங்கொன்று ஒளிர்கிற சிவப்பாய் உறுதியான காரணமே இல்லாத வன்மமாய் வேர் பிடித்திருந்தது.

அதன் அடியாழக் காரணத்தை இருவராலும் நினைவு கூர்ந்து சொல்ல முடிவில்லை. ஆனால் முடிந்த மட்டுக்கும் நீரூற்றி பசுமையாய் இருக்கப் பார்த்துக் கொண்டனர். ஒருவகையில் அருகிலிருந்து பார்த்த வகையில், இருவருமே வன்மத்தை விரும்பிப் பிரயோகித்தார்கள். அது அவர்களுக்கு அணுக்கமாகப் பிடித்திருந்தது. அவர்களுக்கு முடிந்த எல்லை வரை வீசிப் பார்ப்பதுதான் அவர்களின் இருப்பாக இருப்பதையும் உணர்ந்தேன்.

கண்ணுக்குத் தெரியாத கத்தியுடன், பயத்தை உருவகித்துக்கொண்டு தலை தெறிக்க ஓடும் ஆதி உணர்வு அதுவெனக் கண்டேன். அதிலிருந்து இன்னொன்றாய் உலவுவதற்கான சக்தியையும் அதனினூடாகத் திரட்டிக் கொண்டார்கள். கத்தியை தூக்கத் தெரியவில்லை, அதனால் குத்திக் கொள்ளவில்லை அவர்கள், அவ்வளவுதான். அறிவுரை சொல்கிற தொனியில் இதைச் சொல்லவில்லை.

நானே ஒருகாலம் வரைக்கும் வன்மத்தைச் சுமந்து கொண்டிருந்த ஆள்தான். கண்ணுக்கு முன்னே ஒரு கத்தி தொங்குவதைப் போல, அச்சத்துடனும் சுய நம்பிக்கைகள் அற்றும் சுற்றும் பழக்கமும் எனக்கிருந்தது. குட்டிக் கரணம் அடித்துப் பயிற்சிகள் செய்தே அதிலிருந்து வெளியே வந்தேன்.

வேலை பார்த்த நிறுவனம் குறித்து யோசிக்கவே மாட்டேன் எனக் கொள்கை முடிவு எடுத்துக் கொள்கிற மாதிரி எளிய பயிற்சிகள் மேற்கொள்வேன். இனி இதைப் பற்றி யோசிக்கவே கூடாது என விரதமிருப்பது மாதிரி.

அது கிடக்கட்டும், என் செயலில் வன்மமில்லையா என எதிராளிதான் சொல்ல வேண்டும். அவரவர் உள்ளங்கை அவரவர்க்கு வெள்ளை. நீட்டிக் காட்டினால்தானே எவ்வளவு குழப்ப, அச்ச ரேகைகள் இருக்கிறதென உலகிற்குத் தெரியும்?

கடந்து வந்த காலத்தை மேலே அமர்ந்து உற்றுப் பார்க்கிறேன். அச்சமும் குழப்பமும் சூழ கையில் கத்தியோடு உலவும் மனிதர்களைக் காண்கிறேன். அவர்கள் கத்தியோடு ஒருத்தரை ஒருத்தர் குத்த வெறி கொண்டு ஓடுகிறார்கள். கண்ணுக்குத் தெரியாத கத்தி, இப்போது கைகளுக்கு நகர்ந்து விட்டது.

நானுமே அச்சூழலோடு அன்னம் தண்ணி புழங்கியவன்தான் என்பதையும் ஒப்புக் கொள்கிறேன். பக்கத்து சீட்டில் இருக்கிறவனுக்கு வேலை போய் விட்டது என்பதற்காகப் பார்ட்டி கொடுக்கிறவர்கள் இருக்கிறார்கள். ஒருத்தன், "வர்ற வழியில அவன் அண்ணா சாலைல அடிபட்டுச் செத்தா நல்லா இருக்கும்" என இன்னொருத்தன் குறித்து என்னிடம் சொல்லியிருக்கிறான்.

இத்தனைக்கும் இவன் சொத்தை அவன் வயிற்றிலடித்துப் பறித்த, ஆதிப் பகையெல்லாம் ஒன்றுமில்லை. அவனவன் புழங்குகிற

வெளியில் உள்ள பதற்றம். வெளியைப் பறித்துப் போகிறவனாக உருவகித்துக் கொள்வது. அப்படி உருவகித்துக் கொள்வது அவனுக்குப் பிடித்தும் இருக்கிறது. பாதுகாப்பின்மையின் முனையில் நின்று இன்னொரு சக்தியைப் பெருக்கிக் கொள்வது.

சூடான எரிபொருளை அகத்தினுள் நிரப்பிக் கொள்வது. பாதுகாப்பின்மையை ஒரு புகையைப் போல நெஞ்சில் பரப்பிக் கொள்வது. அப்புகைக்கு செயல்கள் தேவையாய் இருக்கின்றன. மருந்தடிக்கிற வண்டி மாதிரி செயல்களைச் செய்த படியே நகர்த்திக் கொண்டே போவது.

அச்சத்தோடு போட்டி போடும் ஒரு அமைப்பாகவே நாம் வாழும் வெளி, காலப்போக்கில் தம்மைத் தகவமைத்திருக்கிறது. ஆழமாக யோசித்துப் பாருங்கள். எத்தனை காலம்தான் இதிலிருந்து விடுபட முடியாமல் சுற்றிக் கொண்டிருக்கப் போகிறோம் என்கிற ஆழமான கேள்வி ஒன்று எழுகிறது.

இந்த வெளியில் இருந்து விலகி வெளியே இருந்து பார்க்கிற பயிற்சியொன்றும் இருக்கிறது. நன்றாக யோசித்துப் பாருங்கள், இயற்கைக்கு உள்ளே புல், பூண்டு, நரியென எல்லாமும் கலந்தே இருக்கிறது. இங்கே அதனதன் எல்லை மீறப்படாமல் ஒரு ஒழுங்கு இருக்கிறது.

படை விலங்குகள் ஒன்றை ஒன்று மாய்த்தபடி இருக்கும்தான். ஆனால் அதிலும் அடிப்படையான பசி உணர்வோ, எல்லை மீறுவதோதான் காரணமாக இருக்கும். இந்த ஒட்டுமொத்த சுழற்சியை முறிக்கிற விதத்தில் அதன் செயல்பாடுகள் இருக்காது. இயற்கையிலுமே விதிவிலக்குகளும் உண்டு.

கரடி கள்ளைக் குடித்து விட்டு, உதார் காட்டி நடக்கிற காட்சிகள் அங்குமுண்டு. ஆனால் இங்கே நாம் புழங்கும் வெளியிலேயே உதார் விட்டுத் திரியும் கரடிகளும் உண்டு. ஆனால் வெறிகொண்டு அலையும் இன்னொரு கூட்டமாய் மனிதர்கள் பெருகியிருக்கிறார்களா என உங்களது அனுபவத்தில் இருந்து சொல்லுங்கள்.

இந்த ஊரடங்கு அதன் காரணமாய், எல்லோருக்கும் ஏற்பட்ட ஒரு அச்ச நிலையில் ஒருசில நண்பர்கள் நிதானத்திற்கு வந்திருப்பதை நல்ல மாற்றமாகக் காண்கிறேன். இங்கே நமக்கு மட்டுமல்லாமல், எல்லா உயிர்களுக்குமே அடியாதார சிக்கல் ஒன்று உருவாகி விட்டது

என்கிற கனமான பார்வை. நம்மை அறியாமலேயே நமக்குள் ஏற்பட்ட ஒரு விழிப்பு நிலை.

நிர்பந்தம் முன் செலுத்துகிற ஒரு அச்ச நிலையும் அது. இந்த நிலையில்தான் நம்மை நாமே உணர்ந்து சீர் கொண்டிடவும் முடியுமென என்னளவில் தோன்றுகிறது. இவ்வொட்டு மொத்த பூமிக்குமே ஒரு அச்சுறுத்தல் வந்திருப்பதை ஒரு பெரும்பார்வையில் பார்த்துக் கொள்ளுங்கள்.

சுற்றிச் சூழ்ந்து எல்லாப் பக்கமும் ஒரு நிச்சயமின்மை வெட்டுக்கிளிகளாய்ப் போர்த்துகிறது. இயற்கையில் அதனதன் எல்லைகளை மறு பரிசீலனை செய்யத் தூண்டுகிற காலம். மனிதர்கள் என்பவர்களையும் உள்ளடக்கியதுதான் இக்காலம்.

காலத்தின் சுழற்சியொன்று இங்கே கண்ணுக்குத் தெரியாமல் நகர்கிறது ஒரு புயலைப் போல. இதில் நம்முடைய இருப்பு, வெளி குறித்து யோசிக்கிற வேளையில் எதிரிலிருக்கிற ஏதோவொன்றின் இருப்பைக் கூட அங்கீகரிக்கிற செயலை அக்காலம் கோருகிறது. என்னளவில் இதை அழுத்தமாக உணர்கிறேன்.

பிரபஞ்சத்தின் ஒரு துளிதான் நானும் என்பதை உணர்ந்து கொண்ட பிறகு, எதிரில் இருக்கும் நாற்காலிகள் குறித்த சஞ்சலங்கள் ஏதும் இல்லை. இப்போது எல்லோருடைய நாற்காலிகளுமே காற்றில் எழும்பிச் சுற்றுகிற காலம். கிடைத்த இடத்தில் குஞ்சுகளைப் போல சேர்ந்து ஒடுங்கிக் கொண்டிருக்க வேண்டிய தேவையைச் சுமந்து சுழல்கிற காலம். நிச்சயமின்மையை உணர்ந்து, இக்கட்டுமான அடிப்படையைப் புரிந்து, குருவிகள்கூட ஒருநாள் இங்கே கொத்தலாம் என்பதைக் கண்டடைந்து, அவற்றிற்கும் ஒரு கவளம் சோற்றை அள்ளிப்போட்டு அங்கீகரிக்கிற, அரவணைக்கிற காலம். அங்கே அதனதன் எல்லையில் நின்று ஒத்தாசையோடு இருக்கப் பழகிக் கொண்டால், அங்கே அருகுக் கிழங்கு வளராது!

29

நெருங்கும் அபாயம்!

சில மாதங்களுக்கு முன்பு, பத்திரிகைத்துறை முன்னோடியான அண்ணன் ஒருத்தரிடம் பேசிக்கொண்டிருந்தபோது, பருவநிலை மாற்றம் குறித்தெல்லாம் விளக்கி, எதிர்காலத்தில் சர்வநிச்சய அழிவை அடிக்கடி சந்திக்கப் போகிறோம் என்றேன். "தம்பி நீ ரெம்ப பயமுறுத்தற மாதிரி பேசப் பழகிட்ட" என்றார் பதிலுக்கு சாதாரணமாக.

அன்றைக்கு அவரிடம் பேசிய இரவில், உண்மையில் அப்படித்தான் மாறிப் போய்விட்டோமா எனக் குற்றவுணர்வுடன் நிறையப் பதறினேன். இப்போது இந்தக் கட்டுரைக்கான தலைப்பை இப்படி வைக்கையில்கூட அப்படி யோசித்தேன். அவரிடம் கொஞ்சம் மிகைப்படுத்திப் பேசியிருந்திருக்கலாம்தான். தொடர்ச்சியான பத்திரிகை பணிகூட அப்படியான குணநலனை எனக்குள் விதைத்திருக்கலாம். ஆனால் அப்படிப் பேசி ஒரு பரந்துபட்ட உரையாடலை உருவாக்குவது தவறே இல்லை என்கிற உணர்விற்கு இப்போது உறுதியாக வந்து சேர்ந்திருக்கிறேன்.

கொரோனா மற்றும் அதுசார்ந்த இந்த உலகளவிலான ஊரடங்கு என ஒரு காலம் வரும் எனக் கணித்து முன்கூட்டியே சொல்லியிருந்தால் யாராவது நம்பியிருப்பீர்களா? கிறுக்கனைவிட கீழான உளறல் என்றுதான் உறுதியாய் எடுத்துக் கொண்டிருந்திருப்போம். இப்போது

படிக்கிற விஷயங்கள் மட்டும் இல்லாமல் போயிருந்தால், நானுமேகூட அப்படித்தான் நினைத்திருப்பேன்.

ஒரு குட்டியூண்டு வைரஸ் ஒட்டுமொத்த உலகத்தையும், ரோஸ்ட் தோசையைப் புரட்டிப் போடுவதைப் போல திருப்பிப் போட்டதா இல்லையா? ஞாபகத்தில் இருந்து இதனையொட்டி நிறைய விஷயங்களைச் சொல்ல நினைக்கிறேன். இப்போதெல்லாம் புள்ளி விபரங்களைவிட்டு, வெகுவாக விலகி வந்து விட்டேன். விரல் நுனியில் கொட்டிக் கிடப்பதை, மேசையில் இருந்து பார்த்து எழுதுவது, இந்தச் சமயத்தில் இரசிக்கவில்லை எனக்கு. அதையெல்லாம் முன்பொரு காலத்தில் நிறையவே செய்துவிட்டேன் என்பதால், உள்ளுணர்விலிருந்து பேசவே விரும்புகிறேன் இப்போது.

சமீபத்தில் பி.பி.சி பத்திரிகையாளரான தம்பி நியாஸ் அகமது ஒரு கட்டுரை எழுதியிருந்தார். கொரோனா வைரஸ் விலங்குகளிடமிருந்து பரவியது. அதேசமயம் பூவுலகில் உள்ள பனிப்பாறைகளுக்குள் மனிதர்களின் அறிதலுக்கு அப்பாற்பட்ட ஏராளமான வைரஸ்கள் புதைந்து கிடக்கின்றன. பனிப்பாறைகள் புவி வெப்பமயமாதலால் உருகி, அவை வெளியே வந்தால் என்ன நடக்கும்? சற்றே ஆற அமர யோசித்துப் பாருங்கள். உண்மையில் சர்வ அழிவு நிச்சயம். அதெப்படி என இப்போதும் கேட்டுக் கொண்டிருந்தால் மீட்பே இல்லை என்றுதான் தோன்றுகிறது.

இந்தோனேசிய நாடு தன் தலைநகரை மாற்ற வேண்டுமென தனது மக்கள் சபையில் தீர்மானம் நிறைவேற்றி இருக்கிறது. காரணம்? இப்போதிருக்கிற தலைநகரத்தை இன்னும் சில வருடங்களில் கடல் குடித்து விடும் என்பதனால்.

புவி வெப்பமயமாதலின் உப விளைவு இது. நன்றாக யோசித்துப் பாருங்கள். எளிமையாகவே இந்த விஷயத்தை விளக்க விரும்புகிறேன். முன்பெல்லாம் வானிலை அறிக்கைகளைக் கவனித்துப் பார்த்திருக்கிறீர்களா? நமக்கு கிழக்கே இருக்கிற வங்கக்கடலிலும் மேற்கே இருக்கிற அரபிக்கடலிலும் தாழ்வு நிலைகள் உருவாகும். அவை தாழ்வு மண்டலங்களாக உருவாகி, ஒருவாரம் வரைக்கும் நின்று நிறுத்தி மழை பொழியும்.

இப்போது அப்படியா? எடுத்த எடுப்பிலேயே எல்லா தாழ்வு நிலைகளும் புயலாக உருவெடுக்கின்றன. இன்னும் பத்து நாட்களில் அரபிக்கடலில் இரண்டு புதிய புயல்கள் உருவாகப் போகின்றன.

கடைசியாய் வங்கக்கடலில் உருவான உம்பன் புயல் மேற்கு வங்கம் மற்றும் வங்காள தேசத்தை எப்படிச் சிதைத்தது என்பதைத் தேடிப் போய்ப் படித்துப் பாருங்கள்.

ஏதோ இன்னொரு மாநிலம் அதுவென எத்தனை நாள் நம்மை நாமே ஏமாற்றிக் கொண்டிருக்கப் போகிறோம்? இங்கே ஒக்கி, வர்தா, கஜா எனப் புயல்கள் வரவில்லையா? இனியும் தொடர்ச்சியாக இதுபோல் நம்மை வந்து தாக்கத்தான் செய்யும். தலைக்கு மேலே இருக்கிற கடைசிக் கூரையும் பிய்த்தெறியப்படத்தான் வாய்ப்பதிகம். அதிலிருந்து தப்பவே முடியாது.

இதே உம்பன் இங்கே உள்ள நிலப்பரப்பில் கேறியிருந்தால், நாம் எல்லோரும் சேர்ந்து எழவுக் கஞ்சி குடித்துக் கொண்டிருந்திருப்போம். எப்போதும் இல்லாதளவிற்கு கடல் வெப்பநிலையே முப்பத்து இரண்டு டிகிரி செல்சியஸில் இருக்கிறது. அப்புறம் புயல் வராமல், பூவா வரும்?

இப்படியே இந்நிலை தொடர்ந்தால், உங்களுக்கு சுவையான பில்டர் காபி தரும் சென்னையே ஒருநாள் காணாமல் போகக்கூடும். என் வீட்டில் சூடு அதிகரித்து விட்டது எனக் கதறுகிற நாம் என்றேனும் இந்தப் புவி வெப்பமாவது குறித்து யோசித்திருக்கிறோமா? அதற்கும் எனக்கும் என்ன சம்பந்தம் என்கிற அறிவிலிகளாகவே இந்த உலகத்தில் இன்னமும் நம் இருப்பை நிலை நிறுத்திக் கொண்டிருக்கிறோம்.

புவி வெப்ப மயமாதலை தடுக்காவிட்டால், எதிர்கால தலைமுறைக்கு வெறும் பாலைவனத்தையே விட்டுச் செல்வோம். இப்போது கூடவே பாலைவன வெட்டுக்கிளிகள் என்கிற இன்னொரு அச்சமும் நம்மை நெருங்கி வருகிறது. பாலைவனத்தில் வருகிறவைகள் அல்ல. கிடைக்கிற பசுமையைப் பாலைவனம் ஆக்குகிற வல்லமை படைத்தவை அவை.

அதென்ன வெட்டுக்கிளி? அப்படிச் சாதாரணமாகக் கடந்து போய்விட முடியாது. ஈரான், பாகிஸ்தான் நாடுகளைச் சேர்ந்த பரந்த வயல்வெளிகளின் சோலியை முடித்து விட்டு கோடிக்கணக்காக இந்தியாவிற்குள் ஜெய்ப்பூர் வரை வந்து விட்டன. அது ஒருவேளை சீனாவிற்குள்ளோ மலேசியாவிற்குள்ளோ திசை மாறி, எதிர் வரும் மாதங்களில் நுழையலாம். அதேசமயம் அது ஆந்திரா வழியாக, இப்போது நானிருக்கும் இடத்திற்கே வந்து சேர்வதற்கும்

வாய்ப்பிருக்கிறது என்பதையும் மறுப்பதற்கில்லை.

குறைந்தது ஐந்து மாத வாழ்விருக்கிற இந்த வெட்டுக்கிளிகள் ஒவ்வொன்றும் நூற்றுக்கணக்கான முட்டைகளை நிலத்தில் விட்டுவிட்டுப் போகிற இயல்புடையவை. மரம் மட்டி என்றில்லாமல் எதிரே பச்சை என்று தெரிகிற எல்லாவற்றையும் கடித்து பஸ்மமாக்குகிற வித்தை தெரிந்தவை. பச்சை சட்டை போட்டிருந்தால்கூட அவை விடாது. எங்களை மாதிரித் தோட்டம் வைத்திருப்பவர்களை மட்டுமல்ல, மாடித் தோட்டமென பகுமானம் காட்டுகிறவர்களைக்கூட அது விடாது. வேண்டுமெனில் அதுசம்பந்தமான வீடியோவைக் கூட பாருங்கள்.

பயிர்களைத் தாக்குகிற அது மனிதர்கள் மீதும் கொத்துக்கொத்தாய் ஒட்டிக் கொள்ளும். ஏற்கனவே இருக்கிற கெமிக்கல் மருந்தை வானில் இருந்து தூவினால்தான் உண்டு. சிலநூறு பூச்சிகள் என்றால், விவசாயிகள் பொறுப்பெடுத்துக் கொள்ளலாம்.

தினமும் நூற்றைம்பது கிலோமீட்டர் நகரும் பண்புடைய கோடிக்கணக்கான பூச்சிகள் என்றால், விவசாயிகள் என்ன செய்வார்கள்? பலத்த சப்தம் எழுப்பி ஒரு சிலவற்றை விரட்டலாம். ஈக்களைப் போலக் கொத்துக்கொத்தாய் பரவும் அவைகளை என்ன சப்தமிட்டு விரட்ட? ஒருவேளை இங்கே அவை அப்படி வந்தால், அதற்கான கெமிக்கல் பூச்சிவிரட்டி மருந்துகள் நம்கைவசம் இருக்கின்றனவா? கெமிக்கல் மருந்துக்காரர்களோடு எனக்கு வாய்க்கால்வரப்புத் தகராறு எதுவுமில்லை என்பதையும் இந்தயிடத்தில் பதிவு செய்யவும் விரும்புகிறேன். அவை செயல்படும் நுண்பயன்பாடுகள் குறித்துப் படித்து விட்டே சொல்கிறேன்.

அவைகளைத் தடுத்து நிறுத்த இயற்கை வழி விவசாயப் பரிந்துரைகள் குறித்துக் கேட்டேன். இஞ்சி, பூண்டு, மிளகாய், பெருங்காயம் கலந்த கரைசலைப் பரிந்துரைக்கிறார்கள். எட்டு ஏக்கருக்கு எவ்வளவு அளவு எனக் கணக்கிட்டு மலைத்துப் போய் விட்டேன்.

இந்தப் பகாசுர வெட்டுக்கிளிகள் ஆண்டுதோறும் சில குறிப்பிட்ட பகுதிகளுக்கு வந்து போகத்தான் செய்கின்றன. தமிழகத்திற்கே பல ஆண்டுகளுக்கு முன்பு வந்து சேதம் ஏற்படுத்திய தரவுகளும் இருக்கின்றன. இப்போது கொரானா கவனத்தில் ஈரான் மற்றும் பாகிஸ்தான் அரசுகள் அசட்டையாக இருந்ததன் பொருட்டு, இந்தியா தன் பசுமை விஷயத்தில் இன்னொரு பேரழிவை சந்திக்கவிருக்கிறது.

பல்லுயிர்ப் பெருக்க சங்கிலியை நம்மால் எவ்வளவு வேகமாகக் கத்தரிக்க முடியும் எனப் போட்டியிட்டுச் செய்து கொண்டிருக்கிறோம். பறவைகளையெல்லாம் அழித்து விட்டால், இப்படி கோடிக்கணக்காகப் புறப்பட்டு வரும் வெட்டுக்கிளிகளை நம்மால் என்ன செய்துவிட முடியும்?

இப்படி வெட்டுக்கிளிகள் படையெடுத்து வருவதைப் போல, ஒருநாள் பாம்புகள்கூடப் படையெடுத்து வரலாம் யார் கண்டது? மேற்குத் தொடர்ச்சி மலையில் மட்டுமே இருந்த ராஜநாகங்கள் இப்போது கோவை அடிவாரத்திலேயே தட்டுப்படுகின்றன என்பதையும் சொல்ல விரும்புகிறேன்.

மொத்தத்தில் முடிந்தளவிற்கு இந்தப் பூமியின் சோலியை முடித்து விட்டோம். இனியாவது பசுமையை நோக்கி நகர வேண்டிய தேவைக்கு நகர்ந்திருக்கிறோம். அச்சமூட்டுவதற்காக இதைச் சொல்லவில்லை. எதிர்காலத்திற்கு எதை விட்டுவிட்டுப் போகிறோம் என்கிற பொறுப்புணர்வை சுமக்கச் சொல்கிறேன். இல்லாவிட்டால் பூமி என்கிற ராஜநாகத்திடம் கடிபடுகிற நாள் வெகு தூரத்தில் இல்லை.

30

நீலிக் கண்ணீர்!

கடந்த மூன்று நாட்களில் மூன்று வெவ்வேறு தொலைபேசி அழைப்புகள். மூன்றுமே அதனதன் எல்லையில் நின்று கடலளவு கொந்தளிப்புகளைச் சுமந்து வந்தன. வடமாநிலத் தொழிலாளர்கள் சாரை சாரையாய் எறும்புகளைப் போல ஊர்ந்து செல்லும் சாலையில் நின்றபடி அழைத்தான் தம்பி கலைச்செல்வன். "ஒரு குரூப்பு ஊருக்கு போக ஒண்ணேகால் லட்சம் செலவு பண்ணி பஸ்ஸெல்லாம் ரெடி பண்ணிட்டோம்ணா. ஆனா பெர்மிஷன் தர மாட்டேங்குறாங்க. இந்த மக்களைக் கண்கொண்டு பார்க்க முடியலைண்ணா" என்றான் கலங்கிய குரலில்.

அவன் குரலில் அதைக் கேட்ட போது, கொஞ்சம் குற்றவுணர்வாகவும் இருந்தது. இப்படிக் குற்றவுணர்வை உருவாக்குவதற்கென்றே தரையிலிருந்து வேலை பார்க்கும் தம்பிகள் சிலரை சம்பாதித்தும் வைத்திருக்கிறேன். நான் பெரிதும் மதிக்கும் மூத்த பத்திரிகையாளரான அண்ணன் ஒருத்தர் அழைத்து, மறுமுனையில் உண்மையிலேயே அழுதார்.

"கழிவிரக்கம்னு கூட நெனைச்சுக்கோடா. எனக்கு வேற வழி தெரியலை. சூட்கேஸ தூக்கிட்டு கூடவே போங்கற ஒரு ஆட்சியாளர வச்சுக்கிட்டு என்ன பண்றது. போயி அந்தம்மா முன்னால நின்னு மனசில நினைக்கிறதை செய்ய முடியாத அளவுக்கு

கையாலாகாதவனா ஆயிட்டேனே" என்று சொல்லிவிட்டு, அவரையே உச்சபட்ச வார்த்தையால் குறிப்பிட்டு திட்டிக் கொண்டார்.

திருப்பூரில் இருந்து அழைத்த நண்பரொருத்தர், "அங்க சோத்துக்கு வழியில்லாமதான் இங்க வந்தாங்க. மறுபடி அங்க போயி பிச்சையெடுக்கத்தான் போறாங்க" என்று சொல்லி விட்டு, அவர்கள் இல்லாத சூழலில் ஏற்படப் போகும் தொழில் பாதிப்புகளை விவரித்தார்.

இந்தியப் பிரிவினைக்குப் பிறகு நடந்த மிகப் பெரிய, அச்சமும் பரிதவிப்பும் கொண்ட இடப்பெயர்வாக இந்தப் பெருந்தொற்று காலம் வரலாற்றில் எழுதப்படலாம் ஒருநாள். வடமாநிலத் தொழிலாளர்களின் இம்மாநில இருப்பு குறித்த ஒட்டுமொத்த சித்திரம் எனக்கு ஓரளவிற்கு நன்றாகத் தெரியும்.

நியூஸ் 18 தொலைக்காட்சிக்காக முழுநீள ஆவணப்படம் ஒன்றை இயக்கியிருந்தேன். தம்பி லோகேஸுடன் அதற்காக தமிழகம் முழுக்கச் சுற்றி வந்தோம். அவர்கள் சார்ந்திருக்கிற அத்தனை தொழில் கேந்திரங்களையும் பார்வையிட்டோம். 'பகவானை பத்திரமாக பார்த்துக் கொள்ளுங்கள்' என்கிற நீள்கட்டுரையொன்றைக்கூட எழுதியிருக்கிறேன்.

எதற்காக இதைச் சொல்கிறேன் என்றால், அவர்கள் இங்கே வாழ்ந்த வாழ்க்கையைப் பார்த்த சாட்சியமாகவும் இருந்தோம் என்பதை உணர்த்துவதற்காகத்தான். அந்த நீண்ட பயணத்தில் அவர்கள் மலைகளில், தேயிலைத் தோட்டங்களில் மட்டுமே, தொழிற்சங்கங்களின் புண்ணியத்தில், ஒப்பீட்டளவில் ஓரளவிற்கு அடிப்படை வசதிகளோடு இருந்ததைப் பார்க்க முடிந்தது.

மற்ற இடங்களைப் பற்றியெல்லாம் ஒரே வார்த்தையில் சொல்வதென்றால், சுடுகாட்டிற்கு நிகரானவை என்றே குறிப்பிட வேண்டும். இதைப் பற்றி விரிவாக அந்த கட்டுரையில் விவரித்திருக்கிறேன் என்பதால் ஒரு சிலவற்றை மட்டும் இங்கே குறிப்பிடுகிறேன்.

அவர்களுக்குத் தங்குவதற்கு ஒதுக்கப்பட்ட இடங்களெல்லாம், கருவேலம் வளர்ந்த புதர்கள். கோவையில் மிகப் பெரிய கட்டுமானமொன்றிற்கு அருகில் இருந்த புதரில் இருந்த சிலரிடம் பேசிக்கொண்டிருந்த போது, இறந்த குழந்தைகளை அங்கேதான்

புதைத்தோம் என ஓரிடத்தைச் சுட்டிக் காட்டினார்கள். மணல் மேடொன்றினடியில் உறங்கின தளிர்கள். இன்னொரு குடியிருப்பில்கட்டிய சேலையோடு பெண்கள் குளித்துக்கொண்டிருந்த காட்சியைப் படம் பிடித்தோம். தனியாகக் குளிப்பதற்கெல்லாம் அங்கே வசதியே இல்லை.

"நைட்டு குடிச்சிட்டு வந்து உங்க ஆளுங்க அடிச்சு பணத்தைப் பிடுங்குவாங்க. எங்க வீட்டு பொம்பளைங்ககிட்ட அத்துமீறுவாங்க" என்றார் ஒரு பீகாரி. வடபழனியில் எனக்குத் தெரிந்த வீட்டுக்காரர் ஒருத்தர் சாதாரண ஓலைக் குடிசைக்கு ஆறாயிரம் ரூபாய் அந்த புலம் பெயர் தொழிலாளர்களிடம் வாடகையாக வசூலித்தார். வேலை முடிந்து வந்ததும் அவரது மனைவியின் உடைகளை வேறு அவர்கள் துவைத்துப் போட்ட காட்சியை என் கண்ணால் கண்டிருக்கிறேன்.

தமிழகத்தில் அகதி முகாம்கள் எல்லாவற்றையுமே செய்தி சேகரிக்கச் சென்று பார்த்திருக்கிறேன். அதைவிட மோசமான குடியிருப்புகள் என்றால், வடமாநிலத் தொழிலாளர்களுடையதே. ஒதுக்குப்புறமான இடத்தில் சுற்றிலும் இரும்புத் தகரம் கொண்டு எழுப்பப்பட்ட ஒரு கூடு, அதனுள் எப்போதுமே துயரத்தை அடர்த்தியாக உமிழும் ஒரு மஞ்சள் குண்டு பல்ப்.

சில இடங்களில் வேண்டுமானால், ஒருசில சௌகர்யங்கள் இருக்கக்கூடும். ஆனால் நான் பார்த்த தொண்ணூறு சதவீத இடங்கள் கிட்டத்தட்ட பன்றிக்குடில்களைப் போல மட்டுமே இருந்தன. அடிப்படை வசதி என்ற வார்த்தையை உச்சரிக்கக் கூட முடியாத திறந்தவெளி சிறைக்கூடங்கள் அவை.

காய்கறிக்கடைக்குப் போனால், சொற்ப தள்ளுபடி என்று சொல்லி பாதி அழுகின காய்கறிகளைத் தூக்கி எறிகிற காட்சிகளையும் பதிவு செய்திருக்கிறோம். தோள்பட்டை வழியாக இரும்பு ராடு இறங்கிய தொழிலாளி ஒருத்தரை, கையில் மூவாயிரம் மட்டும் கொடுத்து, முன் பதிவில்லாத இரயிலில் ஏற்றி அனுப்பினார்கள். புண்ணின் ரணம் காய்வதற்குள் என்று சொன்னால், நம்பவா போகிறீர்கள்?

எரிவாயு பாய்லர் வெடித்து ஆறு பேர் செத்துப் போனதை அந்தக் குடும்பங்களுக்கு அந்தச் சிறிய தொழிற்சாலை அறிவிக்கவே இல்லை. அவர்களை அழைத்து வந்த புரோக்கருக்கு சில ஆயிரங்கள் கொடுத்து அச்செய்தியை மறைத்துச் சமாளித்தார்கள். மசாஜ் வேலைக்கு வரும்

மங்கோலிய முகம் கொண்ட பெண்ணை எப்படி நடத்துவார்கள் என்பதைச் சொல்லியும் தெரிய வேண்டுமா?

இதைப் பற்றியெல்லாம் நாள் முழுக்க அமர்ந்து விவரித்துக் கொண்டிருக்க முடியும். அள்ள அள்ளக் குறையாத துயரங்களைப் பெட்டி நிறைய வைத்திருக்கிறேன். இப்போது துயர நடை போடும், அம்மக்கள் இங்கிருந்த போது எப்படி நடத்தப்பட்டார்கள்?

"நம்ம ஆளுங்கள வச்சு வேலை பார்த்தா கட்டுப்படியாகாதுங்க. பேசாம இந்திக்காரங்களைப் போட்டிருங்க. கோதுமை மாவும் ரேஷன் அரிசியும் வாங்கிப் போட்டா போதும். நல்ல அரிசி கொடுத்தா கூட வேண்டாம்பாங்க. மாடு கணக்கா அவங்கதான் வேலை பார்ப்பாங்க" என்பதுதானே ஒட்டுமொத்தத்தின் அடிநாதமுமாகவும் இருந்தது.

இந்த ஊரடங்கு முடிவிற்கு வந்த பின்னரும் வேலை உத்திரவாதம் இருக்கும் என்பது அவர்கள் அறியாததா? சோற்றிற்கே வழியில்லா விட்டாலும் எங்களுடைய இடத்திற்கே போகிறோமென ஏன் கிளம்பிப் போகிறார்கள்? ஏனெனில் அவர்கள் யதார்த்தத்தை அறிந்திருக்கிறார்கள்.

ஏற்கனவே அட்டைப்பூச்சி போல, அவர்களின் இரத்தத்தை உறிஞ்சிக் குடித்த நிலம் இது. அறிந்தே இருக்கிறார்கள் அதை. இந்த ஊரடங்கு முடிந்து பணிகள் துவங்கும் போது வெறி கொண்டு இரத்தத்தை உறிஞ்ச மேலும் டிராகுலாக்கள் காத்திருப்பதை அறியாதவர்களா அவர்கள்?

1978 புலம்பெயர் தொழிலாளர்கள் சட்டத்தை, முழுமூச்சாக கடைபிடித்த ஒரு இடத்தை தமிழ்நாட்டில் காட்டுங்கள் பார்க்கலாம். செய்யக்கூடாத அத்தனை அயோக்கியத்தனங்களையும் இந்த விவகாரத்தில் செய்தவர்கள் அல்லவா நாம்? எத்தனை இலட்சம் பேர் இங்கே இருக்கிறார்கள் என்கிற முறையான கணக்கு இந்த அரசாங்கத்திடம் இருக்கிறதா?

தரகு வேலைக்கு வருவதைப் போல, புரோக்கர்கள் தங்களுக்குத் தெரிந்த மாடுகளைப் பத்திக்கொண்டு வருவார்கள். பல்லைப் பிடித்துப் பதம் பார்த்து, ஓட்டிக்கொண்டு வந்து நாள் முழுக்க உழவைத்து பருவம் பார்த்தோம். மாட்டைவிட மிக மோசமாக நடத்தினோம். நெருக்கடியான காலமொன்றில் அடிமாடுகளைப்

போல அனுப்பியும் வைக்கிறோம். நாளொன்றிற்கு எத்தனையோ மணி நேரம் நமக்காக முதுகொடிய வேலை செய்த மாடது அல்லவா? என்பதை நியாயமாக யோசித்துப் பாருங்கள்.

உண்மையைச் சொல்ல வேண்டுமெனில், அவர்கள் இந்த தேசத்தை ஆள்பவர்களின் மேல் நம்பிக்கையை இழந்ததற்கு நிகராக, இங்கு இதுவரை அவர்களுக்கு வேலையளித்த குடிகளின் மீதும் நம்பிக்கையை இழந்திருக்கிறார்கள்.

இங்கே இருங்கள் என கைப்பிடித்து அவர்களை இருத்தி வைக்க முடியாத கயமை குறித்தும் அவர்கள் அறிந்தேயிருக்கிறார்கள். அச்சத்தைவிட அவநம்பிக்கைக்கு கனமதிகம். அவநம்பிக்கை கொப்பளிக்கிற, துயரம் தோய்ந்த அக்கண்களை உற்றுப் பார்த்து, நெஞ்சை நிமிர்த்தி சொல்வற்கு யாரிடமாவது நற்சொற்கள் இருக்கின்றனவா?

ஈரமே இல்லாமல் ஒரு மத்திய நிதியமைச்சர் பேசுகிறாரென்றால், எப்பேர்ப்பட்ட அரசு இது? அய்யோவென நோய் கொண்டு போகிற காலமும் ஒருநாள் வரக்கூடும் அவர்களுக்கு. குடியரசின் மக்களுமே என்ன செய்தார்கள்? ஒட்டுமொத்த தேசமும் இணைந்து இப்போது வடிப்பது வெறும் கண்ணீரல்ல, நீலிக்கண்ணீர். சுட்டெரிக்கும் வெயிலில் உயிர் பிழைக்க ஊர்ந்து போகும் ஒருமனிதனை நிறுத்திக் கேட்டுப்பாருங்கள். மிச்ச கதையை அவன் சொல்வான்.

31

மியாவ்!

"மேல பாஞ்சாலும் பாஞ்சிரும். எதுக்கும் பாத்து செய்ங்க" என்று சொல்லி விட்டு, டொயினால் முடியப்பட்ட ஆஞ்சநேயா ப்ராண்ட் அரிசி சாக்கொன்றை வைத்து விட்டுப்போனார். திறக்கவே பயமாக இருந்தது. நாய்கள் விஷயத்தில் சீக்கிரமே நெருங்கி விட்டேன்.

ஆனால் பூனைகள் அப்படியல்ல எனக்கு. சின்ன வயதிலிருந்தே பயம் என்பதைத் தாண்டி அதன் மீது இனம்புரியாத அருவெறுப்புண்டு. பூனையைத் தொலைவில் பார்த்தாலே கைகால்களில் மயிர் கூச்செறியும். தனித்தலையும் பூனைகளைச் சூனியக்காரக் கிழவியொன்றாகவே கற்பனை செய்து வைத்திருந்தேன். எங்கோ அக்கதையைப் படித்திருக்கக்கூடும்.

எப்போதும் பாதையில் குறுக்கே ஓடும் பூனைகளைப் போலவே அவை குறித்த சங்கடமான கதைகளும் என்னைத் தொடர்ந்திருக்கின்றன. எங்கள் பக்கமெல்லாம் பூனை குறித்த சகுனங்களும் அதிகம்.

குட்டிப்பூனையாக இருந்தால் ஒரேயிடத்தில் உடனடியாக பழகி அமைந்து கொள்ளும். "எலித் தொல்லையிலிருந்து உங்க காரை காப்பாற்ற இதைத் தவிர வேற வழியே இல்லை. பிடிக்கறப்பயே கையைக் கீறி வச்சிருச்சு" என்று சொல்லித்தான் அந்த மூட்டையை வைத்து விட்டுப் போனார் அப்பூனைகளின் உரிமையாளர். ஆமாம் பூனைகளுக்கேது உரிமையாளர்?

தட்டில் பாலை ஊற்றி விட்டு அறைக்குள் பாம்புப் பையை அவிழ்ப்பதைப் போல, உருட்டி விட்டேன். தூரத்தில் துள்ளி விழுந்து மலங்க விழித்தன அவ்விரு குட்டிகளும். தாக்குவதைப் போல நின்ற அவை மெல்ல அடங்கி அலமாரிக்கடியில் போய் பதுங்கிக்கொண்டன.

முதல் அரைநாள் தட்டுப் பாலைத் தீண்டக்கூட இல்லை. அறையைப் பூட்டியே வைத்திருந்தேன் என்பதால் திறக்கும் போது, மறுபடியும் பொந்திற்குள் ஒளிந்து கொள்ளும். தட்டில் பால் குறைந்திருந்தது. இருப்பிடம் சார்ந்த நம்பிக்கை வந்து விட்டது அவைகளுக்கு.

எம்.ஜி.ஆர் நடித்த எங்க வீட்டுப் பிள்ளை படம் பார்த்திருக்கிறேன். அதைப் போலவே ஒரு குட்டி துடியானது. அதுதான் இன்னொன்றை கத்திச் சத்தமிட்டு வால் போல உடன் அழைத்துச் செல்வதைக் கவனித்துப் பார்த்தேன்.

அலமாரிக்கு அடியில் இருந்து மேலே இருந்த என்னுடைய துணிப்பைக்கு ஜாகையை மாற்றின. அதற்குத் தோதாய் மெத்தை போல துண்டை விரித்து வேறு வைத்திருந்தேன். இதுதான் எங்கள் இடம் என அறிவித்தே விட்டன. அறைக்குள் சமையல் செய்யும் போது மேலேயிருந்து இரண்டும் என்னையே உற்றுப் பார்த்துக் கொண்டிருக்கும்.

’நீயும் அந்த கோட்டை தாண்டி வரக்கூடாது. நாங்களும் வர மாட்டோம்’ எனப் போட்ட ஒப்பந்தம் அவைகளைவிட எனக்குப் பிடித்திருந்தது. தரையில் அமர்ந்து சாப்பிட்டுக் கொண்டிருந்தபோது, அண்ணன் எம்.ஜி.ஆர் என்னை நெருங்கி வருகையில் கொஞ்சம் கிலியாகத்தான் இருந்தது.

நாயையும் அதனையும் ஒப்பிட்டு அதன் அடிப்படை குறித்து நான் புரிந்து கொள்ளத் துவங்குகையில், என்னருகில் வந்து அமர்ந்து கொண்டு, மேலே அமர்ந்திருந்த இன்னொன்றைச் சத்தமிட்டு அழைத்தது. என்னோடு சிநேகிதம் கொள்ள விரும்பத் துவங்கி விட்டன என்பதை உணர்ந்தேன்.

பயத்தோடு கையை நீட்டி அதன் காலருகே கொண்டு போன போது, தயக்கமின்றி கால்களால் என் விரல்களைப் பற்றியது. அந்த இன்னொரு பூனையும் மெல்ல நெருங்கி வந்தது. இலவம்பஞ்சு துகள்களாய் மெத்தென்றிருந்த அதன் தலையை தொட்டுப்

பார்த்தேன். சிறு அச்சத்தோடு விலகிய அது பிறகு இன்னும் கொஞ்சம் நெருங்கி வந்து நின்று கொண்டது. நட்சத்திரங்களைப் போல மினுக்காமல் விழிகளை விரித்து என்னையே பார்த்துக் கொண்டிருந்தன.

இந்தயிடத்தில் நிற்க என்று சொல்லி விட்டு, யூடர்ன் போட்டு வேறொரு விஷயத்தைச் சொல்லப் பிரியப்படுகிறேன். என் நாய்கள்கூட எனக்கு இந்தளவிற்குத் தொல்லை தந்ததில்லை. ஏன்தான் அவற்றோடு சிநேகிதம் வைத்தேன் என இந்த ஏழுநாட்களிலேயே புலம்ப வைத்து விட்டன இரண்டு பூனைகளும்.

நானிருக்கும் அறையில் இருந்து நகர்த்தி அவற்றிற்கென்று வேறு ஒரு அறையை ஒதுக்கியும் தந்தாகி விட்டது. ஆனால் அங்கிருப்பதே இல்லை. முழுதாகச் சாத்தப்படாத கதவினிடுக்கு வழியாக உள்நுழைந்து மறுபடி என்னுடைய துணிப்பை மீது தூங்கத்தான் அவைகளுக்குப் பிடித்திருக்கிறது.

முன்பெல்லாம் உள்ளே போய் சத்தமிட்டால் வெளியே ஓடும். இப்போது சத்தமிட்டாலும் கால்களுக்குக் கீழேயே சுற்றிச்சுற்றி ஓடிப் போக்கு காட்டக் கற்றுக் கொண்டன. உள்ளே ஒரு பொருளை வைக்கவிடுவதில்லை.

கால் லிட்டர் தேங்காய் எண்ணையை பாட்டிலோடு கீழே தள்ளி உடைத்து விட்டன. மூடி வைத்த லேப்டாப் பையின் மீது இயற்கை உபாதைகளைக் கழிக்கவே அவைகளுக்குப் பிடித்திருக்கிறது. துண்டை எடுத்து அடிப்பதைப் போல விசிறினால், வெளியே ஓடி தூரத்தில் நின்று கொண்டு, மியாவ் என்கின்றன.

கட்டிலில் படுத்த பிறகு மறுபடி கதவிற்குப் பக்கத்தில் வந்து மியாவ். எழுந்து துரத்தி விட்டு மறுபடி வந்து படுத்த பிறகு மியாவ். என் மீதான பயம் சுத்தமாக அவைகளுக்கு வற்றி விட்டது. இவைகளுக்குப் பயந்து இரவு அறையைப் பூட்டி விட்டு, வெளியே கட்டிலைப் போட்டுத் தூங்கத் துவங்கி விட்டேன்.

இப்போது புதிதாக இன்னொரு பழக்கத்தைப் பழகிக் கொண்டன. நடு இரவில் மெல்ல பூனை மாதிரி நடந்து வந்து தலைக்கு மேல் தவ்வி, பிஞ்சுக்கரங்களால் தலையைப் பிறாண்டுவது. ஆரம்பத்தில் பயந்து எழுந்தமர்ந்து கொலைவெறியோடு துரத்தினேன். மறுபடி இடைவெளி விட்டு தவ்வி ஏறுவதைத் தொடர்கின்றன.

இப்போது அவைகளின் விளையாட்டது எனப் புரிந்து கொண்டேன். துண்டை முறுக்கி ஆளுக்கொரு அடியைப் போட்ட பிறகு, இப்போதெல்லாம் அடி வாங்குவீங்க எனச் சத்தம் போட்டாலே தூரத்தில் நின்று மியாவ் என்கின்றன.

லட்சுமணக் கோடு ஒன்றைப் போட்டு, தூரத்தில் இருந்தே பாசத்தைக் காட்டிக் கொள்ளலாம் என்கிற முடிவிற்கு இருதரப்பும் வந்து சேர்ந்து விட்டோம். காருக்கு அடியில் துழாவி எலிகளைத் துரத்தவே இவற்றை வளர்க்கத் துவங்கினேன்.

நான் தூக்கி வளர்க்கிற எல்லா துயரங்களைப் போலவே, இவையும் காருக்கு அடியில் போவதைத் தவிர, அத்தனை பணிகளையும் செய்கின்றன. "உங்க வளர்ப்பு எதுவுமே சரியில்லைங்க சார். சச்சினுன்னு நாய்க்கு பேர் வச்சீங்க. அவனுக்கு ஒரு பிஸ்கெட்டகூட கவ்விப் பிடிக்கத் தெரியலை. இப்ப பூனைகூட உங்க சொல் பேச்சு கேக்காம ஏச்சுப் பொழைக்க கத்துக்கிச்சு" எனச் சொல்லி விட்டு, குதர்க்கமாய்ச் சிரித்தார் சமுத்திரக்கனி அண்ணன். துண்டை முறுக்கி கோபத்தில் இவைகளை அடிக்கப் போனால் கொஞ்சம் தள்ளி அமர்ந்து கொண்டு மியாவ் என்கின்றன. ஆமாம் இந்த மியாவிற்கு என்ன அர்த்தம்? சிரிக்கின்றனவாம்.

32

ஊர் சேராத பாதை!

ஊரில் துரத்தித் துரத்தி அடிப்பார்கள் அந்தப் பையனை. அவன் சாதிப் பெயரைச் சொல்லி ரௌடி ஒருத்தர் அவன் பொடணியில் ஒருதடவை அடித்தபோது அவன் வலியோடு குனிந்த காட்சி இன்னமும் மனதில் நிற்கிறது. தென்மாவட்டங்களில் சாதிக் கலவரம் பற்றியெரிந்த போது அந்தப் பையனைப் போல பலரும் தப்பியோட, அழுகல் வாடை துருத்திக்கொண்டு நிற்கும் சந்தைக்குள் அச்சத்தில் உலவும் எலிகளைப் போல தத்தளித்துக் கொண்டிருந்தனர். எல்லோரிடமும் மிதிபடும் எலிகளுக்கும் போக்கிடம் குறித்த கனவுகள் உண்டு. எனக்கு இரண்டு மூன்று வருட ஜூனியர்.

நான் கல்லூரி முடித்து வேலையில் சேர்ந்த பிறகு, ஒருதடவை ஊருக்குப் போகும் போது என் உயிர் நண்பன் ஒருத்தன் கைகளைப் பிடித்துக்கொண்டு, "இவன எப்பிடியாவது மெட்ராஸுக்கு கூட்டிட்டு போயிருல. இங்கருந்தா அடிபட்டே செத்துருவான். சினிமாலயும் அவனுக்கு இன்ட்ரஸ்ட் இருக்கு" என்றான். நான் அந்தப் பையனின் கண்களைப் பார்த்தேன். "ஒரு நூல் மட்டும் கிடைச்சிட்டா மேல வந்துருவேன். ஊருக்கு கார்லதான் திரும்பி வரணும். எங்கம்மாவை கார்ல வச்சு தெரு முழுக்க ஊர்வலமா கொண்டு வரணும்" என்றான்.

அப்போது அவன் பனிரெண்டாவது பெயில் ஆகியிருந்தான்.

சர்டிபிகேட் எதையும் வாங்காமல் என்னோடு விவேகம் பஸ்ஸில் சென்னைக்கு வண்டியேறினான். இடையில் மோட்டலில் வண்டி நின்ற போது, " இதென்ன கொடுமையா இருக்கு. தோசைக்கு தனியா காசு கொடுத்து கொழம்பு வாங்கணுமா" என சர்வரிடம் அப்பாவியாய்க் கேட்டான். அவர் கொஞ்சம் அடாவடித் தொனியில் பேசத் துவங்கியதும், சரிண்ணே என பவ்யமாக தலையாட்டியபடி தோசையைப் பிய்த்து வாயில் போட்டான்.

சென்னையில் ஆரம்பத்தில் என் அறையில்தான் தங்கியிருந்தான். பகல் முழுவதும் சினிமா வாய்ப்புகளுக்காக அலைந்து சென்று விட்டு இரவில் பசியோடு திரும்பி வருவான். சென்னையில் உள்ள அத்தனை ரூட்டுகளிலும் அவனது கால்கள் நடை பயின்றன. இடையில் இயக்குனர் ஒருத்தர் அழைக்கிறார் என்று கிளம்பிப் போனான். நல்லபடியாகத்தான் வெளியில் தங்கிக் கொள்கிறேன் எனச் சொல்லிவிட்டுக் கிளம்பினான்.

இடையில் அவனை வடபழனி சாலையில் வைத்துப் பார்த்தேன். டெலிபோன் பூத் ஒன்றில் வேலை பார்ப்பதாகச் சொன்னான். அந்தப் பக்கத்தைக் கடக்கும் போதெல்லாம், இரவில் மஞ்சள் விளக்கொளியில் பூத்தின் சதுர முகப்பிற்கு பின்னால் அவன் அமர்ந்திருக்கும் காட்சியைத் தேடுவேன். சில நேரங்களில் தட்டுப் பட்டிருக்கிறான். அதற்கடுத்து சில ஆண்டுகள் அவன் காணக் கிடைக்கவே இல்லை.

பிறகொருமுறை புகழ்பெற்ற சினிமா ஒன்றில் ஒரு நிமிட நீளக் காட்சியொன்றில் அவன் தட்டுப்பட்டான். அந்தக் காட்சியில் வசீகரமாகவும் இருந்தான் அவன். உடல் எடை நன்றாகப் போட்டு செழிப்பாகத் தெரிந்தான். எனக்கு சந்தோஷமாக இருந்தது. ஊருக்குப் போகும் போதெல்லாம், " ஏ அவம் செட்டிலாயிருவான்பா. சினிமாவில வந்துட்டான்ல" என நண்பர்களிடம் சொல்வேன். அவனை நன்றாகத் தெரிந்த நண்பர்கள் அவனது வருகைக்காக ஆவலோடு காத்திருக்கவும் செய்தார்கள். சந்தைக் கடைக்குள் இருந்து தப்பிப் பிழைத்து போக்கிடம் போன எலியொன்று எப்படித் திரும்பி வருகிறது என்பதைப் பார்க்க விழையும் எலிக் கூட்டத்தின் ஆவல்.

நான் பிற்பாடு அவனை மறந்து போனேன். அவனைப் பற்றிய கதைகளையும் யாரிடமும் கேட்கவில்லை. அந்த காலகட்டத்தில் ஊரில் இருந்து நான் விலகியிருந்தேன். இடையில் ஒரு தடவை

ஊருக்குப் போன போது, கற்பகம் ஹோட்டல் வாசலில் அவன் தென்பட்டான். என்னை அவனுக்கு அடையாளம் தெரிந்திருந்தது. கைகளை வைத்து காற்றில் கோலம் போட்டான். தலையை வலதும் இடதுமாக ஆட்டிக்கொண்டு ஏதோ சொல்ல முயன்று தலையை தொங்கப் போட்டு நடந்து போனான். அவன் அந்த மேட்டில் தனக்குத்தானே பேசிக்கொண்டு நடந்து போன காட்சி இன்னமும் நெஞ்சில் இருக்கிறது.

முற்றிலும் மனநலம் குன்றிய எலி, சந்தைக்குள் மறுபடியும் எட்டிப் பார்த்தது. அவனை என்னோடு அனுப்பிய நண்பன் ஒருதடவை என் கைகளை பழைய மாதிரியே பிடித்துக் கொண்டு சொன்னான். "பொழைக்க வச்சு காப்பாத்திருவீங்கன்னு தான நம்பி அனுப்பி வச்சோம். இப்ப இப்படி சித்தத்த கலக்கி திருப்பி அனுப்பிட்டீங்க. உங்கள நம்பி எப்பிடில இன்னொருத்தன அனுப்ப முடியும்".

33

செதில்!

எப்போதும் சூரிய ஒளிபட்டு, வெள்ளி நிறத்தில் மினுங்கும் மீனின் சிறு செதில்கள் உடலில் ஒட்டியபடி அலையும் கனகு, பிறந்தது வளர்ந்தது எல்லாமும் சிந்தாதிரிப்பேட்டையில்தான். “எங்கப்பா தெருவில விளையாடற வயசிலயே கையில கத்திய குடுத்துட்டாரு. அவரு பெரிய மீனை ஆயறப்ப நான் பக்கத்தில உக்காந்து சின்ன மீனை அரிஞ்சு விளையாடிக்கிட்டு இருப்பேன்” எனச் சொல்கிற கனகு மீன் வெட்டுகிற பணியில் விற்பன்னர். ஆனால் பணி என்று எங்கேயுமே அவர் துலங்கி வரவில்லை. காரணக் கதை ஒன்றும் இருக்கிறது, இதற்குப் பின்னணியில்.

கனகுவை நம்பி ஒரு கடையை ஒப்படைத்தார்கள் ஒருசமயத்தில். அந்தக் கடையின் உரிமையாளரான பெண் அவரை சொந்த அண்ணன் போல கருதிக் கொண்டிருந்தார். அந்த கடைக்கு மேலே இருந்த குடியிருப்புவாசி ஒருத்தர், “என்னங்க இன்னைக்கு காலையிலயே ஆர்டர் போல இருக்கு. ஐஞ்சு மணி போல கனகு எந்தண்டிக்கு ஒரு மீனை தூக்கி ஒரு டப்பாவில போட்டுக் கொண்டு போனாரு” எனச் சொன்ன போதுதான், கனகு பத்து கிலோ எடையிருக்கிற வஞ்சிர மீனைத் திருடிக்கொண்டு போன விஷயமே அந்தப் பெண்ணிற்கு தெரியவந்தது. கனகுவின் குடியிருப்பில் களேபரம் ஆகி விட்டது. “உங்கம்மா செத்தன்னைக்கு ஊரே ஒதுங்கி

நின்னுச்சு. நான் வந்து ஆறுதல் சொன்னதோட மட்டுமில்லாம ஐயாயிரம் ரூபாய் காசை எடுத்து குடுத்தேன். மீனை அறுக்கற மாதிரி என் நெஞ்சை அறுத்திட்டியே பாவி" என அவர் அங்கே நின்று ஒப்பாரி வைத்த பிறகு, கொஞ்சநாள் தலையை குனிந்து அக்கடையைக் கடந்து போனார். பின்னொரு நாளில் இருவரும் ராசியும் ஆகி விட்டனர்.

இதைப் பற்றி யாராவது எப்போதாவது சொன்னால், "அதெல்லாம் அந்தக் காலம்ங்க. இப்ப ரத்தம் சுண்டிருச்சு. உழைச்ச காசே இப்பல்லாம் உடம்பில ஒட்ட மாட்டேங்குது" என்பார் கனகு. திருந்தி வாழ்கிற பழைய பேட்டை தாதாவைப் போலத்தான் அவர் நடையுடை பாவனைகள். இப்போது நான் தினமும் அதிகாலையில் மீனெடுக்கப் போகிற வகையில் என்னோடு வந்து எப்படியோ ஒட்டிக் கொண்டார். நான் அழைக்காவிட்டாலும், அதிகாலை மூன்று மணிக்கு என்னை போனில் அழைத்து விடுவார். அவரிடம் சொல்லாமல் கொள்ளாமல் போனால்கூட, வழக்கமாக வண்டி நிறுத்துகிற இடத்தில் எனக்கு முன்னே காத்துக் கிடப்பார். சுலபமாய் உதற முடியாத கொடுவா மீனின் செதிலாய் இருந்தார்.

"சார் புண்ணியமா போகும். எப்டீனாலும் பொருள தூக்கச் செய்ய கூடமாட ஆள் வேணும்ல. என்னை கூட வச்சுக்கோங்க" என்றார் முதல் தடவையே. எனக்கு நன்றாகத் தெரிந்த இன்னொரு நண்பரும் அவருக்காக சிபாரிசு செய்தார். வேலை என்றால், மிகச் சரியாக ஒரு மணி நேரம்தான். பொருள் எடுக்கப் போகும் போது கூட வர வேண்டும். ஆளுக்கொரு பையைத் தூக்கிக் கொள்ள வேண்டும். இந்த ஒரு மணி நேரத்தில் இரண்டு டீ, ஒரு வடை, இரண்டு நாட்களுக்கு ஒருதடவை ஹான்ஸ் பாக்கெட். தவிர குறைந்தது இருநூறு ரூபாய் தந்துவிடுவேன். ஞாயிறு மாதிரியான சமயங்களில் நோக்கம் போல கொஞ்சம் கூடுதலாகவும் கொடுப்பதுண்டு.

புத்தாண்டு, பொங்கலுக்கு குடிப்பதற்கு கொடுக்கிற காசு தனிக்கணக்கு. ஒருநாள் காலையில் வண்டியெடுக்கிற இடத்தில், அவருடைய மனைவியை அழைத்துக் கொண்டு வந்து நின்றிருந்தார். "ஏதோ செலவு செஞ்சாலும் கொஞ்ச காசையாச்சும் வீட்டுக்கு கொண்டு வந்து தர்றாரு. ஆமா சார் வெவசாயம் செய்றீங்களாமே. அங்க குருணை அரிசி கிடைக்குமே வாங்கிட்டு வந்து தர்றீங்களா" என்றார் அந்த அம்மா. குழந்தைகளைப் பற்றி விசாரித்தேன். இருவருமே அருகில் இருக்கிற கிறிஸ்துவப் பள்ளியொன்றில் படிக்க

வைக்கப்படுகிறார்கள்.

ஆரம்பத்தில் எனக்குப் பின்னேதான் நடந்து வந்து கொண்டிருந்தார் கனகு. ஒரு சுபயோக தினத்தில் என்னை தள்ளிக் கொண்டு முன்னே நடக்கத் துவங்கினார். நான் செல்வதற்கு முன்பே அங்கிருக்கிற கடைக்காரர்களிடம் போய், அதிக விலை சொல்லச் சொல்லி பேசி வைத்து விடுவார். அப்புறம் தனியாகப் போய் கமிஷன் வாங்கிக் கொள்வது மாதிரி ஏற்பாடு. சிலர் மறுத்தாலும் பலர் ஒத்துக் கொள்வார்கள் என்பதுதானே சந்தையின் குணாதிசயமும்கூட?

போய் நிற்கும் போதே, “சார் ஓ.டி.எஸ் செட்ல மூணு தரத்தில மீன் வந்திருக்கு. தூண்டி மீனு மரம் மீனு வலை மீனு. நான் சொன்னா பத்து இருபது ரூபாய் குறைச்சு தருவாரு” என்பார். நான் சொல்லி வைத்த மாதிரி அவர் சொன்ன கடைக்குப் போகாமல் இன்னொரு கடை நோக்கிப் போவேன். “சார் டைகர் எறால் அங்க எடுக்காதீங்க. அது வயித்தில சுண்ணாம்பு இருக்கும். நம்ம பிரகாஷ்ட்ட தரமா இருக்கும்” என்பார். கண்ணைப் பார்த்து சிரித்துக் கொள்வேன். என்னை வற்புறுத்தாதீர்கள் என மறைமுகமாக சிலதடவை சொல்லிப் பார்த்தேன். ஒருதடவை முகத்திற்கு நேராகவே சொல்லியும் விட்டேன்.

அதோடு அமைதியாய் அவர் என் பின்னால் பழைய மாதிரியே நடந்து வந்திருந்தால் பிரச்சினையே வந்திருக்காது. நான் எடுக்கிற கடைகளில் தேவையில்லாமல் பிரச்சினைகள் செய்யத் துவங்கினார். வேண்டுமென்றே ஐநூறு ரூபாய் மதிப்பு மீனை, “என்ன பெரிய மீனு. நூத்து பத்து ரூபாய்க்கு தருவீயா” என மகா மட்டமாக என்னை மீறிக்கொண்டு பேரம் பேசத் துவங்கினார். அந்தப் பகுதிக்கே கேட்கும்படி சத்தமாகவும் இதை செய்து கொண்டிருந்தார். அமைதியாக இருக்குமாறு கைகாட்டிவிட்டு சிலநாட்கள் பொறுத்துப் பார்த்தேன். எதிரே இருக்கிற வியாபாரிகளின் கண்களைப் பார்த்த போது, அதில் அசூயை தெரிந்தது. “அவனை அழைத்துக் கொண்டு வராதீங்கண்ணே” என ஒருத்தர் காதையும் கடித்தார்.

இந்த இடத்தில்தான் இதை யோசித்தேன். ஒரு மணிநேர வேலைக்கு தோராயமாக இருநூற்று சொச்சம் ரூபாய் என்பது மிகச் சரியான தொகைதான். சில நேரங்களில் முப்பத்தைந்து நிமிடத்தில் வேலையே முடிந்து விடும். மலையை எல்லாம் வெட்டித் தூக்கிக்கொண்டு வரத் தேவையில்லை. மிஞ்சிப் போனால் ஒரு நாலைந்து பைகள்

மட்டுமே. விட்டால் அதையும் சேர்த்து நானே தூக்கிக் கொள்வேன். ஆனாலும் ஒருத்தனுக்கு ஏதோ ஒரு வகையில் வேலை கொடுக்க வேண்டும் என்பதற்காகவே துயரத்தை தூக்கி அலைந்தேன்.

நான் இருந்த திமோரில் நாள் முழுக்க வேலை செய்தால்தான் ஆறு டாலர் தருவார்கள். இங்கே ஒரு மணி நேரத்திற்கு குறைந்தது நான்கு டாலர் வரை தருகிற வகையில் கெதியானதே இது. அந்த ஒருமணி நேரத்திற்குப் பிறகு வேறு வேலைக்கும் செல்ல முடியும். ஆனாலும் ஏன் இவர்களால் இதை தக்க வைத்துக் கொள்ள முடியவில்லை? என்கிற கேள்வி ஆழமாக எழுந்தது.

வியாபாரம் செய்கிற வகையில் இந்தியர்களிடம் காண்கிற தனிக்குணமாகவே இதைக் கருதுகிறேன். வழக்கமான தொனியில் இதைச் சொல்லவில்லை. வேறு நாட்டவர்கள் சிலரோடு இணைந்து வியாபாரம் செய்த புரிதலில்தான் இதைச் சொல்கிறேன். குறுக்குசால் ஓட்டுவது வணிகத்தில் முன்னெடுக்கவே கூடாத செயல். ஆனால் பெரும்பாலும் இதை எல்லா தட்டிலும் செய்கிறவர்கள் இங்கே நிறைந்திருப்பதைக் காண்கிறேன். இவர்களின் அடியாழம் வணிகத்திற்கு எதிராக இருக்கிறது என்பதை உணரத் தவறுகிறார்கள்.

கனகுவை அழைத்து இனிமேல் என்னோடு வராதே எனச் சொன்ன போது அவருடைய கண்கள் நாள்பட்ட மீனினுடையதைப் போல மங்கின. ஆனாலும் அதைச் செய்துதான் ஆகவேண்டும். எனக்காக இல்லாவிட்டாலும் இன்னொருவருக்காக அதைச் செய்துதான் தீரவும் வேண்டும். முத்தாய்ப்பாய் அவரிடம், வாத்தின் வயிற்றை அறுத்துப் பார்க்கத் துணிந்து விட்டீர்கள் என்றேன். அவர் அறுத்துப் பார்க்க நினைத்தது வாத்தல்ல, முதலையின் வயிறு என என்றேனும் அவருக்குப் புரியக்கூடும். கனகுவின் கையில் இருப்பது துருப்பிடித்த கத்தி!

34
களிம்பு!

காமாட்சி அக்காவிற்கு மூன்று பெண் குழந்தைகள். முதல் பெண்ணை பக்கத்தூரில் கட்டிக் கொடுத்தார். அடுத்த இரண்டு பெண்கள் கல்யாணத்திற்கு தயாராகிறார்கள். முடிந்தளவிற்கு மூன்று பவுனும் பத்தாயிரம் ரொக்கமாக கொடுத்தும் மூத்த பெண்ணின் வாழ்வு சுகப்படவில்லை. குடும்பச் சண்டையில் தற்கொலை செய்து கொண்டார். அந்த வழியில் வந்த பேத்தியைப் பிடுங்கிக் கொண்டு வந்து வளர்க்கிறார்.

யூ.கே.ஜி போகும் அந்தப் பேத்திக்கு ரயில்வே கேட் ஓரமாக அமர்ந்து ஷூ மாட்டி விடும் போது பார்ப்பேன். கருப்பு முகத்தில் பளிச்சென வெள்ளையாய் பற்கள் தெரியும். "அம்மான்னு என்னத்தான் சொல்றா. எப்டீயாவது இவள படிக்க வச்சு வேலைக்கு அனுப்பிட்டேன்னா கால ஆட்டிக்கிட்டு உக்காந்து சாப்டுவேன். இந்த மாதிரி வெயில்ல ஓடிக்கிட்டிருக்க தேவையில்லை. அடிக்கிற வெயிலு பூராம் நம்ம மேலதான் விழுது. இவ வர்றதுக்குள்ள ரத்தம் சுண்டி செத்தாலும் செத்துப் போயிடுவோம்" எனச் சொல்லி விட்டு முந்தானையை இழுத்து கண்ணைத் துடைத்தபடியே, சீதாப்பழம் சாப்பிடறீயா கண்ணு என நம்மை நோக்கி ஒன்றை நீட்டும்.

திண்டுக்கல், பழனி நெடுஞ்சாலையில் இருக்கிற ரயில்வே கேட்டில் பழ வியாபாரம் செய்கிறது அந்தக்கா. வியாபாரம் என்றால் கடை

போட்டு காலாட்டிக் கொண்டே உட்காருவது அல்ல. பழங்களை கூறு போட்டு சின்னக் கூடையில் தூக்கிக்கொண்டு ரயில்வே கேட்டை மெதுவாகத் தாண்டும் கார்களை நோக்கி ஓட வேண்டும். சில கண்ணாடிகள் திறக்கும். சில கண்ணாடிகள் வேண்டா வெறுப்பாக வெறிக்கும். அசராமல் காலையில் ஏழு மணியில் இருந்து மாலை ஆறு மணி வரைக்கும் ஓடிக் கொண்டே இருக்க வேண்டும்.

ஒரே காரை நோக்கி பத்துப் பதினைந்து வெற்றுக் கால்கள் ஓடும். "ஓடி ஓடி செருப்பு பிஞ்சுட்டா என்ன பண்றது. நம்ம சம்பாத்தியத்துக்கு வாரம் ஒண்ணு வாங்க முடியுமா" என எல்லா அக்காக்களும் வெள்ளந்தியாகச் சிரிப்பார்கள். நாள் முழுக்க அடிக்கிற வெயிலில் ஓடினாலும் தினப்படி முன்னூறு தாண்டுவதற்கே முக்கும். இங்கேயும் ஏமாற்றுகள் சிலவுண்டு. அடிபட்ட பழங்கள் சிலவற்றைக்கூட பொதித்து ஒளித்து வைத்துக் கொடுப்பார்கள்.

சந்தையில் ஒண்ணாம் நம்பர் சரக்கை வாங்கி வியாபாரம் செய்வதெல்லாம் இவர்களுக்கு கட்டுப்படியாகாது. நாள் கூலிக்கு போவதைவிட கொஞ்சம் கூடுதலாகக் கிடைக்கும் என்பதாலேயே இப்படி நடுச்சாலையில் நாள் முழுக்க ஓடிக் கொண்டிருக்கிறார்கள். ஆண்கள் இவர்கள் விஷயத்தில் பல நேரங்களில் பொறுப்பற்றவர்களாக இருக்கிறார்கள். காமாட்சி அக்காவின் வீட்டுக்காரரான தொரசாமி அண்ணனையே எடுத்துக் கொண்டாலும், பெரிய குடிகாரர்.

என்னிடம் கொய்யா எடுக்க வரும் போது, நானூறு கொடுக்கிற இடத்தில் இருநூறுதான் கொடுப்பார். "மெதுவா தர்றேன். அவட்ட சொல்லிடாதீங்க. ஆட்டம் போட்டிருவா" என்பார். ஒருநாள் பொறுக்கவே முடியாத சூழலில், அந்தக்காவிடம் சொல்லி விட்டேன். வெயில் தகிக்கிற தார்ச்சாலையில் சம்மணங்காலிட்டு அமர்ந்து தலையில் அடித்து அழுதபடியே சொன்னது. "சுண்டிப் போன என் ரத்தத்தையே மறுபடி மறுபடி குடிக்கிறானே பாவி. தொழில் பார்க்கிற எடத்தில எல்லாம் போயி என் மானத்த வாங்கறானே. இந்தப் புள்ளைக மட்டும் இல்லாட்டி இவனுக்கு பதிலா நாம் போயி நாண்டுக்குவேனே. எவ்வளவு ராசா பெண்டிங் வச்சுருக்கான்" என்றதும் நூறு ரூபாய் என்று பொய் சொன்னேன்.

வேண்டாம் என்று சொல்லியும் பையில் கொத்தாக சப்போட்டா

பழங்களை அள்ளிப் போட்டுக் கையில் திணித்தது. அந்தண்ணன் பின்னால் நின்று உண்மையைச் சொல்லிடாதே என வாயில் துண்டை பொத்தி வைத்துக் காண்பித்தார். இழுத்து வைத்து அடிக்கலாம் போல இருந்தது. அவரும் பாவம் கொள்ளையடித்து கோட்டையையா கட்டி விட்டார்.

என்னுடைய இப்போதைய வாழ்வு முழுக்கவும் இது போன்ற எளிய மனிதர்களைச் சுற்றியே இருக்கிறது. எனக்கு வேறு எது குறித்த கவலைகளும் இல்லை. எழுபது வயதுப் பாட்டியொன்று 180 ரூபாய் கூலிக்காக ஏழு மணி துவங்கி மதியம் ஒரு மணி வரை கொத்து வைத்து களை வெட்டிக் கொண்டிருக்கிறது. காலையில் வாங்கிக் கொடுக்கும் வடையை பேப்பரில் மடித்து பேரனுக்கு எனச் சொல்லி மத்தியானம் எடுத்துப் போகிறது. மிகையாக இருக்கலாம். ஆனால் தமிழ்நாட்டில் பாதிச் சனம் இப்படித்தான் வாழ்ந்து கொண்டிருக்கிறது. கிராமங்களைப் போய்ப் பாருங்கள். ஓரளவிற்காவது மனசாட்சியை உலுக்கலாம்.

ஒரு தடவை சென்னைக்குப் போகும் போது காமாட்சி அக்காவிடம் என்ன வேண்டும் என்று கேட்டேன். "ஓடி ஓடி காலெல்லாம் ஒழையுது. காலுக்கு போடற மாதிரி பவரான களிம்பு வாங்கிட்டு வா கண்ணு" என்றார். அங்கேயே எல்லாமும் கிடைக்கின்றன என்றாலும், சென்னையிலிருந்து ஸ்ப்ரே ஒன்று வாங்கிக்கொண்டு போய்க் கொடுத்தேன். மருந்தின் விறுவிறுப்பை உணர்ந்து வலியின்றி சிரித்தார்.

எப்போதாவது கிடைக்கும் இடைவெளியில், தலைக்கு மேலே சாக்கும் தென்னங்கீற்றும் கொண்டு உருவாக்கப்பட்ட குகை போன்ற குடிசையில் ஆசுவாசமாக அமர்ந்திருப்பார்கள். ஆனாலும் பார்வைகள் அந்தக் கானல் நீர் நெளியும் சாலையின் மீதே இருக்கும். எதிரே கார்கள் வருவது தெரிந்தால், எல்லோரும் எழுந்து ஓடத் தயாராவார்கள்.

அந்த நேரத்தில் ஆண்டாளோ, தமிழ்த்தாயோ வந்தால்கூட, "யார் பெத்த புள்ளைகளோ. அம்சமா இருக்காவுக. ஒரு கூடை வாங்கிக்கோங்க தாயீ. மவராசியா இருப்பீங்க. உங்க புள்ளை குட்டிகள்ளாம் சண்டை சச்சரவில்லாம இருப்பாங்க" என அப்பாவியாய் கேட்டு விட்டு, அதையும் மீறி வாங்காமல் அருள்பாலித்துக் கொண்டு நின்றிருந்தால் தயக்கமே இல்லாமல்

தலைகுப்புறத் தள்ளிவிட்டு படியளக்கிற காரை நோக்கி ஓடுவார்கள். கொழுத்தவர்களுக்கு முட்டியில் பசி. எளியவர்களுக்கான பாதை வேறு. அவர்களது பசி என்பது அவர்களை நோக்கி வரும் காரில் இருக்கிறது. அது காட்டும் சோற்றில் இருக்கிறது. சோறு எதனைக் காட்டிலும் பெரிது!

35

ஆங்கோர்!

ஆறு மாதங்களுக்கு முன்பு என்றுதான் இந்தக் கதையைத் துவங்க வேண்டும். அப்போதெல்லாம் கடைக்கு டெலிவரி பையன்களுக்கு தட்டுப்பாடு நிலவியது. கடைக்கு வருகிற பிளம்பர், ஐஸ் போடுகிறவர், பேப்பர் போடுகிறவர், பக்கத்து அடுக்கக சமையல் பணியாளர் என எல்லோரிடமும், “டெலிவரிக்கு நல்ல பையனா இருந்தா சொல்லுங்க. ஆள் கிடைக்காம சிரமமா இருக்கு. சம்பளம் பார்த்து செஞ்சு விட்டிரலாம். மத்தியான நேரத்தில தூங்கிக்கலாம். நல்லபடியா பார்த்துக்குவோம்” என்றெல்லாம் பார்த்துப் பார்த்துச் சொல்லி அனுப்புவோம், ஏதோ மாப்பிள்ளை கேட்கிற மாதிரி. சொல்லி வைத்த மாதிரி எல்லோருமே, “எங்கங்க. ஆளே தட்டுப்பட மாட்டேங்குறாங்க” என்பார்கள்.

கொரானா பொது முடக்கத்திற்குப் பிறகு முற்றிலும் நிலைமை தலைகீழாக மாறி விட்டது. தினமும் கடையே கதியென்று கிடப்பதால், வருகிறவர்கள் போகிறவர்களை உற்று கவனித்துக் கொண்டிருக்கிறேன். கடைத்தெரு கதைகள் என்று தனிப் புத்தகமே எழுதலாம். குறைந்தது ஒரு நாளைக்கு பத்து பேராவது டெலிவரி வேலை கிடைக்குமா என இப்போது வந்து நிற்கிறார்கள். சிலர் எந்த வேலை இருந்தாலும் பரவாயில்லை என்றும் கதவைத் தட்டுகிறார்கள்.

இருசக்கர வாகனங்களை தவணை முறையில் வாங்கியவர்கள்,

தவணை தொகையை கட்ட முடியாமல், வேலை கிடைத்தே ஆக வேண்டுமென ஒற்றைக் காலில் கடை வாசலில் கொக்கென தவமிருக்கவும் செய்கிறார்கள். அவர்கள் வந்து நிற்கிற வண்டிகளெல்லாம் குறைந்தது எழுபதாயிரம் ரூபாய் மதிப்பிலானவை. என்னால் முடிந்தளவிற்கு பலருக்கு தெரிந்த இடங்களில் வேலைக்கு சிபாரிசு செய்கிறேன்.

இந்த வேலை தேடும் படலத்தின் வழியாக, இன்னொரு பக்க துன்பியல் காட்சி ஒன்றை கவனத்திற்குக் கொண்டு வர விரும்புகிறேன். இளம் தாடியுடன் ஒடிசலான தேகத்தோடு வந்து நின்ற இளைஞன் அடையாறு இசைக்கல்லூரியில் பயில்கிறான். “எனக்கு எப்படியாவது இரவு வேலை ஏதாவது சொல்லி விட முடியுமா” என்று கேட்டான். “கண்டிப்பாக பார்க்கிறேன்” எனச் சொல்லி அனுப்பினேன்.

அவன் சொல்லி இருபது நாட்கள் ஆகி விட்டன. ஆனால் விடாமல் தொடர்ச்சியாக வந்து நிற்கிற அவனைப் பார்க்க சங்கடமாக இருக்கிறது. என்ன காரணம் என விசாரித்த போது, கல்லூரிக்கட்டணம் கட்ட வசதியில்லை என்று சொல்லி விட்டு தலையைக் குனிந்து கொண்டான். புத்தகம் ஒன்றை கொரியரில் கொடுக்க வந்த பையன் அரதப்பழசான சைக்கிளில் வந்து இறங்கினான். சைக்கிளின் முன் டயருக்கு அருகில் இருந்த பூட்டை கவனமாகப் பூட்டி விட்டு கடையேறி வந்தான்.

அவன் செல்வதற்கு முன்பு, “உனக்கு சம்பளம் எவ்வளவு” என்று கேட்ட போது, “ஒரு கவருக்கு ஐந்து ரூபாய்” என பதில் சொன்னவனின் கண்களைப் பார்த்தேன். மங்கலான நீர்ப்படலம் திரண்டிருந்தது. “ஒரு நாளைக்கு எத்தனை டெலிவரி கிடைக்கும்” என்ற போது, “அதை சொல்ல முடியாது சார். ஒருநாளைக்கு முப்பது கிடைக்கலாம். சம்டைம் இருபதுகூட கிடைக்கும்” என அவன் சொல்லிக் கொண்டிருக்கையில், என் மனம் அவனுக்கு கிடைக்கப் போகும் தொகையை கணக்கிட்டுக் கொண்டிருந்தது. அவனுமே கல்லூரிக்கட்டணத்திற்காகத்தான் அந்த வேலையை செய்வதாகச் சொன்னான். கல்லூரி ஒன்றில் இரண்டாம் ஆண்டு படிக்கிறான். இது போலப் பல கதைகள்.

கடைக்குப் பக்கத்தில் இருக்கிற அடுக்ககத்தில் சமையல் வேலை பார்க்கிற அம்மாவின் மகளுக்கு இறுதியாண்டு கட்டணம்

நாற்பதாயிரம் ரூபாய். கடந்த வருடம் கந்துவட்டிக்கு வாங்கிக் கட்டி விட்டார். அவருடைய கணவருக்கு இரண்டு தடவை மாரடைப்பு வந்துவிட்டதால், எந்த வேலைக்கும் செல்ல இயலாது. கூடவே இன்னொரு பெண். வறுமை காரணமாக ஒரு பெண்ணை மட்டுமே படிக்க வைத்திருக்கிறார். இன்னொரு பெண்ணை மருத்துவமனை ஒன்றிற்கு துப்புரவு வேலைக்கு அனுப்பி விட்டார்.

அக்கா படித்து தலையெடுத்து விட்டால், தன் வாழ்வு சுகப்பட்டு விடும் என்று கருதி தங்கைக்காரி அந்த வேலைக்கு செல்ல சம்மதித்து விட்டார். அந்தப் பெண்ணிற்கு உதவி வேண்டி நண்பர் இளங்கோவன் முத்தையாவிடம் பேசினேன். பெங்களூருவில் மென்பொருள் துறையில் வேலை பார்க்கும் அவருடைய நண்பர் ராஜ்குமாரிடம் அந்த தொகையை வாங்கிக் கொடுத்தார். நேரிடையாக கல்லூரி பெயருக்கே டிமாண்ட் டிராப்ட் எடுத்துக் கொடுத்து விட்டார் ராஜ்குமார் என்கிற தனி மனிதன்.

அந்த உதவி கிடைத்த அன்றைக்கு என்னைச் சந்திக்க வந்திருந்தார் அந்தம்மா. சாலை என்று பாராமல் காலில் விழ முயற்சித்தார். "நான் செய்யலைங்க. பெங்களூருல வேலை பார்க்கிற ஒருத்தர் செஞ்சாரு" எனப் பதறி விலகினேன். "பெங்களூரு அந்தப் பக்கமா சார் இருக்கு" என அவருக்குத் தெரிந்த திசை நோக்கி கண்ணீர் மல்க கைகூப்பி வணங்கினார். நிஜமாகவே புல்லரித்து அடங்கியது எனக்கு.

அதே போல எனக்குத் தெரிந்த தம்பி ஒருத்தனின் பக்கத்து வீட்டுப் பையன். திருவள்ளூர் பக்கத்தில் டிப்ளமோ படிக்கிறான். அவனுடைய அம்மாவும் வீட்டு வேலைதான் செய்கிறார். அவனுடைய அப்பாவும் நோயாளிதான். கொரானா காலத்திற்கு முன்பு பெசண்ட் நகரில் உள்ள ஐஸ்க்ரீம் பார்லர் ஒன்றில் மாலையில் இருந்து இரவு வரை வேலை செய்து கல்லூரி கட்டணத்தை சமாளித்தான். தினமும் கட்ட வேண்டும் என்கிற அடிப்படையில் கந்து வட்டி வாங்கி கல்லூரிக் கட்டணத்தை செலுத்திக் கொண்டிருந்தான். கொரானாவிற்கு அப்புறம் வேலை போய் விட்டது. இப்போது நம்பி யாரும் வட்டிக்கும் தரவில்லை. இறுதியாண்டு கட்டணம் கட்ட முடியாமல் துயரத்தைக் கண்களில் தேக்கி வந்து நின்றான்.

எழுத்தாளரும் நண்பரும் நிசப்தம் அறக்கட்டளை செயல்வீரருமான வா.மணிகண்டனிடம் போய் நின்றேன். தகவல்களை கேட்டுக்

கொண்ட அவர், கல்லூரி பெயருக்கு கட்டணத்தை தந்து விடுவதாக உறுதியளித்தார். “நிறையப் பேருக்கு உதவற எடத்தில உங்களை வச்சிருக்கீங்க. பெரிய ஆசீர்வாதம் கிடைக்கும் உங்களுக்கு” என்றேன் மனம் நெகிழ்ந்து. “நிறையப் பேரு தன்னலம் இல்லாம கொடுக்கறாங்க. அதிலருந்து எடுத்து நான் கொடுக்கிறேங்க” என்றார் வா.மணிகண்டன் என்கிற தனி மனிதன் அடக்கத்துடன்.

நான் இப்படி கல்லூரிக்கட்டணம் யாரிடமாவது பேசி வாங்கிக் கொடுக்கிறேன் என்பதை அவர்களுடைய நண்பர்கள் வழியாகத் தெரிந்து கொண்டு, இப்போதெல்லாம் வாரத்திற்கு குறைந்தது மூன்று பேராவது வந்து நிற்கிறார்கள். சூர்யாவின் அகரம் அறக்கட்டளையில் பணிபுரியும் ந.சரவணனிடம் ஒரு பெண்ணை அனுப்பி வைத்தேன். இதுமாதிரி தொடர்ச்சியாக எங்கே போய் அதற்குரிய ஆட்களை நான் தேட? அத்தனை பேருக்கும் செய்து கொடுக்க ஆசைதான். ஆனால் வட்டிலில் இருப்பதைத்தானே வழித்துக் கொடுக்க இயலும்.

இதைப் பற்றி கடந்த சில நாட்களாகவே தீவிரமாக யோசித்துக் கொண்டிருந்தேன். என்ன செய்யலாம்? சமீபத்தில் தேசியக் கட்சி ஒன்றின் தகவல் தொழில் நுட்ப அணி சார்பாக என்னிடம் பேசினார்கள். சமூக ஊடகங்கள் வாயிலாக தேர்தல் பரப்புரையை மேற்கொள்ளும் பணி. எல்லோரும் இப்போது செய்து கொண்டிருக்கிறார்களே, அதேதான். ”என்ன செய்ய வேண்டும் உங்களுக்கு” என்றேன் ஒப்புக்கு பேச்சுக் கொடுக்கும் விதமாக. “அவங்களை மாதிரி எங்களுக்கும் செய்யணும்” என்றார்கள் ஒரே வரியில், ஒரு கட்சி தகவல் தொழில்நுட்ப அணியைச் சுட்டிக்காட்டி.

அவர்களை மாதிரி என்றால்? வீரவேல் வெற்றிவேல், பெருஞ்சுவர் என்றெல்லாம் வீடியோ தொகுப்பு செய்து தருவது. எதிராளிகள் எங்கேயாவது உளறினால் அதை மட்டும் தனியாக வெட்டி ஒட்டி, பின்னணி இசையோடு கோர்த்து விடுவது. சொல்லாத செய்தி ஒன்றை எடுத்து அதை வேறுமாதிரி பட்டி டிங்கரிங் பார்த்துப் புழக்கத்தில் விடுவது. பழைய அருமை பெருமைகளை கொஞ்சம் அதிகப்படியாகவே தூவி சந்தைக்கடையில் விசிறி அடிப்பது. “இவைதானே நீங்கள் எதிர்பார்ப்பது” என கொஞ்சம் சுற்றி வளைத்துக் கேட்டேன். ஆமாம் என நேரிடையாகப் பதில் சொன்னார்கள்.

“இதைத்தான் எல்லோரும் செய்கிறார்களே. நாலு பேரை

தொண்டராக கொண்ட கட்சிகூட ஒரு டேபிளும் கம்யூட்டரும் இருந்தால் இந்த வேலையைச் செய்ய முடியுமே. அதற்கு எதற்கு நான்? தவிர இந்த மாதிரி வீடியோ மற்றும் அதுசார்ந்த முன்னெடுப்புகள் உங்களுடைய கட்சியினரை மட்டுமே மகிழ்வு படுத்தும். இதை நீங்கள் செய்யாவிட்டாலும் அவர்கள் உங்களுக்குத்தான் ஓட்டு போடப் போகிறார்கள். உங்கள் கட்சியை சேராதவர்களுக்கு இதனால் என்ன பயன்? அப்படியென்ன உலகத்தில் இல்லாத ரகசியத்தையும் சொல்லப் போகிறோம்? கட்சி சாராத நடுநிலையாளர்களை ஈர்க்கத்தானே எதையாவது செய்ய வேண்டும்" என விளக்கிச் சொல்லி விட்டு, முதல் தலைமுறை பட்டதாரிகளை உடனடியாக சிறு சிறு தொழில் முனைவோர்களாக மாற்றும் 'இன்ஸ்டண்ட்' திட்டமொன்றைச் சொன்னேன். அதை அவர்கள் காதில்கூட போட்டுக் கொள்ளவில்லை. அவர்களுக்கு தேவையெல்லாம், பின்னணி இசையோடு கூடிய ரம்மியமான ஒரு கும்மாங்குத்து, அவ்வளவுதான். காதுள்ளவன் கேட்கக் கடவான் என நினைத்து அவர்களை கத்தரித்து அனுப்பி விட்டேன்.

இப்போது இந்த விவகாரத்தையே எடுத்துக் கொள்வோம். கொரானாவை முன்னிறுத்தி, இந்த ஒரு வருடத்திற்கு மட்டும் ஏழைக்குழந்தைகளின் கல்விக் கட்டணத்தைக் கட்டுவதை கட்சியினர் பிரச்சார உத்தியாக வகுத்துக் கொண்டால்தான் என்ன? யார் யார் உண்மையான ஏழைக் குழந்தைகள் என்பதை அறிவதில் சிரமமா என்ன? ஒவ்வொரு கல்லூரியிலும் போய்க் கேட்டாலே சொல்லி விடப் போகிறார்கள். கல்லூரி மற்றும் பள்ளிகளிடம் போய் கட்டணத்தை தள்ளுபடி செய்யுங்கள் என முறைப்பாடெல்லாம் வைத்து விடவே முடியாது. அசந்த நேரத்தில், வழிப்பறிக் கொள்ளையனைப் போல காதில் போட்டிருக்கிற தோடை அரிந்தெடுக்கிற கல்வித் தந்தைகளா உதவப் போகிறார்கள்? ஆனால் அந்தந்த ஊர்களில் கட்சியினர் இந்தப் பணியில் இறங்கினால், கல்விக்கட்டணத்தை குறைக்கவாவது வாய்ப்பிருக்கிறது. ஒன்றியச் செயலாளரே, மாவட்டச் செயலாளரே வந்து கேட்கிறார், எதற்கு வம்பென நினைத்து கொஞ்சம் குறைக்க வாய்ப்பிருக்கிறது.

தவிர தேர்தல் காலத்தில் விருப்ப மனு வாங்குவது என ஒரு படலம் இருக்கிறது. இப்போது நகைச்சுவையாகப் பேசுகிறார்கள். ஒருகாலத்தில் சின்னம்மா இந்த தொகுதியில் நிற்க வேண்டும் என ஐம்பது விருப்ப மனு கொடுத்து ஜெயலலிதாவால் கட்டம் கட்டப்பட்ட

ஆளையெல்லாம் எனக்கு நன்றாகத் தெரியும். ஒரு விருப்ப மனுவின் விலையே பத்தாயிரம் ரூபாய். இப்போது காலம்தான் எவ்வளவு வேகமாகச் சுழல்கிறது, பாருங்கள். அந்த மனுவில், கட்சிக்காக சிறை சென்றதுண்டா? தேர்தலில் நிற்க வாய்ப்புக் கிடைத்தால் எவ்வளவு செலவழிக்க முடியும்? என்றெல்லாம் கேள்விகள் கேட்டிருப்பார்கள்.

அதனோடு சேர்த்து, இந்த ஆண்டு எத்தனை குழந்தைகளுக்கு கல்விக்கட்டணம் செலுத்தி இருக்கிறீர்கள்? அதன் ரசீதுகளை இணைத்திருக்கிறீர்களா? என ஒரு கூடுதல் கேள்வி கேட்டாலே போதுமானது. போட்டி போட்டுக்கொண்டு கட்டுவதற்கு ஆட்கள் தயாராகவே இருப்பார்கள். கட்சித் தலைமைகள் இந்த விஷயத்தில் மனது வைத்தால், பல நூறு குடும்பங்கள் நிம்மதிப் பெருமூச்சு விடும். இதை ஒரு செயல்திட்டமாகவே வைத்து ஒரு கட்சி பிரச்சார உத்தி வகுக்க முடியுமா? என்று கேட்டால், நிச்சயம் முடியும் என்பதுதான் என்னுடைய உறுதியான பதிலாக இருக்கும்.

அது அந்தந்த கட்சியினருக்கு நன்மதிப்பை அந்தந்த பகுதிகளில் உருவாக்கித் தந்து விடும். தேவையில்லாமல் போஸ்டர் அடிக்கிற காசை இரண்டு பிள்ளைகளுக்கு பிரித்துக் கொடுத்தால், அது இயல்பாகவே மும்மடங்கு விளம்பரத்தைப் பெற்றுக் கொடுத்து விடும். வாய்வழியான நேர்மறை நன்மதிப்பு விளம்பரம் என்பது எதனைக் காட்டிலும் வெகுமதியானது. அது எதனைக் காட்டிலும் வெகுவிரைவாகப் பரவக் கூடியதும்.

உண்மையில் இந்தப் பணியைச் செய்கிற அளவிற்கு கெதியான கட்சிகள் தமிழகத்தில் நிறைந்தே இருக்கின்றன. ஆலயக் கல்லாவில் இருந்து கொடுக்க வேண்டியதில்லை. அடியாழத்தில் இருந்து மனசு வைத்து ஆட்களைக் கைகாட்டி விட்டாலே போதுமானது. எனக்குத் தெரிந்த வட்டத்தில் இருக்கிற (இன்னும் நிறையப் பேர் இருக்கிறார்கள்) வா.மணிகண்டன், டெல்லி ஷாஜகான் போன்ற தனிநபர்களே இதை ஒரு இயக்கமாக முன்னெடுக்கையில், ஆளும், ஆண்ட, ஆள விரும்பும் அரசியல் கட்சிகளால் இதைச் செய்ய முடியாதா? இதை ஒரு முழுமையான மனதார்ந்த செயல் திட்டமாக முன்னெடுக்கும் கட்சிக்கு நிச்சயம் மிகப்பெரிய ஆதரவு அலை உருவாகும்.

எங்கோ பெங்களூரு இருக்கும் திசையை நோக்கிக் கும்பிடு போட்ட அம்மா, அவர்களது திசையை நோக்கியும் நெடுஞ்சாண்கிடையாக

விழுந்து வணங்குவார். அவர் குடும்பமே, உதவி புரியும் அக்கட்சியின் சின்னத்தை நெஞ்சில் ஏந்தும். ஏழைகளின் சிரிப்பில் இறைவனைக் காண்கிறோம் என்பதெல்லாம் வெறும் மேடை முழக்கமாக மட்டும் சுருங்கி விடக் கூடாது. கண்ணீரைத் துடைக்கிற கைகளுக்காக காத்திருக்கிற பெருங்கூட்டத்தில் ஒருவன்தான் நானும்!

36

வஞ்சிர மீன்களை வளர்க்க முடியுமா?

வணக்கம். நலமாக இருக்கிறீர்களா?

ஒரு தகவல் வேண்டும்.

என் குழந்தைக்கு மூன்று வயது நிறைவடைந்துவிட்டது. வாரம் இருமுறைக்கு ஒருவேளை உணவாக மீன் கொடுக்கலாம் என்று எண்ணி உள்ளேன். நான் வசிப்பது கோவையில், எந்த மீன் சத்தும் சுவையும் நிரம்பியது. என்ன பருவத்தில் எதை வாங்குவது சரியாக இருக்கும்.

பெரிய அளவில் எனக்குப் பொருளாதாரமும் இல்லை.

உங்களுடைய கட்டுரை ஒன்றில் நீங்கள் மத்தி மீனை பரிந்துரைத்ததாக படித்த ஞாபகம் இருக்கிறது. .

(மீன்களை பதப்படுத்துவதற்காக ரசாயனங்கள் பயன்படுத்துவதாக வெளிவரும் தகவல்கள் உண்மையா?)

இதை நீங்கள் உங்கள் முகநூல் பக்கத்தில் ஒரு கட்டுரையாக வேண்டுமானாலும் பதியலாம்.

நேரம் இருக்கும் போது தயவு செய்து பதில் கூறவும்

நன்றி
மு.கதிர் முருகன்.

அன்புள்ள கதிர்,

தனிப்பட்ட முறையில் பதில் சொல்லியிருக்கலாம். ஆனால் "மூன்று வயது குழந்தைக்கு" என்ற வார்த்தை உறுத்தியது. மிகச் சரியாகச் சொல்லி விட வேண்டுமென்கிற பதைபதைப்பும் எழுந்தது. இதைப் பற்றி நீண்ட காலமாகவே எழுத வேண்டும் என எண்ணிக் கொண்டிருந்தேன். ஆனால் கண்ணாடி வீட்டினுள் இருந்து கல்லெறியக் கூடாது என்கிற பொறுப்புணர்வு தடுத்துக் கொண்டிருந்தது.

யாராவது ஒருத்தர் தான் சார்ந்த துறையொன்றினுள் நடக்கும் விஷயங்களை வெளிப்படையாகப் பேச முன் வர வேண்டும்தானே? நீங்கள் சொல்வது போல இங்கே சில இடங்களில், பார்மாலின் மீனில் கலக்கப்படுவது உண்மைதான். இங்கே என்ன நடக்கிறது என்பதைப் பரந்து விரிந்த தளத்தில் சொன்னால்தான் புரியும்.

தமிழக கடலுணவுப் பழக்கம் குறித்த அடிப்படையில் இருந்து அதைத் துவங்க வேண்டும். தமிழகத்தின் கடற்கரையோர மாவட்டங்களில் கடலுணவுப் பழக்கம் தவிர்க்கவியலாதது. அப்படியே கொஞ்சம் முன்னேறி வந்தால் விருதுநகரில் கடலுணவுப் பழக்கம் வேறுமாதிரியாக இருக்கும்.

தமிழகத்தின் உள் மற்றும் மேற்கு மாவட்டங்களை, குறிப்பாக இப்போது நீங்கள் வசிக்கும் கோவை உட்பட, மிகச் சரியான கடலுணவு எப்போதுமே எட்டியதில்லை. இப்போது கொஞ்சம் பரவாயில்லை. கடற்கரையிலிருந்து தள்ளி இருப்பவர்கள் ஆறுகள் மற்றும் கண்மாயில் இருந்து வரும் நன்னீர் மீன்களை உண்டு பழகியவர்கள்.

இந்த மாவட்டத்தைச் சேர்ந்தவர்கள், விரால், ஜிலேபிக் கெண்டை, அயிரை என்று சாப்பிட்டுக் கொண்டிருப்பார்கள். அவர்களிடம் போய் கருப்பு வவ்வால் என்றால் புரியாது. ஒட்டுமொத்த தமிழகமுமே கடலுணவை ஒருகாலம் வரை ரெண்டாம் பட்சமாகத்தான் வைத்து அணுகியிருக்கிறது.

இங்கே வாழ்ந்தாலும் மட்டன், தாழ்ந்தாலும் மட்டன். இப்போது இது போன்ற சிகப்பு இறைச்சிகளுக்கு எதிரான மனநிலை நிலவுகிறது. மருத்துவர்கள் மீன் சாப்பிடச் சொல்லி அதிகாரப்பூர்வமாக வலியுறுத்துகிறார்கள்.

இப்போதெல்லாம் ஒமேகா 3 என்கிற வார்த்தை சமூகத்தில் சகஜமாகப் புழங்குகிறது. கடலுணவுத் திருவிழாக்களை நட்சத்திர விடுதிகள் நடத்தத் துவங்கியிருக்கின்றன. இந்தப் பின்னணியில்தான் மிக முக்கியமான விஷயமொன்றைச் சொல்ல வேண்டியிருக்கிறது.

உங்கள் கடிதத்தில் இருந்து படிப்படியாக ஒவ்வொன்றையும் விளக்குகிறேன். ஆடு, மாடு, கோழி இவை எல்லாவற்றையும் கேடு விளைவிக்கும் ரசாயனங்களைக் கொடுத்து எப்போதோ வளர்க்கத் துவங்கி விட்டோம். மனிதர்கள் கைப்படாமல் மிச்சம் விட்டு வைத்திருப்பது கடலை மட்டுமே. இப்போது அங்கேயும்கூட இறால், அசல் கொடுவா போன்றவற்றை வளர்த்துக் கொண்டிருக்கின்றனர். ஆனாலும் வஞ்சிரத்தை வளர்க்க முடியாது இல்லையா?

அதனால் கடலுணவு எப்போதுமே ரசாயனங்களில் இருந்து விலகியிருப்பது. ஆகவே ஒமேகா 3, விட்டமின் டி போன்ற சத்துக்களை தரும் கடலுணவை எடுத்துக் கொள்வது நல்லது. குறிப்பாய் மத்தி, காளா, சூரை என்ற டியூனா போன்ற மீன்களைக் குழந்தைகளுக்கு கொடுக்கலாம். பால்சுறா, காரப்பொடி, குதிப்பு போன்ற மீன் வகைகளையும் நண்டு சதை போன்றவற்றையும் கொடுக்கலாம். எல்லாப் பருவங்களிலும் இப்போதெல்லாம் எல்லா மீன்களும் ஓரளவிற்கு கிடைத்து விடுகின்றன.

இங்கேதான் இந்த துறை செயல்படும் விதம் குறித்துச் சொல்ல வேண்டியிருக்கிறது. தமிழகக் கடற்கரையோர மாவட்டங்களில் இருக்கும் மக்களுக்கு எல்லாவிதமான மீன்களும் விலை கொஞ்சம் கூடினாலும் கிடைத்து விடும்.

ஆறுகள், கண்மாய்கள் அருகி விட்டதால், கடற்கரை மாவட்டம் அல்லாத மக்கள் இன்று கட்லா, ரோகு, திலேப்பியா போன்ற வளர்ப்பு மீன்களை அதிகமாக உண்டு கொண்டிருக்கின்றனர். பொள்ளாச்சியில் ஒரு மீன் உணவகத்தில் கொடுவா என்று சொல்லி கட்லாவை கொண்டு வந்து வைத்தார்கள். தொண்டிக்குப் பக்கத்தில் இப்போது ஒரு படி அயிரை மீனின் விலை ஆயிரம் ரூபாய்க்கு மேல்.

திடீரென கடலுணவின் பக்கமாய் ஒட்டுமொத்த பார்வையும் குவிந்ததால் இங்கே ஒரு மிகப் பெரிய சந்தையொன்று உருவாகி இருக்கிறது. தமிழ்நாடு மீன் வளர்ச்சிக் கழகம் என்ற அரசு சார்ந்த அமைப்பு இந்த ஒட்டுமொத்த மீன் பிடியையும் கட்டுப்படுத்துகிறது.

இந்தியாவில் மும்பைக்கு அடுத்தபடியாக இரண்டாவது பெரிய மீன் சந்தை சென்னை சிந்தாதிரிப்பேட்டையில் இருக்கிறது. வெளிநாட்டு ஏற்றுமதியும் பெருகியிருக்கிறது. சிந்தாதிரிப்பேட்டையில் இருந்து சகல நாடுகளுக்கும் மீன்கள் போகின்றன.

பெரும்பான்மை தமிழர்கள் அப்படியான மீன்களைப் பார்த்துக்கூட இருக்கமாட்டார்கள். இரண்டு கிலோ சைஸில் பச்சை நண்டு இருக்கிறது. ஒரு டைகர் எறாலின் எடையே 400 கிராம் இருக்கும். இதே மாதிரி லாப்ஸ்டர், வெள்ளை வவ்வால் எனப் பல ஏற்றுமதி ரகங்கள் இருக்கின்றன. ஆயிரம் ரூபாயில் துவங்கி பத்தாயிரம் ரூபாய் வரை விலை போகின்ற மீன்களும் இருக்கின்றன.

பெரும்பாலும் இவை பொது வணிகத்திற்கு கரைக்கு வருவதில்லை. எங்களைப் போன்ற கடைகள் அதற்கான கஸ்டமர்களிடம் கடை விரிக்கிறோம். மற்றபடி கடற்கரையோர மக்களைத் தவிர வேறு யாரும் இவற்றை அறிவதில்லை இப்போது கடற்கரை மக்களே காசு போய் விடும் என்பதற்காக ஒரு சிங்கி எறாலைக்கூட எடுத்துச் சாப்பிடுவதில்லை என மீனவ நண்பர் ஒருத்தர் குறைபட்டுக் கொண்டார்.

ஏனெனில் இங்கே சப்ளை என்பது குறைவாக இருக்கிறது. மீன் பிடி துயரங்களைப் பற்றியெல்லாம் நிறைய இடங்களில் எழுதியிருக்கிறேன். எனவே இந்த இடத்தில் நுகர்வோர் பார்வையில் இருந்து மட்டுமே விளக்குகிறேன்.

தமிழகக் கடற்கரையோரத்தில் பிடிபடும் கடலுணவு மட்டுமே நம்முடைய தட்டிற்கு வருகிறது என்பது நம்முடைய சுகமான கற்பனை. காசி மேட்டில் கேரள வண்டிகள் நிற்கும். ஒடிசா கடற்கரையில் தமிழக வண்டிகள் நிற்கும். இது இந்திய அளவிலான சர்வதேச வணிகம்.

விலைகூடிய சரக்குகள் எல்லாமும் ஏற்றுமதி ஆகின்றன. தமிழகத்தை கடலுணவு, வளர்ப்பு மீன்கள் என இரண்டு விதமான பழக்கம் பிரிக்கிறது. இறால், விரால், திலேப்பியா, கட்லா, ரோகு போன்றவை வளர்க்கப்படுகின்றன. இவை முழுக்கவே உள்நாட்டு நுகர்விற்காகத் தயாராகுபவை.

கடலுணவைப் பொறுத்தவரை, வாகன வசதிகள் பெருகி விட்டதால் இப்போது கடற்கரை இல்லாத நகரங்களுக்குள்ளும் நுழைகின்றன.

ஒரு விஷயத்தைப் புரிந்து கொள்ள வேண்டும். நீங்கள் கடற்கரை பிரதேசத்தில் இல்லாமல் இருந்தால், உங்களால் ஒருபோதும் அன்று பிடித்த மீனை உண்ணவே முடியாது.

மீன்பிடி படகுகளிலேயே நொறுக்கப்பட்ட ஐஸை எடுத்துக் கொண்டுதான் தொழிலுக்கே போகின்றனர். இரண்டு நாட்களில், ஐந்து நாட்களில், பதினைந்து நாட்களில், ஒரு மாதத்திற்கு மேல் கடலுக்குள் தொழில் பார்க்கப் போய் திரும்பி வருகிறவர்கள் இருக்கிறார்கள். அது கரைக்கு வரும் போது எட்டாவது நாள் மீன் அல்லது பதினாறாவது நாள் மீன். ஆனால் தரமான ஐஸில் இருப்பதால் அவை தகுதியான மீன்களும்.

கரைக்கு வந்த பிறகு அவை ஏலச் சந்தையில் கடை பரப்பப்படுகின்றன. மீன் விலையும் தங்கத்தின் விலையைப் போலத்தான் இப்போதெல்லாம். அன்றன்றைக்கு ஏறி இறங்கும் விலை. கேரளாவில் தடை என்றால் இங்கிருந்து அங்கே போகும். இங்கே தடையென்றால் மும்பையிலிருந்து இங்கே வரும்.

எப்போதும் தட்டுப்பாடு நிறைந்த துறை இது என்பதால் இங்கும்கூட சின்ன அளவில் பதுக்கல்கள் இருக்கும். விலை போகாவிட்டால் படகில் இருந்தே மீனை இறக்காத நிலையும் உண்டு. ஆனால் பரபரப்பான இத்துறையில் அப்படி எப்போதாவதுதான் நடப்பதுண்டு.

எதற்காக இதை விளக்கிச் சொல்கிறேன் என்றால், என்னுடைய வீட்டிற்கு கூடையில் எடுத்துக் கொண்டு வரும் மீன் எனக்கு எதிரே இருக்கிற கடலில் இருந்து பிடித்தது என நான் நினைத்துக் கொள்ளக்கூடாது என்பதற்காக. சிந்தாதிரிப்பேட்டையில் இருந்து வாங்கிக் கொண்டு வந்து நொச்சிக் குப்பம் கடற்கரையில் போட்டு மண் தூவி, இப்ப பிடிச்சது என்பார்கள்.

இப்படித்தான் ஒரு இலை மறைவாய் வணிகம் இங்கே நடந்து கொண்டிருக்கிறது. எல்லா தொழிலையும் போலவே இந்தத் தொழிலிலும் இப்போது சீரழிவு எட்டிப் பார்த்திருக்கிறது. கலப்படம் என்கிற விஷயத்தில் இந்திய உணவுத் துறை முற்றிலும் சீரழிந்து விட்டது. எதில் கலப்படம் இல்லை என்று சொல்லுங்கள்? இந்தியாவே மிகப் பெரிய கலப்படக் குப்பைத்தொட்டிதான். சில நாடுகளில் உணவில் கலப்படம் செய்பவர்களுக்கு தூக்குத் தண்டனைகூட தருகிறார்கள்.

கடலுணவு என்று வருகையில் இவற்றில் கலப்படம் என்பது பெரியளவிற்கு இருப்பதில்லை. ஒரு மீனின் பெயரைச் சொல்லி இன்னொன்றை விற்பார்கள். வளர்ப்பு இறாலை கடல் இறால் என நம்பித்தான் இப்போதும் மக்கள் வாங்கிக் கொண்டிருக்கிறார்கள். கட்லா கடலில் நீந்தும் என நினைக்கிறவர்களும் இருக்கிறார்கள். மக்களைச் சொல்லித் தவறில்லை.

வெள்ளாட்டு வாலா எனப் பார்க்க பழகியவர்களுக்கு கடலுணவை பரிசோதிக்கத் தெரியாது. இப்போதுதான் கடலுணவுப் பக்கமே நெருங்கி வந்திருக்கிறார்கள். எனவேதான் கடலுணவின் தரம் என்று வருகையில், மக்களிடம் குழப்பம் எஞ்சுகிறது.

இங்கே கொஞ்சம் பரவலாக, விலை குறைந்த டி.சி. இறால்களை வாங்கி வந்து கெட்ட வாடை போவதற்கு ஒரு கெமிக்கலையும் வெள்ளையாய்ச் சதை மாறுவதற்கு ஒரு கெமிக்கலையும் போட்டு அலசுவது உண்டு. அதேபோல் நாள்பட்ட மீன்கள் பளபளப்பாகத் தெரிய பார்மாலினை தெளிப்பதும் உண்டு. கேன்சரை உண்டு பண்ணுகிற கெமிக்கல்கள் அவை என்பது எல்லோருக்குமே தெரியும்.

அந்த மீன் எங்கே போகும் என யாராலும் உத்திரவாதம் கொடுக்க முடியாது. அதே சமயம் எல்லோரும் இதைச் செய்கிறார்கள் என்றும் சொல்லி விட முடியாது. கூடவே கரைக்கு வந்த பிறகு மீனவனுக்கு மீன் சொந்தமில்லை என்பதையும் புரிந்து கொள்ளுங்கள். அப்படியான இடங்களில் மீன் எடுப்பதை விவரமான வியாபாரிகள் எப்போதும் தவிர்த்து விடுவார்கள். விலை குறைவாகக் கிடைக்கிறது என்பதற்காக கண்ட இடத்தில் வாய் வைக்கத் துணியாதவர்களும் இருக்கத்தானே செய்கிறார்கள்?

இதைக் கட்டுப்படுத்த வேண்டிய அரசுத்துறை வழக்கம் போல வேறொரு கவனத்தில் இருக்கிறது. தமிழக அரசின் மீன் வளத்துறை சார்பாக நடத்தப்படும் கடைகளில் விற்கப்படும் மீன்களை அவர்கள் சோதனைக்கு அனுப்பத் தயாரா? என மீன்வளத் துறையில் இருக்கும் நேர்மையான அதிகாரி ஒருத்தர் உள்ளிருந்தபடியே மனம் கசிந்து கேள்வி எழுப்பினார் என்னிடம்.

நுகர்வோர் தரப்பில் இன்னொரு கோணத்தைச் சொல்ல வேண்டியிருக்கிறது. இங்கே தமிழகத்தில் பேரம் என்பதே மிக மோசமான வடிவத்தில் உபயோகிக்கப்படுவது. ஐஞ்சு ரூபாய்க்கு தருவீயா என்பார்கள். அது வயிற்றிற்கு உகந்த தரமானதா

என்பதைப் பார்க்காத மனோபாவம். காசை விட வயிறு இரண்டாம் பட்சம்தானா?

ஒரு ரூபாய்க்கும் அரிசி இருக்கிறது. நூறு ரூபாய்க்கும் இருக்கிறது. தரத்தை விலை தீர்மானிக்காதுதான். ஆனால் முற்றிலும் கண்கெட்டு வித்தையைப் போல நிகழும் உணவு வணிகத்தில் விலைக்கு முக்கியமான பங்கிருக்கிறது. கடலுணவு துறையும் அதற்கு விதிவிலக்கில்லை. தரம் குறித்து தமிழக நுகர்வோர்கள் அடிப்படைக் கேள்வியை எழுப்ப வேண்டிய மனோபாவத்திற்கு முதலில் நகர வேண்டும்.

கடலுணவு தொழிலில் இப்போது கிடைத்திருக்கும் விழிப்புணர்வு வழியாக பொதுச் சமூகம் கடலை கொஞ்சம் நெருங்கிப் போய்ப் பார்த்து விசாரித்தால் முறையான தெளிவுகள் கிடைக்கக்கூடும். இன்னமும் முற்றிலும் தமிழக வணிகம் சீரழிந்து விடவில்லை. தரமானவைகளும் இங்கே கொட்டித்தான் கிடக்கின்றன. நுகர்வோர் விழிப்புணர்வு என்பதே இப்போதைய உடனடித் தேவை.

கடை வணிகம் என்பதையெல்லாம் தாண்டி தரமான மீனை நான் அதன் கண்ணைப் பார்த்தே வாங்குகிறேன். நாள்பட்ட மீன்களின் கண்களில் மஞ்சள் படலம் உருவாகத் துவங்கும். உயிர்ப்பான கண்களோடே நான் வணிகமும் செய்கிறேன். தவிர, நான் உண்ணும் உணவு குறித்த தெளிவை நோக்கி நகரவே நான் எப்போதும் விரும்புகிறேன். ஏனெனில் என் உணவு, என் உரிமை. அது உங்களுடையதும்தான். உங்களது குழந்தைக்கு சிறந்ததை தேடிப் பிடித்துத் தேர்ந்தெடுக்கும் நிலையில்தான் நாம் புழங்கும் வெளியை வைத்திருக்கிறோம். அதற்காக யார் வெட்கப்படுவது?

அன்புடன்
சரவணன் சந்திரன்.

37

எடை!

மீன்சந்தையில் நுட்பமான ஒன்றை குறித்துக்கொண்டேன். அதிகாலைகளில் மீனெடுக்கும் போது எடை வித்தியாசம் இருந்தபடியே இருக்கும். கிலோவிற்கு எப்படியும் நூறில் இருந்து நூற்று இருபது கிராம் அடித்து விடுவார்கள். எடை இயந்திரத்தில் அப்படி ஒரு ஏற்பாடு. போய் நின்று விலை கேட்கும் போதே சொல்லி வைத்த மாதிரி சிலர், "நம்மட்ட மத்த கடை மாதிரி எடை வித்தியாசம் வராதுங்க. தங்கத்தை எடை போட்ட மாதிரி இருக்கும்" என்பார்கள். பொருள் வாங்காமல், சும்மா போய் நின்றாலும் கிளிப்பிள்ளையைப் போல ஒப்பிப்பார்கள் இதை. கடையில் வந்து எடை போட்டால் வழக்கம் போல நூறு கிராம் தள்ளாடும். கொள்முதல் விலையில் கையைக் கடிக்கும்.

நம்முடைய எடை இயந்திரத்தில்தான் கோளாறோ என சந்தேகம் வந்து விடும் சில சமயங்களில். அச்சந்தையில் ஒருத்தரை எல்லோரும் முசுடு என்பார்கள். பொருள் வாங்கப் போகிறவர்களிடம்கூட, வாயால் சொல்லாமல் நாலு என்பதைப் போல கையைத்தான் காட்டுவார். மீண்டும் கேட்டால், "நாலு விரலைக் காட்டினா நானூறுன்னு உனக்கு தெரியாதா. புளூ கிராப்பை எந்த மடையன் உனக்கு நாப்பது ரூவாக்கு தருவான்" என நண்டின் கொடுக்கை விடப் பலமாகக் கொட்டுவார்.

திமிர்பிடித்தவன் என சிலசமயங்களில் பிறரைப் போல விலகிப் போய் விடுவேன். ஏனோ திடீரென தோன்றவே அவரிடம் போய் சரக்கெடுத்து விட்டு, "கடைக்கு எடுக்கிறது. கொஞ்சம் எடைல பார்த்து செய்ங்க" என்றேன் வழக்கமாக மற்றவர்களிடம் சொல்வதைப் போல. நெற்றியைச் சுருக்கி நிமிர்ந்து பார்த்து விட்டு, "ஒரு நூல் கொறைஞ்சாலும் எடை மிஷினை ஒடைச்சு போட்டு மார்க்கெட்ட விட்டு போயிடறேன். நான் நல்லவன் நல்லவன்னு உனக்கு கூவிக் காட்டணுமா. அப்படி காட்டினாத்தான் நம்புவியா நீ" என்றார். நெற்றிச் சுருக்கத்தில் கண் இருப்பதைப் போல, எரிப்பதைப் போல வெறித்துப் பார்த்தார் சொல்லி விட்டு.

கடைக்கு வந்த பிறகு எடை போட்டுப் பார்த்தேன். நூல் பிடித்த மாதிரி மிகச் சரியாக இருந்தது. அதற்கடுத்த நாள், பிறகொரு நாள் என எல்லா சமயங்களிலும் ஒரேமாதிரி இருந்தது எடை. அதேசமயம் ஐம்பது கிராம் அதிகமாக இருந்தாலும் பணத்தைக் கணக்கிட்டு வாங்கி விடுவார். கவனித்துப் பார்த்தால், போய் நிற்கும் போதெல்லாம் மற்றவர்கள் மாதிரி யாரை நோக்கியும் கூவியதில்லை அவர்.

ஒவ்வொரு நாளும் பல்வேறு கூவல்களுக்கு மத்தியில் நாற்காலியை இழுத்துப் போட்டு அமைதியாய் அமர்ந்து ஒட்டுமொத்த சுழற்சியையும் வேடிக்கை பார்த்துக் கொண்டிருக்கிறார். எவன் ஒருத்தன் தேவைக்கு அதிகமாக நேர்மையைப் பற்றிக் கூவுகிறானோ அவனே மிகப் பெரிய திருட்டுப்பயல் என்கிற சந்தைச்சிந்தனை என்னை வந்தடைந்திருந்தது. அப்படியொரு தம்பிகூட முன்பு என்னோடு இருந்தது இப்போது ஞாபகத்திற்கு வருகிறது. இப்போதெல்லாம் தங்கம் மாதிரி என்று சொல்கிறவனின் கண்ணைப் பார்த்துச் சிரிக்க கற்றுக் கொண்டேன்!

சரவணன் சந்திரன்

சரவணக்குமார் என்கிற இயற்பெயரைக் கொண்ட, தொழில்முறை ஹாக்கி விளையாட்டு வீரரான இவர் சென்னைக் கிறித்துவக் கல்லூரியில் இளங்கலை தமிழ் படித்தவர். மதுரை, தேனி, கோவில்பட்டி, நெல்லை எனப் பலவற்றைச் சொந்த ஊராகக் கருதும் இவர் தற்போது சென்னையில் வசிக்கிறார். ஆறாம்திணை, மின்தமிழ், காலச்சுவடு, இந்தியாடுடே போன்ற அச்சு மற்றும் மின்ஊடகங்களில் பணிபுரிந்த இவர் பத்தாண்டுகளுக்கும் மேலாக காட்சி ஊடகத்தில் பணி புரிந்திருக்கிறார். விஜய் டீவி, ஜீ தமிழ் போன்ற காட்சி ஊடகங்களில் பல்வேறு நிகழ்ச்சிகளில் பல்வேறு பொறுப்புகளில் இருந்திருக்கிறார். ஹிந்து தமிழ், உயிர்மை, ஆனந்த விகடன், மின்னம்பலம் உள்ளிட்ட பல்வேறு பத்திரிகைகளுக்கு கட்டுரைகளும் எழுதி வருகிறார். அச்சு ஊடகம், மின் ஊடகம், காட்சி ஊடகம் என ஊடகங்களின் பல்வேறு வகைகளிலும் இவரது பங்களிப்பு இருந்திருக்கிறது என்பது குறிப்பிடத்தக்கது. சென்னையில் நவநாகரீக மீன் அங்காடியகம் ஒன்றையும் கடந்த பதிமூன்று ஆண்டுகளாக நடத்தி வருகிறார். வேளாண்மையைத் தொழில்முறையாகச் செய்தும் கொண்டிருக்கிறார்.

ஆசிரியரின் பிற நூல்கள்

ஐந்து முதலைகளின் கதை, (நாவல்)
ரோலக்ஸ் வாட்ச் (நாவல்)
அஜ்வா (நாவல்)
பார்பி (நாவல்)
சுபிட்ச முருகன் (நாவல்)
வெண்ணிற ஆடை (வாழ்வியல் கதைகள்)
பாவத்தின் சம்பளம் (வாழ்வியல் கதைகள்)
எக்ஸ்டஸி (கட்டுரைகள்)
மதிகெட்டான் சோலை (கட்டுரைகள்)
அன்பும் அறமும் (கட்டுரைகள்)
கடலும் மகனும் (கட்டுரைகள்)
வையிலைவேற் காளை (கட்டுரைகள்)
லகுடு (நாவல்)
அத்தாரோ (நாவல்)

www.ingramcontent.com/pod-product-compliance
Ingram Content Group UK Ltd.
Pitfield, Milton Keynes, MK11 3LW, UK
UKHW042020190726
13854UKWH00005B/2378